சோம. வள்ளியப்பன்

பங்குச்சந்தை வர்த்தகம், சுயமுன்னேற்றம், நிர்வாக வியல், மனித வள மேம்பாடு உள்ளிட்ட துறைகளில் பல புகழ்பெற்ற நூல்களை எழுதியவர் சோம. வள்ளியப்பன். துறை சார்ந்த செழிப்பான அனுபவமும் நிபுணத்துவமும் கொண்டிருக்கும் இவர் தொலைக்காட்சி மற்றும் பத்திரிகைத்துறை ஊடகங்களில் தொடர்ந்து இயங்கிவருகிறார்.

பங்குச்சந்தை பற்றிய இவருடைய அள்ள அள்ளப் பணம் நூல்கள்(வரிசை 1-5), வெளிவந்த காலம் தொட்டு இன்றுவரை தொடர்ந்து விற்பனையில் சாதனை படைத்துவருகின்றன.

ஆசிரியரின் பிற நூல்கள்

பங்குச்சந்தை

1. அள்ள அள்ளப் பணம் 1 - *பங்குச்சந்தை: அடிப்படைகள்*
2. அள்ள அள்ளப் பணம் 2 - *பங்குச்சந்தை: அனாலிசிஸ்*
3. அள்ள அள்ளப் பணம் 3 - *பங்குச்சந்தை: ஃபியூச்சர்ஸ் அண்ட் ஆப்ஷன்ஸ்*
4. அள்ள அள்ளப் பணம் 4 - *பங்குச்சந்தை: போர்ட்ஃபோலியோ முதலீடுகள்*
5. அள்ள அள்ளப் பணம் 5 - *பங்குச்சந்தை: டிரேடிங்*

வியாபாரம்

1. *நம்பர் 1 சேல்ஸ்மேன்* (சிறந்த விற்பனையாளர் ஆவது எப்படி?)
2. *பணமே ஓடி வா*

நிர்வாகம்

1. *ஆளப்பிறந்தவர் நீங்கள்* (தலைமைப் பண்புகள்)
2. *காலம் உங்கள் காலடியில்* (நேர நிர்வாகம்)
4. *உலகம் உன் வசம்* (கம்யூனிகேஷன்)
5. *உறுதி மட்டுமே வேண்டும்* (கமிட்மெண்ட்)
6. *உறவுகள் மேம்பட* (Secrets of Managing People)
7. *சிறந்த நிர்வாகி ஆவது எப்படி?*
8. *மேனேஜ்மெண்ட் குரு கம்பன்*
9. *நாட்டுக் கணக்கு*
10. *வீட்டுக் கணக்கு*
11. *நேரத்தை உரமாக்கு* (காலம் உங்கள் காலடியில் - 2)

சுயமுன்னேற்றம்

1. *எமோஷனல் இண்டெலிஜென்ஸ் 2.0*
2. *இட்லியாக இருங்கள் - எமோஷனல் இண்டெலிஜென்ஸ்*
3. *தடையேதுமில்லை* (சுயமுன்னேற்றக் கட்டுரைகள்)
4. *மன அழுத்தம் விரட்டலாமா* (மாணவர்களுக்கு -யுனெஸ்கோவுக்காக)
5. *உஷார் உள்ளே பார்* (மனமும் சக்தியும்)
6. *ஆல் தி பெஸ்ட் !* (நேர்முகங்களில் வெற்றி பெறுவது எப்படி?)
7. *தள்ளு* (மோட்டிவேஷன்)
8. *சின்னத் தூண்டில் பெரிய மீன்*
9. *சிறு துளி பெரும் பணம்*
10. *டீன் தரிகிட* (பதின் பருவத்தினருக்கு)
11. *சொல்லாததையும் செய்!*
12. *மனதோடு ஒரு சிட்டிங்*
13. *இவ்வளவுதானா நீ?*
14. *முன்னேற்றம் இந்தப் பக்கம்*
15. *எல்லோரும் வல்லவரே*
16. *காதலில் இருந்து திருமணம் வரை*

தடையேதுமில்லை

சோம. வள்ளியப்பன்

தடையேதுமில்லை
Thadaiyedhumillai
Soma. Valliappan ©

Kizhakku First Edition: October 2017
208 Pages

ISBN: 978-93-86737-26-7
Kizhakku - 1039

Kizhakku Pathippagam
177/103, First Floor, Ambal's Building,
Lloyds Road, Royapettah, Chennai 600 014.
Ph: +91-44-4200-9603
Email : support@nhm.in | Website : www.nhm.in

kizhakkupathippagam kizhakku_nhm

Author's Email: baluvalliappan1@yahoo.co.in
baluvalliappan5@gmail.com

Author's Website : www.writersomavalliappan.com

Cover Image: Shutterstock ©

Kizhakku Pathippagam is an imprint of New Horizon Media Private Limited

மனித வளத் துறையில் என்னை வளப்படுத்திய
திரு. முத்துகுமார் தாணு அவர்களுக்கு

உள்ளே

முன்னுரை

ஒரு காலை நேர நடைப் பயிற்சியின்போது தற்செயலாக 'சாயாவனம்' நாவல் எழுதிய சா. கந்தசாமி அவர்களைச் சந்தித்தேன். அவருடைய பேட்டியினை 'குமுதம் ஜங்ஷன்' இதழில் படித்தேன் என்பதைச் சொல்லி என்னை அறிமுகப்படுத்திக்கொண்டு பேச ஆரம்பித்தேன். உடன் அவரும் சகஜமாகப் பேச ஆரம்பித்துவிட்டார்.

பின்பு, அவர் சொல்லித்தான் என்னுடைய கட்டுரை ஒன்றினை தினமணி நாளிதழுக்கு அனுப்பினேன். எண் கொடுத்து, பேக்ஸ் செய்யச் சொல்லியிருந்தார். அது 'காலப் போக்கில் மதங்கள் பற்றிய எண்ணம் மக்களுக்கு எப்படிக் குறைந்து போகும்?' என்பது பற்றிய கட்டுரை. அனுப்பி, சில நாட்கள் ஆகியும் பதில் இல்லை. வெளியிடப்படவும் இல்லை.

தினமணி நாளிதழைத் தொடர்புகொண்டேன். பின்பு அவர்களின் அண்ணா சாலை அலுவலகத்திற்கு நேராகவே போனேன். திரு. ராயப்பா அவர்களைச் சந்தித்தேன். அது போன்ற கட்டுரைகளைப் போடுவதில்லை என்று சொல்லிவிட்டு, கூடவே, 'வேறு ஏதாவது எழுதி அனுப்புங்கள்' என்றார்.

திரும்பி வந்த வேகத்தில் உடனடியாக, 'உதவியா தொந்தரவா?' என்று கடன்கள் பற்றி, 29 டிசம்பர் (2002) ஒரு கட்டுரை எழுதி அனுப்ப, அது ஜனவரி 6

அன்று பிரசுரமானது. அது பிரசுரமானதற்கு, அந்தக் கட்டுரையில் புத்தாண்டு தினத்தின்போது மக்கள் எப்படி மாய்ந்து மாய்ந்து தேவையில்லாத பொருள்களைக்கூட வாங்குகிறார்கள் என்று எழுதியிருந்ததும் ஒரு காரணமாக இருக்கலாம். அதுதான் ஆரம்பம். பிறகு மாதம் ஒன்று என்கிற வழக்கம் ஏற்பட்டது.

தினமணியில் என் கட்டுரைகள் வெளிவரும் தினங்கள் எனக்குக் கூடுதல் மகிழ்ச்சியைத் தரும் தினங்களாக இருந்தன. ஒவ்வொரு கட்டுரையையும் அவர்கள் தலையங்க பக்கத்தில் என் புகைப் படத்துடன் பிரசுரிப்பது அல்ல காரணம். உடனடியாகக் கிடைக்கும் வாசகர்களின் கருத்துகள், தொலைபேசியில், நேரில், அன்பான விசாரிப்புகளாக, அக்கறை மிக்க ஆலோசனைகளாக, இனிய நட்பாக, வேறெது மகிழ்ச்சி தரும்?

தினமணி கட்டுரைகள் மிகச் சிறந்தவர்களிடம் என்னைக் கொண்டு சென்றிருந்தது என்பதை பொது இடங்களிலும் பயிலரங்குகளிலும் என்னை அடையாளம் கண்டு பேசுபவர்கள் மூலம் புரிந்து கொண்டேன்.

தினமணியில் வெளிவந்த சில கட்டுரைகளை, ‘போட்டோ காப்பி எடுத்து வினியோகித்தோம்’, ‘நோட்டீஸ்களாகப் பிரசுரித்து வினியோகித்தோம்’, ‘எங்கள் நிறுவன அறிவிப்புப் பலகையில் ஒட்டி வைத்தோம்’ என்றெல்லாம் சிலர் சொல்லுவதைக் கேட்ட பொழுதுகளில் மிகவும் திருப்தியாக உணர்ந்தேன்.

இவற்றுக்கெல்லாம், நான் அதிகம் சந்தித்திராத தினமணியின் ஆசிரியர் அமரர் திரு. சம்பந்தம் அவர்களுக்கும் நடுப் பக்க கட்டுரைகளுக்குப் பொறுப்பாக இருந்த திரு. ராயப்பா அவர் களுக்கும் நான் நன்றி பாராட்டியே ஆக வேண்டும்.

நான்கு வருடங்களில் அவ்வப்போது ஏற்பட்ட அனுபவங்களின் காரணமாக எழுதிய கட்டுரைகளை எப்படியும் புத்தகமாகக் கொண்டு வந்துவிட வேண்டும் என்று நினைத்தேன். மேலோட்ட மாகப் பார்த்தபோது அவை பலவிதமான கட்டுரைகளாகத் தெரிந்தன. இவற்றை எப்படி ஒன்று சேர்ப்பது என்று புரியவில்லை. பின்பு கவனமாகப் பார்த்தபோதுதான், என்னை அறியாமல் நான் அவற்றை மொத்தம் இரண்டு வகைகளாக எழுதியிருப்பதாகத் தோன்றியது. ஒரு சாரார், பிள்ளைகள், இளைஞர்கள், ஊழியர்கள், முன்னேறத் துடிப்பவர்கள்; இன்னொரு சாரார், பெற்றோர், அதிகாரிகள், முதலாளிகள், கொஞ்சம் முன்னேறி விட்டவர்கள்.

நான் இரண்டுமாகத் தொடர்ந்து உணர்ந்து வருவதால்தான் அப்படி அமைந்திருக்கின்றனவோ என்னவோ, அதே முறையில் கட்டுரைகளை இரண்டு பகுதிகளாகப் பிரித்து அடுக்கினேன். அடுத்து, கட்டுரைகளைப் பிரசுரித்த கால வரிசை எல்லாம் அவசியமில்லை. புத்தகமாகப் படிப்பவர்களுக்கு, சுவாரசியமாக, கோர்வையாக அமைய வேண்டுமென்பதை மனதில் வைத்து, அந்த வழியிலேயே வரிசைப்படுத்தினேன். அமுதசுரபி இதழுக்கு எழுதிய கட்டுரை (நம்பகத்தன்மை) போன்ற தினமணியில் பிரசுரமாகாத சில கட்டுரைகளைக் கூடுதலாகச் சேர்த்தேன். ஏற்கனவே, 'மகிழ்ச்சி எங்கே?' என்கிற புத்தகத்தில் வெளியிட்ட சில கட்டுரைகளை நீக்கினேன்.

இரண்டு புத்தகங்களாக விஜயா பதிப்பகம் மூலம் வெளியிட்டேன். 2017ம் ஆண்டில் மீண்டும் ஒரு மாற்றம் செய்ய விரும்பி, 'தடையேதுமில்லை' மற்றும் 'அதிகாரம் அல்ல, அன்பு' என்ற இரண்டு புத்தகங்களையும் ஒன்றிணைத்து, ஒரே புத்தகமாக கிழக்குப் பதிப்பகம் மூலம் வெளிக்கொணர்கிறேன்.

இந்தப் புத்தகத்தில் கால மாற்றத்திற்கு ஏற்ப சில கட்டுரைகளை எடுத்துவிட்டேன். உதாரணத்திற்கு, 'தடையேதுமில்லை' புத்தகத்தில் வந்த 'விடுமுறை என்ற வாய்ப்பு'. இன்றைக்கு இதைப்பற்றிய விழிப்புணர்வு கணிசமாகவே இருக்கிறது. அதே போல, 'அதிகாரம் அல்ல, அன்பு' புத்தகத்தில் இருந்து 'சபை அறிந்து பேசு', 'நல்ல பெற்றோர்', 'பதினாறும் பெறு' மற்றும் 'உலகையே வெல்வோம்' ஆகிய நான்கு கட்டுரைகளையும் நீக்கிவிட்டேன். காரணம், அதேதான். அதிகம் தெரிந்ததைச் சொல்லவேண்டாம் என்றுதான்.

இந்தக் கட்டுரைகள் எழுதப்பட்ட காலத்திற்கும் இப்போதைக்கும் இருக்கும் வேறுபாட்டைக்கண்டு வியப்பாகவும் பெருமை யாகவும் இருக்கிறது. இந்தக் காலத்து மக்களிடம் எத்தனையோ முன்னேற்றம்.

12.10.2017 அன்புடன்

சோம. வள்ளியப்பன்
அபிராமபுரம், சென்னை

1 வைரமா? வெறும் கல்லா?

அவரை எனக்கு ஒரு வருடமாகத்தான் தெரியும். அவர் பெயர் மஞ்சுநாத் என்று வைத்துக்கொள்வோம். ஒரு பெரிய நிறுவனத்தில் அதிகாரியாகப் பணிக்குச் சேர்ந்திருந்தார். அவரைச் சந்திக்கப் போயிருந்த பொழுது அவர் மற்றவர்களிடம் நடந்துகொண்ட விதம் என்னைக் கொஞ்சம் ஆச்சரியப்பட வைத்தது. உடன் பணி புரிபவர்களை நிறைய சத்தம் போட்டார். கோபித்துக்கொண்டார். அதுவும் வெளிநபரான என்னை வைத்துக்கொண்டே! அவற்றைப் பார்க்காதது போலவும், கவனிக்காதது போலவும், என் கையில் இருந்த புத்தகத்தினைப் புரட்டி, நான் சமாளித்தேன்.

சமீபத்தில் மீண்டும் அவரைச் சந்திக்க நேர்ந்தது. அப்போது அவர் சோர்வாகக் காணப்பட்டார். முன்பிருந்த வேலையில் தற்சமயம் இல்லை என்றார். அவருக்குப் பிறகு வேறு எவரையோ அந்த வேலைக்குப் போட்டு விட்டார்களாம். வருத்தத்துடன் சொன்னார். மஞ்சுநாத் வேறு வேலைகளுக்கு முயற்சி செய்துகொண்டுதான் இருக்கிறார். ஆனால், ஏதும் பொருத்தமாக அமைய வில்லையாம்.

அவரிடம் நான் முன்பு பார்த்த பெருமிதத்தையும் ஆர்வத்தையும் இப்போது பார்க்க முடியவில்லை. அவர் ஏன் அவ்வளவு சோர்வாக இருந்தார் என்று வெகு நேரம்

யோசித்தேன். முன்பு அவர் இருந்த நிலைக்கும் இப்போது இருக்கும் நிலைக்கும் என்ன வேறுபாடு?

முன்பு நல்ல வேலையில் இருந்தார். இப்போது அந்த வேலையில் இல்லை. அவருக்கு வேறு வேலை கிடைக்கும்தான். ஆனால், முன் வேலை செய்த நிறுவனம் போன்றதொரு பெரிய நிறுவனமாகத் தேடுகிறார். அவருக்கு அப்படி ஒரு நிறுவனத்தில் ஏன் வேலை கிடைக்கவில்லை?

வைரம் ஒரு கல். பார்ப்பதற்கு அதேபோலத் தெரியும், அவ்வளவு விலை அதிகமில்லாத செயற்கைக் கற்களும் உண்டு.

தங்க நகைகளில் வைரத்தையும் வைக்கிறார்கள். வைரம் பதிக்கப் பட்ட நகைகளின் விலை சாதாரண நகையைவிட அதிகம். காரணம், அதில் உள்ள வைரம். தங்கத்தில் வைக்கப்பட்டதால், வைரத்திற்குப் பெருமையா? வைரம் வைக்கப்பட்டதால் தங்க நகைக்கு மதிப்பு கூடுதலா? இரண்டும்தான்.

வைரம் இல்லாவிட்டாலும் தங்க நகைக்கு என்று தனி மதிப்பு உண்டு. அதேபோல், நகையில் பதிக்கப்படாமல் தனியாக இருந்தாலும் வைரத்திற்கு மதிப்பு இருக்கிறது. ஆனால், இதே போன்ற நிலை, சாதாரண செயற்கை கற்களுக்குக் கிடையாது. அவை நகையுடன் இருக்கும் பொழுது, அவற்றுக்கும் தங்கத்தின் மதிப்பு கிடைக்கும். ஆனால், கல் தனியாகப் பிரித்து எடுக்கப் பட்டால், அதற்கு மதிப்பில்லை. அதனை வெறும் கல் என்பார்கள்.

'நகை' என்பது நாம் படிக்கும் கல்லூரிபோல, நாம் வேலை செய்யும் நிறுவனம்போல, சார்ந்திருக்கும் கட்சிபோல, உறுப்பினராக இருக்கும் அமைப்புபோல. நாம் அதில் இருக்கிறோம். நாம் அதில் இருப்பது வைரக் கல் போலவா? அல்லது சாதாரணக் கல் போலவா?

நம் 'தனிப்பட்ட மதிப்பு' என்ன?

நமக்கு வேலையில், கட்சியில், அமைப்பில், இருக்கும்பொழுது மதிப்பு கிடைக்கும்தான். வருமானம் வரும்தான். அவை வருவது எதனால்? நாமிருக்கும் அமைப்பிற்கு, நிறுவனத்திற்கு, கட்சிக்கு இருக்கும் மதிப்பினாலா? அல்லது நமது சொந்த மதிப்பாலா? நாம் வைரமா? அல்லது சாதாரணக் கல்லா?

பெரிய அழகிய கட்டடம். அந்தக் கட்டடம் அதிக எண்ணிக்கையிலான செங்கற்கள் மற்றும் பல பொருள்களாலும்

கட்டப்பட்டது. கட்டடத்தினைத் தூரத்தில் இருந்து பார்ப்பவர்கள், கட்டடத்திற்குள் வருபவர்கள், கட்டடத்தினை மதிக்கிறார்கள், பாராட்டுகிறார்கள். அந்த மதிப்பும் பாராட்டுகளும், கட்டடத்தில் இருக்கும் எல்லாப் பொருள்களுக்கும் சேர்த்துத்தான். அதே கட்டடத்தில் சில ஜன்னல்களும் இன்னும் சில மரத்தாலான நிலைகள், கதவுகள் போன்ற பொருள்களும் இருக்கின்றன. அவற்றுக்கும் மதிப்பு உண்டு.

இங்கும் அதே கேள்விதான். நாம் கட்டடத்தில் உள்ள செங்கல் போன்றவர்களா? அல்லது கட்டடத்தில் இருந்து பிரித்து எடுக்கப் பட்டாலும் தனிப்பட்ட மதிப்பிருக்கும் தேக்கு மர கதவுகள், நிலைகள் போன்றவர்களா?

நாம் இன்றிருக்கும் நிலை நிச்சயமானதா? இந்த நிலை, இருப்பு, இடம், சூழ்நிலை மாறினாலும், நாம் தனியாகவோ அல்லது வேறு நிலை, இருப்பு, இடம், சூழ்நிலையிலும் பரிமளிக்க, ஜொலிக்கக் கூடியவர்களா?

நாம், தானே வெப்ப ஒளி உமிழும் சூரியனா? அல்லது பிற கிரகத்தின் ஒளியினை வாங்கி ஒளிரும் நிலவா?

நாம் வைரமா? அல்லது சாதாரணக் கல்லா?

தனக்கு ஒரு போதும் மஞ்சுநாத் நிலை வரவே வாராது என்று எவராலும் உறுதியாகச் சொல்ல முடியுமா? மாறி வரும் உலகில் எதுவும் நிச்சயமில்லை. அதனால், எங்கும் எப்போதும் மதிப்பு பெறும் வைரங்களாக நம்மை நாமே தயாரித்து வைத்துக்கொள்ள வேண்டியது அவசியமல்லவா?

நான் இன்று இருக்கும் இடத்தால் நமக்குப் பெருமையும் வசதியும் மதிப்பும் கிடைக்கலாம். அதே சமயம் நம்மாலும், நாம் இருக்கும் இடத்திற்கு மதிப்பும் பெருமையும் வரச் செய்ய வேண்டும். அதற்கு நாம் பயன்மிகு, திறன்மிகு மனிதராக ஆவதுதான் வழி.

2 சந்தர்ப்பம்

வீட்டில் வேலை செய்துகொண்டிருந்தேன். முக்கியமான வேலை. அப்பொழுது தொலைபேசி அழைத்தது. பேசியது என்னுடைய நெருங்கிய நண்பர். நல்ல எழுத்தாளர். 'ஓர் உதவி' என்றார்.

ஈ-மெயிலில் அவர் தம்முடைய தொலைக்காட்சித் தொடரின் முன் கதைச் சுருக்கத்தை அனுப்புவதாகவும், அதை நான் உடனடியாக ஆங்கிலத்தில் மொழி பெயர்த்து மின்னஞ்சல் மூலமாகவே திரும்ப அனுப்ப வேண்டுமென்றும் சொன்னார்.

'இப்பொழுது ஓர் அவசர வேலையாக இருக்கிறேன், மாலையில் செய்து தருகிறேனே' என்றேன்.

'இல்லை, இல்லை. உடனடியாகத் தேவை. பத்திரிக்கைகளுக்குக் கொடுக்க வேண்டும். அவர்கள் வந்து அருகிலேயே நிற்கிறார்கள்' என்றார்.

அவருடைய அவசரமும் நிலைமையும் புரிந்தது.

செய்து கொண்டிருந்த வேலையினை முடித்துவிட்டு, ஐந்து நிமிடங்களில் அவருடையதை எடுத்துக்கொள்ளலாம் என்று முடிவு செய்து, செய்துகொண்டிருந்த வேலையை வேகமாகச் செய்ய முற்பட்டேன்.

அதற்குள், நண்பர், 'என்ன ஆயிற்றா? அனுப்பி விட்டீர்களா?' என்று கேட்டு மூன்று முறை கைப்போனில் அழைத்துவிட்டார்.

இதற்கு மேல் தாங்காது என்று செய்துகொண்டிருந்ததை அப்படியே போட்டுவிட்டு, பத்து நிமிடங்கள் எடுத்துக்கொண்டு, பரபரப்பாக மொழிபெயர்ப்பு வேலையினை எடுத்தேன்.

மீண்டும் அவரிடம் இருந்து அழைப்பு. 'முடிந்து விட்டதா?' என்று கேட்டார்.

'செய்தாயிற்று, மறு பார்வை பார்க்கிறேன்' என்றேன்.

'அதெல்லாம் தேவையில்லை, மொழிபெயர்த்ததை அப்படியே தொலைபேசியிலேயே படியுங்கள்' என்று, நான் சொல்லி, நான் சொல்லச் சொல்ல, மறுமுனையில் அவர் எழுதிக்கொண்டார்.

ஒரு மணி நேரம் கழித்து மீண்டும் தொடர்பு கொண்டார். 'நன்றி' என்றார். செய்தது நன்றாக இருந்ததாகவும் சொன்னார்.

'என்னங்க நல்லா இருந்ததுங்கறீங்க! நீங்க செய்த பரபரப்பால், அவசரம் அவசரமாகச் செய்தேன். நீங்க மட்டும் இதையே நேத்து இரவு கொடுத்திருந்தீங்கன்னா, இன்னும் எவ்வளவோ நேர்த்தி யாகச் செய்து கொடுத்திருப்பேன். நேரமே கொடுக்கல்ல நீங்க. அவசரம் அவசரமாகச் செய்ய வேண்டியதாகப் போய்விட்டது' என்றேன்.

இதற்கு அவர் சொன்ன பதிலை என்னால் மறக்கவே முடியவில்லை. 'இல்லை வள்ளியப்பன். சந்தர்ப்பம் வரும்பொழுது இப்படித்தான் வரும். அது அவகாசமெல்லாம் தராது. அது கேட்கிறபொழுது, கேட்கிற விதத்தில், கேட்கிற நேரத்தில் நாம் தரணும். அதற்கு நாம் எப்பொழுதும் ஆயத்தமாக இருக்கணும். எப்பொழுது கேட்டாலும் 'இந்தா' என்று நாம் எதைக் கொடுக்கிறோமோ, அதுதான் நாம். அதுதான் நம்ம தரம்.'

எவ்வளவு பெரிய உண்மை! வரும் சந்தர்ப்பம் எப்பொழுது வேண்டுமானாலும், முன்னறிவிப்பு இல்லாமல் நமக்குச் சௌகரியமா, இல்லையா என்றெல்லாம் பார்க்காமல், அதற்கு எப்பொழுது தேவை என்று தோன்றுகிறதோ, அப்பொழுது வரும். அதுசமயம் நாம் ஆயத்தமாக இல்லாவிட்டால் அடுத்தவர் பக்கம் அதன் போக்கில் போய்க்கொண்டேயிருக்கும்.

இந்திரா பார்த்தசாரதி அவர்களைத் தெரிந்திருக்கும். பெரிய எழுத்தாளர். அவர் தில்லியில் தமிழ்ச் சங்கப் பள்ளிக் கூடத்தில் தமிழாசிரியராகப் பணியாற்றிக் கொண்டிருந்த சமயம். தில்லி பல்கலைக் கழகம் சம்பந்தப்பட்ட கல்லூரியில் தமிழ்ப்

பேராசிரியர் பணிக்காக இரண்டு, மூன்று முறை விண்ணப் பித்திருக்கிறார்; கிடைக்கவில்லை. அடுத்த ஆண்டு அவர் விண்ணப்பிக்கவேயில்லை. ஆனால், அவருக்குத்தான் அந்தப் பேராசிரியர் பதவி கிடைத்தது. அவரைக் கூப்பிட்டுக் கொடுத்தார்கள்.

எப்படித் தெரியுமா? அந்த ஆண்டு பேராசிரியர் பதவிக்கு விண்ணப் பித்திருந்தவர்களை நேர்முகத் தேர்வுக்கு அழைத்திருந்தார்கள். அவர்கள் எல்லாம் தமிழ் நாட்டிலிருந்து வர வேண்டும். என்னவோ தெரியவில்லை. அழைக்கப்பட்டவர்கள் எவருமே நேர்முகத்துக்கு வரவில்லை. ஆனால், அந்தப் பதவிக்கு உடனடியாக ஒருவர் தேவை.

தேர்வாளர்கள் யோசித்தார்கள். முன் வருடங்களில் விண்ணப்பித் திருந்த இந்திரா பார்த்தசாதி பற்றி நினைவு வந்திருக்கிறது. அவரைத் தொடர்புகொண்டு, ‘உடனடியாக உங்களால் நேர்முகத் தேர்வுக்கு வர முடியுமா?’ என்று கேட்டிருக்கிறார்கள். அவரும் போனார்; தேர்வு செய்யப்பட்டார்; சேர்ந்துவிட்டார்.

‘இன்றா? இப்போதா? நேர்முகத் தேர்வா?’ என்றெல்லாம் கேட்க வில்லை. கேட்க முடியாது. சந்தர்ப்பம் திடீரென்றுதான் வரும். அது வருகிறபொழுது, அது கேட்பதை நாம் கொடுக்கத் தயாராக இருக்கவேண்டும். அது மிக மிக முக்கியம். சந்தர்ப்பம் வருகிற பொழுது, அதைச் சந்தர்ப்பம் என்றே தெரிந்துகொள்ளாமல் விடுகிறவர்கள் பலர். அது தவிர சந்தர்ப்பத்தினைச் சரியாகப் பயன்படுத்திக்கொள்ள ஆயத்தமாக இல்லாமல் இருப்பவர்கள் சிலர்.

‘சந்தர்ப்பம் முதலில் வரட்டும், பார்க்கலாம். வந்த பிறகு நான் தயாராகிக்கொள்வேன்’ என்றிருப்பவர்களால் அது வரும் பொழுது, வந்து கேட்கும்பொழுது, அது கேட்பதை உடனடியாக எப்படிக் கொடுக்க முடியும்? முடியாது. ஏனென்றால் அவர்கள் அதற்குத் தயாராக இல்லை. சந்தர்ப்பம் யாருக்காகவும் காத்திருக்காது.

சந்தர்ப்பங்கள் என்பது அனைவருக்குமே வரத்தான் செய்கின்றன. அது வருவதற்கு முன்னதாகவே அதைப் பயன்படுத்திக்கொள்ள ஆயத்தமாக இருப்பவர்கள் வெற்றி பெறுகிறார்கள். இதுதான் வெற்றி சூட்சுமம்.

2004ஆம் ஆண்டு முடிவில் உலக அளவிலான ஜவுளி ஏற்றுமதி ‘கோட்டா முறை’ முடிவுக்கு வந்தது. அதனால், அதுவரை இருந்து வந்த ஏற்றுமதிக்கான அளவுக் கட்டுப்பாடு போய்விட்டது.

இந்தியாவும் எவ்வளவு வேண்டுமானாலும் ஏற்றுமதி செய்யலாம். இது ஒரு மாபெரும் சந்தர்ப்பம்.

இந்தச் சந்தர்ப்பத்தினை இந்தியாவால் சரியாகப் பயன்படுத்திக் கொள்ள முடிந்ததா?

முதல் நான்கு மாத அனுபவம் சொல்லியது - நாம் அந்தச் சந்தர்ப்பத்தினை முழுமையாக, சரியாகப் பயன்படுத்திக் கொள்ள வில்லை. காரணம் நாம் தயாராக இல்லை என்பதுதான். அதற்குப் பெரிய அளவிலான முதலீடுகள், பெரிய எண்ணிக்கையிலான பயிற்சி செய்த பணியாளர்கள் தேவை. அவற்றுக்கெல்லாம் இனிதான் ஏற்பாடு செய்ய வேண்டும் என்றார்கள். முயன்று செய்துவிடலாம்தான். ஆனால், அதுவரை சீனாவும் மற்ற ஆசிய நாடுகளும் வாய்ப்பினை விட்டுவைக்குமா?

வெற்றி பெற்ற ஒருவரைக் கேட்டார்களாம்: ‘அதெப்படி உங்களுக்கு மட்டும் இவ்வளவு சரியான வாய்ப்புகள் கிடைத்திருக் கின்றன? இதுதான் சரியான சந்தர்ப்பம் என்பதை உங்களுக்கு யாராவது முன்கூட்டியே சொல்லிவிடுவார்களா என்ன?’ என்று. அவர் சொன்னாராம்: ‘இதுதான் சரியான வாய்ப்பு. இது சரியில்லாத வாய்ப்பு என்றெல்லாம் நான் எதையுமே பிரித்துப் பார்ப்பதில்லை. கண்ணில் படும் எல்லா வாய்ப்புகளையுமே ஒன்றுவிடாமல் பயன்படுத்திக் கொள்ள வேலை செய்வேன். அவற்றில் சில சரியான வாய்ப்புகளும் இருக்கும்.’

எல்லாவற்றையுமே முயற்சித்ததால், அவர் சரியானவற்றைத் தவற விடவில்லை.

2004ஆம் ஆண்டு நாடாளுமன்றத் தேர்தல் முடிந்தது. மத்தியில் காங்கிரஸ் தலைமையில் கூட்டணி ஆட்சி என்று முடிவானது. ‘இவர் பிரதமராகக் கூடும்’ என்று எவருமே நினைக்காத ஒருவர் பிரதமரானார். ‘பொருளாதார நிபுணர்’ திரு. மன்மோகன்சிங்தான் அவர். அவரே கனவில்கூட எதிர்பார்த்திருக்க மாட்டார். நாட்டின் மிக உயர்ந்த பதவி. திடீரென அவரிடம் வந்தது. அதில் அவர் எப்படிச் செயல்படுகிறார்? அந்தச் சந்தர்ப்பத்தினை அவர் எப்படிப் பயன்படுத்திக் கொள்கிறார்? அதுதான் விஷயம்?

பிரதம மந்திரியாக வந்துள்ள திரு. மன்மோகன்சிங், ‘என்னால் இதைவிடச் சிறப்பாகச் செய்ய முடியும்; எனக்கு மட்டும் இந்திரா காந்தி, ராஜிவ் காந்தி போன்றவர்களுக்குக் கிடைத்த, முழு மெஜாரிட்டியுடனான தனிக் கட்சி ஆட்சி செய்யும் வாய்ப்புக்

கிடைத்திருந்தால்' என்று சொல்ல முடியுமா?' அவருக்கு வந்த சந்தர்ப்பம் அதன் நிபந்தனைகள் (Terms) உடன்தான் வந்தது. அது அப்படித்தான் வரும், அது கேட்பதைக் கொடுக்கத் தயாராக இருக்க வேண்டும்.

எப்பொழுது வேண்டுமானாலும் திடீரென்று வரக்கூடிய, தற்சமயம் கண்ணுக்குத் தெரியாத சந்தர்ப்பங்களுக்காகத் தன்னைத் தயாரித்துக் கொள்கிறவர்கள் வெற்றி பெறுகிறார்கள். சந்தர்ப்பம் வந்தபிறகு தயாரிக்க ஆரம்பிப்பவர்களுக்காக சந்தர்ப்பம் காத்திருப்பதில்லை; என்னால் இப்படித்தான் முடியும் என்ற சொல்பவர்களையும் சந்தர்ப்பம் பொருட்படுத்துவதில்லை. அவர்கள் யாராக இருந்தாலும்...

3 கேளுங்கள் தரப்படும்!

சில நாள்களாகப் பார்க்க முடியாமல் போன ஓர் எழுத்தாள நண்பரை, 'எங்கே ஆளையே காணோம்?' என்று கேட்டேன். சிரித்தபடியே பெருமிதமாக 'நாவல் எழுதினேன்' என்றார்.

'நீங்கள் எழுதுவது ஒன்றும் புதிது அல்லவே. வழக்கம் தானே! அதனாலா உங்களைக் கண்ணிலேயே காணவில்லை?' என்றேன்.

'பத்து நாள்களுக்குள் எழுதி முடிக்க வேண்டும் என்கிற கட்டாயம்; அதனால்தான்' என்று சொல்லிவிட்டு ஒரு தேதியைச் சொல்லி, அதுதான் நாவலைப் போட்டிக்கு அனுப்பி வைக்கக் கடைசி நாள் என்றார். 'ஓஹோ! சரிதான். அவர் நாவல் போட்டிக்கு எழுதுகிறார். அதுதான் விஷயம். திடீரென அவர் சொன்ன தேதி நினைவு வந்தவனாக, 7ஆம் தேதியா? அப்படியென்றால் இன்றுதானே அந்தக் கடைசி நாள்!' என்றேன் ஆச்சரியத்துடன்.

'நேற்றே எழுதி முடித்து, கூரியர் தபாலில் சேர்த்து விட்டேன். அது இன்றைக்குச் சரியாகப் போய்ச் சேர்ந்து விடும்' என்றார். அவர் முகத்தில் உண்மையான மகிழ்ச்சியும் திருப்தியும். 'எனக்கு அவரைப் பற்றித் தெரியும் என்பதனால், 'அட இவரா, இவ்வளவு வேகமாக எழுதியிருக்கிறார்!' என்று வியப்பாக இருந்தது. 'பத்தே நாட்களில் எழுதி விட்டீர்களா? எத்தனை பக்கங்கள்?'

‘மொத்தம் நூற்றுப் பத்துப் பக்கங்கள்.’

அவருடைய வேகம் பற்றி நன்கு அறிந்த எனக்கு ஆச்சரியம் தாங்கவில்லை. வழக்கத்துக்கு மாறாக, அவர் இவ்வளவு சுறுசுறுப்பாக எழுதி முடித்தது எப்படி? எனக்குத் தெரிந்து அவர் இன்னும் வேறு பல விஷயங்களை மாதக் கணக்கில் எழுதியது உண்டு. ஆரம்பிப்பார், முடிப்பதில்லை. கேட்டால், ‘என்ன அவசரம்?’ என்பார். ‘எழுதி உடனே ஆகப் போவது என்ன?’ என்று கேட்பார்.

இவருக்கு இப்பொழுது மட்டும் என்ன வந்தது?

போட்டி வந்தது. போட்டிக்குப் பரிசு அறிவித்திருக்கிறார்கள்.

எப்படிப்பட்ட பரிசு? ‘மெகா’ பரிசு. ஒரு நாவலுக்கு முதல் பரிசுத் தொகை மட்டும் ஒரு லட்ச ரூபாய்! அதற்குக் கடைசி தேதி சொல்லி விட்டார்கள். அந்தத் தேதிக்குள் எழுதி அனுப்பியாக வேண்டும். அதன் பின் வந்து சேருவனவற்றை ஏற்றுக்கொள்ள மாட்டார்கள். அதனால் வந்த தேவை, வேகம்.

கடைசி நாளுக்குள் எழுதி முடிக்க அவர் எடுத்துக்கொண்ட முயற்சிகள் சாதாரண முயற்சிகள் அல்ல. மனிதர் வெற்றிகரமாக முடித்தே விட்டார். இந்த நாவல் அந்த எழுத்தாளருக்குள் இருந்ததுதான். ஒரு முக்கியத் தேவை வந்ததும், அதனை இழுத்து வெளியே போட்டு விட்டார். அவர் அதுவரை செய்யாத வேகத்தில், ஆக, அவரால் இவ்வளவு வேகமாகவும் செய்ய முடியும்தான். அதற்கு ஒரு சரியான ‘தேவை’, Demand வந்தால்தான் அதைச் செய்வார். வந்தது. செய்திருக்கிறார்.

காலையில் உடற்பயிற்சிக்காக நடக்கும் பழக்கம் எனக்கு உண்டு. பல்வேறு யோசனைகளால் நடையில் கவனமிருக்காது. அதனால் அவ்வளவு வேகமும் இருக்காது. அந்தப் பள்ளிக்கூடத்தின் மைதானத்தினை வழக்கமாக மூன்று முழுச் சுற்றுகள் சுற்றுவேன். முடிந்ததும் திரும்பிவிடுவேன். ஒருநாள் தனியாக நடந்து கொண்டிருந்தேன். அப்பொழுது ஓர் இளைஞர் என்னைத் தாண்டி வேகமாக நடந்து போனார். அவரும் நடைப் பயிற்சி (Walking) தான் செய்தார். நல்ல வேகமான நடையாக இருந்தது அவருடையது.

கடந்து போனவர் சும்மா போயிருக்கலாம். அப்படிப் போகாமல், என்னைத் திரும்பி ஒரு பார்வை பார்த்துவிட்டுப் போனார். அதனால், எனக்கு அவரைவிட வேகமாக நடக்கவேண்டும் என்று தோன்றியது.

அவர் அளவுக்கு வேகமாக என்னால் நடக்க முடியாதா என்ன? நடையின் வேகத்தினைக் கூட்டினேன். நல்ல வேகத்தில் நடந்தேன். இருந்தும் அவருக்கும் எனக்கும் இருந்த இடைவெளி அதிகரித்துக் கொண்டு போனதே ஒழிய, குறையவில்லை. அவர் நடந்த வேகம் அவ்வளவு! நான், மேலும் வேகம் கூட்டினேன். ம்ஹூம்... எப்படி நடந்தும் என்னால் அவரைத் தாண்டிப் போகவே முடியவில்லை. அதற்குள் நான் வழக்கமாக நடக்கும் மூன்று சுற்றுகள் முடிந்துவிட்டன. உடன் அவசரமாகக் கைக்கடி காரத்தினைப் பார்த்தேன். அட, மூன்று சுற்றுகளை நான் அன்றைய தினம் முப்பத்து நான்கே நிமிடத்தில் முடித்திருந்தேன். அது வழக்கத்தினை விட 11 நிமிடங்கள் குறைவு!

அன்றைக்கு நானே ஏற்படுத்திக்கொண்ட ஒரு தேவை என்னை வழக்கத்துக்கு மாறாக விரைவாக நடக்க வைத்திருக்கிறது. கடந்த ஓர் ஆண்டில் அதுதான் அந்த மைதானத்தில் என்னுடைய மிகச் சிறந்த வேகம். அந்த இளைஞனை என்னால் மிஞ்ச முடியாமல் போயிருக்கலாம். ஆனால், நான் என்னை அறியாமலேயே நான் முன்னெப்போதும் நடந்ததைவிட மிக விரைவாக அன்று நடந்திருக்கிறேனே! நான் என் முந்தைய வேகத்தை மிஞ்சி விட்டேனே!

1983 உலகக் கோப்பை கிரிக்கெட் போட்டி, ஜிம்பாப்வேவிற்கு எதிரான போட்டி. இந்திய அணி வெறும் பதினேழு ஓட்டங் களுக்கு ஐந்து விக்கெட்டுகளைப் பறிகொடுத்து, மிக மோசமான நிலையில் இருந்தது. அப்பொழுது அணித் தலைவர் கபில் தேவ் களம் இறங்கினார். இறங்கியதிலிருந்து, ஒரே விளாசல்தான். 175 (அவுட் இல்லை) ஓட்டங்கள் எடுத்து இந்திய அணியினை வெற்றி பெற வைத்தார். அதுதான் கிரிக்கெட் சர்வதேச ஒருநாள் போட்டிகளில் அவருடைய மிக அதிகமான ஓட்டங்கள். பல வருடங்களுக்கு அதுவே ஓர் உலக சாதனையாகவும் இருந்தது.

'செய்... செய்தாக வேண்டும்' என்ற கட்டாயம். செய்வதன் முடிவில் கிடைக்கக் கூடிய விளைவு. அந்தத் தேவை, 'முடிவு' முக்கியம். அது லட்ச ரூபாய் பரிசாகவோ அல்லது வேகமாக நடப்பவரைக் கடந்து தன்னை நிரூபித்துக் காட்டுவதாகவோ அல்லது தன் அணியின்/தேசத்தின் தோல்வியினைத் தவிர்க்கும் பொறுப்பாகவோ இருக்கலாம்.

மனது ஈடுபட்டு விட்ட எதையும் நம்மால் செய்துவிட முடியும். செய்ய வேண்டியது, என்ன? எவ்வளவு? எப்பொழுதுக்குள் செய்து

முடிக்க வேண்டும்? என்பன தெளிவாக இருக்க, முயற்சியும் விளைவுகளும் அற்புதமாக அமைந்துவிடும்.

Demand Excellence, You will get Excellence என்பார்கள். மிகச் சிறந்தனவற்றையே கேட்க வேண்டும். நம்மிடம் நாமே கேட்க வேண்டும். கேட்டது நிச்சயம் கிடைக்கும்.

பலரும் தங்களால் முடிந்ததையெல்லாம் எல்லா நேரங்களிலும் செய்து விடுவதில்லை. ஒரு போட்டி, ஒரு சவால் என்று வருகிற பொழுது, புதிய வேகமும் அதற்கான சக்தியும் கிடைக்கப் பெற்று அதனால் செய்கிறார்கள், முடிக்கிறார்கள்.

பல சமயங்களில் சிறப்பான செயல்பாடுகள் நடைபெறாமல் இருப்பதற்கும் சாதனைகள் நிகழ்த்தப்படாமல் போவதற்கும், அப்படிக் கேட்கக்கூடிய நபர்களோ, தேவைகளோ, தூண்டக் கூடிய சூழ்நிலைகளோ இல்லாமல் போவதும்கூட காரணங்களாக இருக்கின்றன.

ஆரோக்கியமான போட்டிகள் தேவை. தவிர, நம்மை விட மேலானவர்கள், சிறப்பாகச் செய்பவர்கள் இருக்கிற இடங்களில் செயல்பட்டால், அவர்கள் ஏதேதோ செய்ய, நாம் முயற்சிக்க நாம் முன்பு இருந்ததை விடச் சில படிகளாவது கண்டிப்பாக உயர்வோம்; நம் தரமும் அதிகரிக்கும்.

அதே சமயம் எல்லா நேரமும் போட்டி சூழ்நிலை இருக்கும் என்று எதிர்பார்க்க முடியாது. அப்படி வெளியில் இருந்துதான் எவரேனும் 'உன் சிறந்ததைத் தா' என்று நம்மிடம் கேட்க வேண்டும் என்று காத்திருக்க வேண்டியதில்லை. நம்மிடம் நாமே அப்படிக் கேட்க முடியும். 'சிறந்ததைச் செய்', 'வேகமாய்ச் செய்', 'பெரிதாய்ச் செய்' என்றெல்லாம் நாமே நம்மைக் கேட்டுக் கொள்ளலாம். நிச்சயம் கிடைக்கும்.

விருதுகள் பல வாங்கிய எழுத்தாளர் சா. கந்தசாமி அவர்கள் சொல்லக் கேட்டிருக்கிறேன். அவரே அவரிடம் வேலைகள் செய்யச் சொல்லிக் கேட்டுக்கொள்வாராம் (அவர் பெயரைச் சொல்லி!... 'நீ கதை எழுதி நாளாகி விட்டதே! இன்றைக்கு ஒன்று எழுதேன்' என்பதுபோல). அன்றைக்கே எழுதியும் முடிப்பாராம்.

எழுத்தாளர் சோமர்செட்மாம் சொல்லுகிறார்: 'வாழ்க்கையில் வேடிக்கையான விஷயம் என்ன என்றால், மிகச் சிறந்ததற்குக் குறைவாக எதையும் ஏற்றுக் கொள்வதில்லை என்று நீங்கள் முடிவு

செய்துவிட்டால், பெரும்பாலான நேரங்களில் மிகச் சிறந்தனவற்றையே பெறுவீர்கள்.'

கேட்பது கிடைக்கும். ஆம் மிகச் சிறந்தனவற்றையே கேட்க வேண்டும். அதனால்,

நம்மைவிடச் சிறப்பானவர்கள் மத்தியில் இருப்பது, நம்மிடம் பழகுபவர்களிடம், அவர்கள் செய்துகொண்டிருப்பதைவிட மேலானவற்றைக் கேட்பது, நம்மிடமிருந்து நாமே மிக அதிகமாக எதிர்பார்ப்பது போன்றவை, நம் செயல்பாடுகளும் அவற்றின் தரமும் கூடுவதற்கு வழி வகுக்கும்.

4

பயிற்சி தரும் பலம்

திருச்சி திருவெறும்பூரில் அமைந்துள்ள பாரத மிகுமின் நிறுவனம். அது ஒரு மிகப் பெரிய தொழிலகம். அங்கே ஒரு மனமகிழ் மன்றம். ஏப்ரல், மே மாதங்களில் வருடம்தோறும் கோடைக் கால விளையாட்டுப் போட்டிகள் நடத்துவார்கள். போட்டிகளில் கலந்து கொள்ள, பல்வேறு தொழிலகங்களில் இருந்தும் ஊழியர் களைக் கொண்ட விளையாட்டு அணியினர் வருவார்கள்.

அந்த ஆண்டு கூடைப் பந்து போட்டி நடக்க ஏற்பாடு செய்யப்பட்டிருந்தது. ஏழு நாள்களுக்கும் மேலாக நடக்கவிருந்த போட்டிகள்.

அது ஆரம்ப நாள் என்பதால், போட்டிகளைத் தொடங்கி வைத்துப் பேச தொழிலகத்தின் உயரதிகாரி ஒருவரை அழைத்திருந்தார்கள். பொது மேலாளர் பதவியில் இருந்த அவர், ஒரு மூத்த பொறியாளர், சிறந்த நிர்வாகி.

நிகழ்ச்சி தொடங்குவதற்கு முன்பாக, அவரது கையால், பந்தினை உயரே கம்பத்தில் இருக்கும் கூடைக்குள் போட்டு, அந்த ஏழு நாள் கோலாகலத்தினைத் தொடங்கி வைக்க வேண்டும் என்றும், அதன்பின் அவர், தொடக்க விழா உரை நிகழ்த்த வேண்டும் என்று கேட்டுக் கொண்டார்கள். நிகழ்ச்சி தொடங்கியது.

அவரை ஒலிபெருக்கியில் அழைத்தார்கள். எழுந்து போனார். கூடியிருந்தவர்கள் விளையாட்டு வீரர்கள்

அல்லவா? அவர் ஆட்டக் களத்தினுள் நடக்கும்போது கை தட்டினார்கள். ‘டப் டப்’ என்று. சீரான இடைவெளி கொடுத்து ஒருவரே தட்டுவதுபோல கேட்கும் பலத்த கைதட்டல். சிரித்தபடி போனவரிடம் ஆரஞ்சு நிற புதுப் பந்து ஒன்றினைப் பவ்யமாகக் கொடுத்தார் ஒரு வீரர். அதைக் கையில் வாங்கிய அதிகாரி, ‘என்ன செய்ய வேண்டும்?’ என்று சாடையிலேயே கேட்க, எதிரில் உயரத்தில் இருந்த கூடையைக் காட்டி, அதில் போட வேண்டும் (பாஸ்கெட் செய்ய வேண்டும்) என்றார் அந்த வீரர்.

இப்போது அத்தனை கண்களும் அந்த அதிகாரியின் மேல். அவர் கூடைக்குச் சற்று அருகே போனார். அண்ணாந்து பார்த்தார். பின்பு பந்தைத் தூக்கிக் கூடையை நோக்கி எறிந்தார். அட! என்ன இது! பந்து கூடை அருகேகூடப் போகவில்லை. கூடை இருக்கும் உயரத்திற்கு முக்கால் உயரம் மட்டுமே போய், கீழே விழுந்து, கம்பத்தின் பின்பக்கமாக உருண்டு ஓடியது. உடன், அந்தப் பந்தினை எடுத்து வர சில பையன்கள் ஓடினார்கள்.

அதிகாரி முகத்தில் கொஞ்சம் சங்கடமும் கூச்சமும். எடுத்து வந்த பந்தை அவரிடம் தந்தார்கள். ‘போடுங்க சார்’ என்றார்கள்.

‘என்ன இது? விட மாட்டார்கள் போலிருக்கிறதே!’ என்பதுபோல பார்த்தபடி! இந்த முறை சிறிது நேரம் குறி பார்த்துவிட்டு, கொஞ்சம் எம்பி கவனமாகக் கூடையை நோக்கி வீசினார்.

ம்... ஹூம்... பந்து, முன்பு போனதைவிட அதிக உயரம் போனதே தவிர, கூடைக்கும் பந்து பயணப்பட்ட திசைக்கும் ஒரு சம்பந்தமுமில்லை.

கூட்டம் சிரித்தது. வேறு வழியின்றி அந்த அதிகாரியும் சிரித்து வைத்தார். வீரர் போதும் என்பதுபோல, அதிகாரியை மேடைக்குத் திரும்ப அழைத்துப் போக எத்தனிக்க, இந்த முறை அதிகாரி விடவில்லை.

‘எப்படியும் போட்டு விடுகிறேன் பாருங்கள்’ என்பதுபோல, விடாப்பிடியாகப் பந்தினைக் கேட்டார். கொடுத்தார்கள். அதற்குள் மேடையில் அமர்ந்திருந்த மற்ற அதிகாரிகளும் விழாக் குழுவினரும் கீழே இறங்கி, களத்தில் அவருக்கு அருகில் வந்து விட்டார்கள். வந்தவர்கள் பலரும் சும்மாயில்லாமல், பந்தை எப்படிக் கூடைக்குள் போட வேண்டும் என்று அவருக்கு யோசனை சொன்னார்கள்.

முன்பைவிட அதிக நேரம் எடுத்துக்கொண்டார். சீரிய குறி. ஆனாலும், பந்து மூன்றாவது முறையும் கூடைக்குள் விழவில்லை. இந்தமுறை கம்பி வளையத்தினைத் தொட்டுவிட்டு விழுந்தது மட்டுமே ஆறுதல்.

அதன் பின் மேடைக்கு வந்த அந்த அதிகாரியின் பேச்சு அனைவரையும் கவர்ந்தது. அவர் சொன்னார்: 'நான் விழா தொடங்குவதற்குச் சற்று முன்பாகவே இங்கே வந்துவிட்டேன். அப்போது இங்கே சில அணி வீரர்கள் பயிற்சி செய்து கொண்டிருப்பதைப் பார்த்தேன். வியந்தேன். கூடைப் பந்தினை அவர்கள் தங்கள் கைகளால் என்ன ஒரு லாகவமாகத் தொடர்ந்து தரையில் தட்டுகிறார்கள்.

அப்படித் தரையில் தட்டிக்கொண்டே வேகமாக ஓடி, வளைந்து திரும்பி, அந்த வேகத்திலேயே எம்பி, பந்தினை எதிரணியினரின் கூடைக்குள் போட்டார்களே! இத்தனைக்கும் அவர்களைத் தடுக்க முயலும் எதிரணியினரையும் கூடவே சமாளித்து, கூடைக்குள் பல முறை தவறாமல் போட்டார்களே!

எதுவும் எதிர்ப்பில்லாதபோதே, என்னால் நின்ற இடத்தில் இருந்தே குறி பார்க்க நேரம் எடுத்துக்கொண்டும், ஒன்றல்ல மூன்று முறை முயன்றும் பந்தினைக் கூடைக்குள் போட முடியவில்லையே!

என்ன காரணம்?'

கூட்டம் அமைதியாகக் கவனித்தது. 'என்ன சொல்லப் போகிறார், என்ன சொல்லப் போகிறார்' என்று ஆவலாகக் காத்திருந்தது.

'அவர்கள் பயிற்சி செய்யும்போது பார்த்தேன். சின்னப் பையன் களாக இருந்தவர்களே, மிகவும் லாகவமாகச் செய்தார்கள். பார்ப்பதற்குச் சுலபம் போலத்தான் இருந்தது. ஆனால், நானே களத்தில் இறங்கிக் கூடையில் போட முயன்றபோதுதான் அது அவ்வளவு சுலபமல்ல என்று புரிந்தது. ஏன்? என்ன காரணம்? எனக்கும் அவர்களுக்கும் இடையே என்ன வித்தியாசம்?' கூட்டத்தில் படு நிசப்தம்.

'அவர்களுக்குப் பயிற்சி இருக்கிறது. எனக்குப் பயிற்சி இல்லை. அதுதான் காரணம்.'

அவர் சரியாகச் சொன்னார். அந்த அதிகாரி அன்று பந்தினைக் கூடையில் போட முடியாததற்குக் காரணம், பயிற்சி இல்லாதது மட்டுமேதான்.

பயிற்சி இல்லாதவர்களுக்கும் இருப்பவர்களுக்கும் இடையே தான் எவ்வளவு வேறுபாடு! பயிற்சி இருந்தால் வேலைகூட விளையாட்டுப் போலத்தான். பயிற்சி இல்லாவிட்டால் விளையாட்டே சிரமமான வேலைபோல ஆகிவிடுகிறது! ஆக, விளையாட்டிற்கு மட்டுமில்லை, எல்லாவற்றுக்குமே பயிற்சி தேவைப்படுகிறது.

படிக்கிற மாணவர்கள் தேர்வு எழுத வேண்டும். தேர்வுக்கு முன் படிக்கிறார்கள். ஆனால், தேர்வு என்பது எழுத்து சார்ந்தது. ‘படித்தால் போதாது; எழுதிப் பார்’ என்கிறார்கள் ஆசிரியர்கள். மாதிரித் தேர்வுகள் என்கிறார்கள். தேர்வு போலவே, அதே அளவு நேரம் எடுத்துக்கொண்டு எழுதி, எழுதிப் பயிற்சி செய்பவர் களுக்குத் தேர்வில், நேரம் போதாமை, கையெழுத்து சரியின்றிப் போவது போன்ற பிரச்னைகள் வருவதில்லை. மதிப்பெண் அதிகமாகக் கிடைக்கிறது. காரணம், பயிற்சி.

ஆனால், பலரும் தங்களுக்கு அதிமுக்கியமான ஒன்றை - ஏன் முதன்முதலாக அது தேவைப்படும் நேரம் செய்ய வேண்டும்? அது விஷப் பரீட்சை அல்லவா? அதை ஏன் முன்பாகவே செய்து பார்த்துப் பழகியிருக்கக் கூடாது? அந்த அதிகாரி, பந்தைப் போடப் பழகாதது ஒன்றும் பெரிய குற்றமில்லை. அதனால், அவருக்கு ஏற்பட்டது கொஞ்சம் சங்கடம். அவ்வளவுதான். ஆனால், மற்றவர்களுக்கு பிற சமயங்களில் ஏற்படுவது?

வேலைக்குத் தேர்வு செய்யும்போது, ‘உங்களைப் பற்றிச் சொல்லுங்கள்’ என்கிற, சாதாரண சிரமம் கொடுக்காத, யோசிக்கத் தேவையில்லாத, கேள்விக்குக்கூட சிலர் பதில் சொல்லத் தடுமாறுவார்கள்.

பார்க்கப் போனால், அவர்களைத் தவிர, அந்தக் கேள்விக்கு வேறு யாருக்கு அதிகம் சரியாகத் தெரிந்திருக்க முடியும்? ஆனால், ஒரு சிலரால் அந்தக் கேள்விக்குக்கூட பதில் சொல்ல முடியாது. சுருக்கமாக, கோர்வையாக, தேவையானவற்றை அழகாகச் சொல்ல வேண்டும். அப்படிச் சொன்னால், அதன் மூலம் நேர்முகத்தில் தொடக்கத்தி லேயே தனக்கு ஒரு சாதகமான சூழ்நிலையை உருவாக்கிக் கொண்டுவிட முடியும். ஆனால், அதற்குக்கூட பதில் சொல்லாமல் தடுமாறுகிறவர்கள் உண்டு.

என்ன காரணம்? இப்படிப்பட்ட ஒரு கேள்விக்குப் பதிலை அவர்கள் நேர்முகத்தில்தான், தேர்வாளர் முன்தான், முதன்முதலாகத்

தயாரிக்கவே செய்கிறார்கள்! இப்படி ஒரு கேள்வி வரலாம் என்று யோசித்துப் பார்த்திருக்கவில்லை. அதனால் அதற்கு முன்கூட்டியே பதில் உருவாக்கியதில்லை. அதனால் பயிற்சி செய்யவில்லை.

இப்படிப்பட்ட கேள்விகள் தவிர, பொதுவாகவே நேர்முகத்தில் எப்படிப் பதில் சொல்லுவது என்கிற அனுபவத்தினை அவர்களது மனம் அதற்கு முன் பெற்றதில்லை.

இப்படிப்பட்ட அனுபவங்களை அவர்களேதான் முனைந்து உருவாக்கிக்கொள்ள வேண்டும். என்ன என்ன கேள்விகள் வரலாம் என்று அனுமானித்து, கண்ணாடி முன் அமர்ந்து பதில் சொல்லிப் பார்க்கலாம். நண்பர்கள், ஆசிரியர்கள், விவரம் தெரிந்தவர்களிடம் ஒரு 'மாதிரி நேர்முகம்' (Mock Interview) செய்யச் சொல்லி, அதற்குப் பதில் சொல்லிப் பழகலாம். அதே கேள்விகள் நேர்முகத்தில் கேட்கப்படா விட்டாலும் பரவாயில்லை. பதில் சொல்லும் விதத்தில், சொல்ல வேண்டிய துரிதத்தில், நிதானத்தில், தெளிவில், அப்போது செய்யும் தேவையற்ற அங்க அசைவுகளில், தொனியில், உச்சரிப்புகளில் என்று எத்தனையோ பரிமாணங்களில் மேம்பாடு செய்ய முடியுமே!

பிறர் சொல்லுவதைக் கேட்க, 25% புரியும் என்றும், செய்வதைப் பார்க்க 50% புரியும் என்றும், நாமே செய்து பார்க்கும் போதுதான் 75 முதல் 100% வரை கூடப் புரிபடும் என்றும் செய்முறைப் பயிற்சியின் பலம் பற்றிச் சொல்வார்கள்.

பயிற்சி என்பது சோதனைக் களத்திற்கு நம்மைத் தயார் செய்கிறது. எதிர்பாராமல் வந்து நிலைகுலையச் செய்யக் கூடியவை பற்றி முன் தகவல் கிடைக்கச் செய்து, சரியாகத் தயாரிக்க உதவி செய்து, வெற்றிக்கும் நமக்கும் இடையே இருக்கும் இடைவெளியைக் குறைக்கிறது.

சும்மா வராத வெற்றியை நிச்சயப்படுத்திக் கொள்ளப் பயிற்சி நிச்சயமாக ஓர் உதவும் கருவி.

5 மாற்றத்தை உணர்வதே வளர்ச்சி

சென்னையில் அமைந்திருக்கும், IFMR மேலாண்மைக் கல்வி நிறுவனம் ஏற்பாடு செய்திருந்த கூட்டம் ஒன்றிற்குப் போயிருந்தேன். 'உலகப் பொருளாதாரத்தில் ஐரோப்பா, அமெரிக்கா (யு.எஸ்.) மற்றும் ஆசியா' என்ற தலைப்பில் பேசியவர் பொருளாதார மேதையான லார்டு தேசாய், 'லண்டன் ஸ்கூல் ஆப் மேனேஜ்மெண்ட்' (பொருளாதார கல்லூரியின்) பேராசிரியர் அவர்.

அவர் தெரிவித்த கருத்துக்கள் முக்கியமானவை. 'வருங்காலத்தில் ஐக்கிய ஐரோப்பிய நாடுகள் (European Union - EU) நமக்குப் பெரிய போட்டியாக இருக்காது' என்றார். அதன் உறுப்பு நாடுகளை ஒருங்கிணைக்கும் முயற்சியில் ஐரோப்பிய யூனியன் அதிக கவனம் செலுத்த வேண்டியிருக்குமாதலால், அந்த நாடுகளால் பொருளாதார ரீதியாக பெரிய வளர்ச்சி கண்டுவிட முடியாது என்று சொன்னார்.

மேலும் ஐரோப்பிய நாடுகளில் மக்கள் தொகை வளர்ச்சி குறைந்து வருகிறது. அதனால், மக்கள் தொகையில் பற்றாக்குறை என்ற நிலையை அந்த நாடுகள் அடைய உள்ளன. சொல்லப் போனால் இன்னும் 50 ஆண்டுகளுக்குப் பிறகு அங்கு வயதான பெரியவர்களும் சிறு வயதினருமே அதிகம் இருப்பார்கள். அவர்களுக்கு வேண்டியதைச் செய்யவும் நாட்டின் உற்பத்தி, சேவைப் பிரிவுகளில் வேலை செய்யவும், அந்த நாடுகள்,

வெளிநாடுகளில் இருந்து மக்களை இறக்குமதி(!) செய்ய வேண்டி வரும் என்கிறார்.

இந்தியாவும், சீனாவும் பொருளாதாரத்தில் பெரும் முன்னேற்றம் கண்டிருக்குமென்றும், 2050ஆம் ஆண்டுவாக்கில் இந்த இரு பெரும் தேசங்களின் GDP (உற்பத்தி மற்றும் சேவைகளின் மொத்த மதிப்பு) உலக மொத்தமும் செய்வதில் பாதியளவு இருக்கும் என்றும் தெரிவித்தார்.

பலரும் சமகாலப் பிரச்னைகளையும் நம்மைச் சுற்றி நடப்பன வற்றைப் பற்றியுமே பெரிதுபடுத்திப் பேசிக்கொண்டிருக்கும் நேரத்தில், இப்படிச் சிலர், வரப்போகும் காலத்திய நிலைமையைத் தொலைநோக்குப் பார்வையுடன் கணித்துப் பேசியது யோசிக்க வைத்தது.

நமது குடியரசு தலைவர் அப்துல் கலாம் ஒரு முறை வருங்காலத்தில் தேசங்களிடையே (நல்ல) தண்ணீர் என்பது ஒரு Strategic (வலிமையை முடிவு செய்யும்) வளமாக இருக்குமென்று சொன்னதும் அந்த நேரத்தில் நினைவுக்கு வந்தது.

பலரும் தரையிலிருந்து கண்ணுக்குத் தெரிந்ததைப் பார்க்கையில், சிலர் உயரப் போய்... தூரத்தில் இருப்பதையும் பார்க்கிறார்களே!

இது ஆரூடமா? இல்லை. கணிப்பு.

இதனால், இதுபோன்ற கணிப்புகளால் பலன் ஏதும் உண்டா? நிறையவே உண்டு. 'பல்வேறு காரணங்களினால் வளர்ச்சி யடைந்த நாடுகள் தடுமாற ஆரம்பித்துள்ளன. வளரும் நாடுகளுக்கு வாய்ப்புப் பெருகியுள்ளது. ஐரோப்பிய நாடுகளும் அமெரிக்காவும் உற்பத்தித் துறையில் வகித்து வந்த சிறப்பு நிலை போய்விட்டது. தற்சமயம் அவை இந்தியா, சீனா போன்ற நாடுகளுக்கு வந்து விட்டன' என்றார் மேக்நாத் தேசாய்.

'ஆசியர்கள் வருங்காலத்தில் தங்கள் வேலை வாய்ப்பினைப் பறித்துக் கொண்டு விடுவார்கள் என்ற பயம் அமெரிக்கா மற்றும் ஐரோப்பிய தேசங்களில் வந்திருப்பது உண்மைதான்' என்றார்.

இவை பெரிய மாற்றங்கள். ஆனால், சிறுகச் சிறுக நடக்கும் மாற்றங்கள். சிறிய அளவுகளில் நடந்தாலும் தொடர்ந்து நடப்பதால் பெரிதாகிவிடும் மாற்றங்கள். இப்படிப்பட்ட மாற்றங்களை நமக்குச் சாதகமாக்கிக் கொள்ளவும் அதைச் சமாளிப்பதற்கு நம்மைத் தயார்படுத்திக் கொள்ளவும் என்ன நடக்கிறது என்கிற

‘கண்டு கொள்ளல்’ அவசியமாகிறது.

அந்தக் ‘கவன ஈர்ப்பினை’த்தான் பேராசிரியர் தேசாய் போன்றவர்கள் செய்கிறார்கள்.

இதனை ஜெனரல் எலெக்ட்ரிக் நிறுவனத்தின் முன்னாள் தலைவர் ஜேக் வெல்ஷ் Boiled Frog Syndrome என்பார். அதாவது ‘வெந்து சாகும் தவளை நிலை’ என்பார்.

அதைத் தெரிந்துகொள்ள ஒரு சிறு பரிசோதனை செய்ய வேண்டும். செய்யலாம்.

ஒரு பாத்திரத்தை அடுப்பில் வைக்கவும். அதற்குள் கொஞ்சம் குளிர்ந்த தண்ணீரை ஊற்றவும். அதற்குள் (இந்தக் கற்பனை சோதனைக்காக) ஒரு உயிருள்ள தவளையை மெதுவாக இறக்கி விடவும். அது குதிக்காமல் பார்த்துக் கொள்ளவும்! இப்பொழுது அடுப்பை மூட்டவும்! நெருப்பை குறைவாக எரிய விடவும்!

என்ன ஆகும்? அடுப்பை மெதுவாக எரிய விடுவதால், தண்ணீரும் மிக மெதுவாகவே சூடாகும். தண்ணீரின் ஆரம்ப வெதுவெதுப்பு படுத்திருக்கும் தவளைக்குச் சுகமாகக்கூடத் தெரியும்.

நெருப்பு தொடர்ந்து எரிவதால், நேரமாக நேரமாக தண்ணீரின் சூடு அதிகரிக்கும். தவளை என்ன செய்ய வேண்டும்? சூடு தாங்காமல் பாத்திரத்தை விட்டு வெளியே குதித்து விட வேண்டுமல்லவா? அதுதான் இல்லை. குதிக்காது. கொதிக்கும் நீரின் உள்ளேயே தவளை கிடக்கும். அதுதான் ‘பாயில்டு ஃபிராக் சின்ட்ரோம்’.

தொடக்கத்தில் குளிர்ந்த நீருக்குப் பழகிய தவளை, தண்ணீர் சிறிது சிறிதாகச் சூடேறுவதால் மெல்ல மெல்ல அந்தச் சூட்டுக்கும் பழகி விடும் ‘முன்பை விடச் சற்று தானே கூடுதல்’, ‘சற்று தானே கூடுதல்’ என்று. ஏற்பட்டு வரும் மாற்றத்தைப் பெரியதாக எடுத்துக் கொள்ளாமல் பாத்திரத்தின் உள்ளேயே இருக்கும். ஒரு நேரத்தில் சூடு மிக அதிகமாகி, அந்தத் தவளை அந்தக் கொதிக்கும் தண்ணீரில் வெந்து சாகும்.

கொஞ்சம் கொஞ்சமாக வரும் மாற்றத்திற்குப் பழகி வித்தியாசம் தெரியாமல்... அதற்கே இறுதியில் பலியாகி விடுவதுதான் ‘பாயில்டு ஃபிராக் சின்ட்ரோம்.’

நீண்ட காலம் நடக்கும் மேற்சொன்ன செயல்களின் விளைவு போல, அதிகமான நபர்கள் ஒன்றாகச் செய்யும் சிறு அளவு

வேலைகளின் மொத்த தாக்கத்தையும் கூட, அந்தச் சிறு வேலை செய்பவர்களால் உணர முடியாது.

ஒரு சிறுமி அவளுடைய கண்ணினுள் துணி தைக்கும் ஊசி ஒன்று குத்திக்கொண்டுவிட்டது. வெள்ளை விழியில் குத்தி ஊசி பாதி உள்ளேயும், பாதி வெளியேயுமாக நீட்டிக்கொண்டு நிற்கிறது! தொட்டாலே அந்தச் சிறுமி கத்துகிறாள். என்ன செய்து ஊசியைப் பிடுங்குவது? மருத்துவர் வித்தியாசமானவர்.

ஓர் அறையில் கட்டிலின் மீது தென்னை மர ஈர்க் குச்சிகளை (தென்னைத் துடைப்பக் குச்சிகள்) கட்டுக் கட்டாக அடுக்கச் செய்தார். அதன் மீது மெத்தையை விரிக்கச் சொல்லி, அதன் மீது குழந்தையை, கண்ணில் குத்திய ஊசியுடன் படுக்க வைத்தார்.

முயன்று, அந்த ஊசியின் காதில் நூல் ஒன்றினைக் கோர்த்தார். நீளமான நூல். நூலின் முனைகளை முடிச்சுப் போட்டு அறையின் விட்டத்தில் கட்டிலுக்கு நேர்மேல் இருந்த காற்றாடி(ஃபேன்)யில் கட்டினார். நூலில் தொய்வேயில்லை. மிகச் சரியான அளவில் கட்டினார். ஃபேனை யாரும் சுழல விட்டு விடக் கூடாது என்று எச்சரித்தார்.

இப்பொழுது அந்த அறைக்குள் பள்ளிக் குழந்தைகள் நூறு பேரை ஒவ்வொருவராகப் போகச் செய்தார். வரிசையாகச் சென்ற குழந்தைகளிடம் அவர் சொல்லியது அதைத்தான். உள்ளே போக வேண்டும்; குழந்தையைப் பார்க்கவேண்டும்; பார்க்கும்போதே மெத்தைக்கு அடியில் இருக்கும் துடைப்பக் குச்சி ஒன்றை ஒருவர், ஒரே ஒன்றை மட்டும் மெதுவாக உருவிக் கொண்டு அறையிலிருந்து வெளியேறி விடவேண்டும்.

ஆயிற்று... ஒன்று, இரண்டு, பத்து, நாற்பது... நூறு குழந்தைகளும், ஆளுக்கு ஒரு குச்சியை மெதுவாக உருவிச் செல்ல... அட! என்ன ஆச்சரியம்! கடைசிக் குழந்தைதான் கவனித்தது. ஃபேனில் கட்டிய நூலின் முனையில் ஊசி உயரத்தில் தனியாகத் தொங்குகிறது. குழந்தை கண்ணில் இருந்து எப்படி வெளியே வந்தது? கண்டுபிடித்திருப்பீர்கள்.

குச்சிகளை உருவ உருவ, மெத்தை மெதுவாகக் கீழிறங்க, அதனால் குழந்தையும் கீழிறங்க, ஃபேனில் கட்டப்பட்ட நூலின் முனையில் இருந்த ஊசி கொஞ்சம் கொஞ்சமாய் வெளியே வருவது தெரியாமல், குழந்தைக்கு வலி தெரியாமல் ஊசி வெளியே வந்துவிட்டது.

பலரும் ஆளுக்குக் கொஞ்சம் செய்ய... ஒரே விஷயத்தைச் செய்ய... அதனால் ஒரு திரட்சியான முடிவு ஏற்படுகிறது. அடுத்தவர் என்ன செய்கிறார் என்று தெரியாமல், பலரும் பொறியியல் கல்லூரிகள் தொடங்க... மொத்தத்தில் சில ஆண்டுகளில் ஏகப்பட்ட காலியிடங்கள் என்பது போல...

1. நீண்ட காலம் நடக்கும் ஒரே திசையிலான வேலை.

2. எண்ணிக்கையில் அதிகமானோர் தனித்தனியாகச் செய்யும் ஒரே வேலை...

3. எல்லாம் முடிவில் எதிர்பாராத... நல்ல அல்லது சமயத்தில் சங்கடமான முடிவுகளைத் தரலாம்.

ஐரோப்பா, ஆசியா, அமெரிக்கா பற்றி தேசாய் சொல்லுவது என்பது ஒரு நிபுணரின் கணிப்பு. இதைத் தவிர, அவரே சில யோசனைகளும் சொல்கிறார்.

'இந்தியா வளர்ந்திருக்கும்' என்ற இந்தக் கணிப்பு நடைபெற, அனைவருக்கும் கல்வி, வறுமை ஒழிப்பு முதலியனவற்றையும், கல்வியில் பெரும் முதலீடுகளையும் இந்தியா செய்ய வேண்டும்.

பொருளாதாரத்தில் மட்டுமா மாற்றங்கள் இருக்கும்!

குறிப்பிட்ட காலத்துக்குப் பிறகு கல்வி, சுற்றுச் சூழல், பொருளாதாரம், சமூக மதிப்பீடுகள், தனி நபர் - சமூக ஒழுக்கங்கள், கருத்துச் சுதந்திரம், அதிகார மையங்கள் என்று பலவற்றிலும் பெரிய மாற்றங்கள் இருக்கப் போகின்றன.

ஏனென்றால், அவை தினம் தினம் கொஞ்சம் நகரும் மேகம்போல ஏதோ ஒரு திசையில் நகர்ந்துகொண்டுதான் இருக்கின்றன.

இவற்றையும் சரியாகக் கணித்து, செய்ய வேண்டியவற்றைச் செய்ய வேண்டும். கவனிப்பவர்கள், மாற்றங்களுக்குத் தயாராகி விட முடியும். சிறிய மாற்றங்கள் தானே போகட்டும் என்று விட்டுவிடுபவர்கள், சூடு ஏறுகிற தண்ணீரில் கிடக்கும் தவளைகள்போல ஆகி விடும் ஆபத்து இருக்கிறது.

6 ‘தொடர் கல்வி’

தனியார் மேலாண்மைக் கல்வி நிறுவனம் ஒன்றில் இருந்து நண்பர் ஒருவர் தொடர்புகொண்டார். தனக்கு வேண்டிய ஒருவரை என்னிடம் அனுப்புவதாகவும், அவருக்கு நான் ஏதாவது வேலை வாங்கித் தர முடியுமா? என்றும் கேட்டார். ஒப்புக்கொண்டேன். சிங்காரம் என்பவர் வந்து நின்றார். வயது 35 இருக்கலாம். விவரங்கள் கேட்டேன்.

சிங்காரம், அந்தக் கல்வி நிறுவனத்தில் சில வருடங்களாக வேலை பார்த்து வந்தார். அவரை இரண்டு மாதங்கள் முன்பு கட்டாய ஓய்வில் அனுப்பி விட்டார்கள். பணிக் காலம் கணக்கிட்டு, கையில் மொத்தம் ரூபாய் 95 ஆயிரம் கொடுத்திருக்கிறார்கள். ‘செட்டில்மெண்ட்’ தொகை. வேலை போய் இரண்டு மாதம் ஆகிறது. அதுதான் வந்திருக்கிறார்.

‘ஏன் அனுப்பி விட்டார்கள்?’ என்று கேட்டேன். ‘கல்வி நிறுவனத்தின் கேண்டீனை முன்பு நிறுவனமே நடத்தி வந்தது. இப்பொழுது வந்திருக்கிற புதிய நிர்வாகம், கேண்டீனை ஒப்பந்தக்காரர் ஒருவரிடம் கொடுத்து விட்டது. ஆகவே எங்களுக்கெல்லாம் பணி செய்த காலம் கணக்கிட்டு, பணம் கொடுத்து அனுப்பி விட்டார்கள்’ என்றார்.

‘உங்களுக்கு என்ன வேலை தெரியும்?’ என்றேன். ‘எல்லா வேலையும் செய்வேன்’ என்றார். அவர் சொன்ன

பதில் மூலம் எனக்குத் தேவையான தகவல் கிடைக்காததால், 'நீங்கள் என்ன வேலை செய்து கொண்டிருந்தீர்கள்?' என்று கேள்வியை மாற்றிக் கேட்டேன்.

'சப்ளை' என்றார்.

'என்ன சப்ளை?'

'டிபன், சாப்பாடு எல்லாம்தான்.'

'சரி, உங்களுக்குச் சமையல் தெரியுமா?'

'தெரியாது.'

'சரி நீங்கள் என்ன மாதிரி வேலைக்குப் போக விருப்பப்படுகிறீர் கள்? அதாவது உங்களுக்காக நான் எப்படிப்பட்ட வேலைகளுக்கு முயற்சிக்கலாம்?'

'எதுவானாலும் பரவாயில்லை?'

'என்ன இது! ஒரு பிடியும் கிடைக்கவில்லையே' என்று கொஞ்சம் யோசித்தேன். விடவில்லை. முயற்சியைத் தொடர்ந்தேன்.

'சரி, என்ன படித்திருக்கிறீர்கள்?'

'எட்டாவது.'

'எட்டாவதுதானா?... சரி... சப்ளை வேலை தவிர வேறு என்ன என்ன வேலைகள் தெரியும்? டிரைவிங் தெரியுமா?'

உதட்டைப் பிதுக்கினார்.

'போகட்டும். வேறு மொழிகள் ஏதாவது பேசத் தெரியுமா?'

'தெரியாது' என்றார். வேறு வழி தெரியவில்லை. 'அவரை மீண்டும் ஏதாவது ஓட்டல் அல்லது கேண்டீனுக்குச் சப்ளையர் வேலைக்குத்தான் அனுப்ப முடியும் போலிருக்கிறதே!' என்று எண்ணி, 'என்ன சம்பளம் இருக்கலாம்?' என்று கேட்டேன்.

'அங்கே கடைசியாக மாசம் 6,500 ரூபாய் வாங்கிக் கொண்டிருந்தேன்' என்றார் தயங்கியபடி.

'என்னது? மாதம் 6,500ஆ! இப்படிப்பட்ட வேலைக்கு இவ்வளவு சம்பளத்தில் வேறு எங்கே முயற்சிப்பது என்று கொஞ்சம் மலைப்பாக இருந்தது. நான் சற்று நேரம் பேசாமல் யோசனையாக இருந்ததைப் பார்த்துவிட்டு, அவரே, 'கல்யாணம் ஆகி, வீட்ல

மனைவியும் இரண்டு பொம்பளைப் புள்ளைங்களும் இருக்கு சார்...' என்று விளக்கினார். குடும்பச் செலவிற்காக தேவை, நிலைமை புரிந்தது.

ஆனால், அவர் செய்ய விரும்பும் வேலைக்கு எவர் அவ்வளவு சம்பளம் கொடுப்பார்? அவருடைய மனது பழைய சம்பளத்தினை விடக் குறைவான சம்பளத்திற்கு, போகச் சம்மதிக்கவில்லை என்பதும் புரிந்தது. யதார்த்தம்தான். ஆனால், அவருடைய திறன்கள் அதற்கு ஏற்ப இல்லையே!

'We assess ourselves by what we think we are capable of. But others assess us by what we have done' என்பார்கள். நம்மால் என்னவெல்லாம் செய்ய முடியும் என்று நம் மனது நினைக்கிறதோ (potential) அதற்கான மரியாதையையும் வெகுமதிகளையும் மற்றவர் களிடம் எதிர்பார்க்கிறோம் என்பதை (performance) பார்த்துத்தான் மற்றவர்கள் மதிப்பையும் வெகுமதியையும் கொடுக்கிறார்கள்.

'எம்பிளாயபிளிட்டி' (Employability) என்று ஒரு வார்த்தை இருக்கிறது. வேலை தரும் வட்டாரங்களில் இந்த வார்த்தை அதிகம் பயன்படுத்தப்படுகிறது. எம்பிளாயபிளிட்டி என்றால் 'வேலைக்கு அமர்த்திக் கொள்ளப்படுவதற்கு ஏற்ற விதமாக இருப்பது' என்று பொருள் சொல்லலாம்.

ஒரு வேலை கிடைக்கிறது. சேர்ந்தாயிற்று. அதைச் செய்து கொண்டிருக்கிறோம். அந்த வேலையைச் செய்வதற்கு ஊதியம் தருகிறார்கள். அந்த வேலையை நாம் சரியாகச் செய்கிறோம். எல்லாம் சரி. இப்படியே இருந்துவிடலாமா?

சிங்காரத்தின் நிலை, எழுப்பும் கேள்வி இதுதான். 'அது மட்டுமே போதுமா?'

அதே சிங்காரத்தின் நிலை தரும் பதில், 'போதாது' என்பதுதான். இதனை இப்படிப் புரிந்துகொள்ளலாம்.

சிங்காரம் பெற்ற ஊதியத்தில் எவ்வளவு தொகையை அவர் செய்த வேலைக்காக மட்டுமே தந்தார்கள்? சிங்காரம் செய்த வேலைக்கு அவருக்கு மாதம் 6,500 கொடுக்கப்பட்டது. அதே வேலையை அவர் இப்போது வேறு ஓர் இடத்தில் போய்ச் செய்யத் தயார். அங்கே அவருக்கு ஊதியமாக அதே ரூ.6,500 கிடைக்குமா?

6,500ஐ விடக் குறைவாகத்தான் கிடைக்குமென்றால் அவர் அவருடைய முந்தைய நிறுவனத்தில் பெற்ற ஊதியத்தில் ஒரு

பகுதி. அவர் அந்த நிறுவனத்தில், ‘தொடர்ந்து இருந்ததனால்’ (service) கிடைத்தது. அதனால்தான் அதே அளவு ஊதியத்தினை அவரால் வேறு ஒரு நிறுவனத்தில், புதிய வேலையில் பெற முடியவில்லை.

வேறு சிலர் இருக்கிறார்கள். அவர்கள் முயற்சி செய்தால் தற்சமயம் பெறும் ஊதியத்தினை விடக் கூடுதல் ஊதியம் கிடைக்கும் வேலையை அவர்களால் பெற்று விட முடியும். வேறு நிறுவனங்கள் அவர்களைக் கூடுதல் ஊதியம் கொடுத்து எடுத்துக் கொள்ளத் தயார். காரணம், அவர்களுடைய திறன் அப்படி. ஆனால், அவர்கள் ஏதோ சில காரணங்களுக்காக வேலை மாறத் தயாரில்லை. அவர்கள் போக முயன்றாலும், அவர்களை அவர்களின் நிறுவனங்கள் விடாது. இருக்கச் சொல்லிக் கேட்கும். கட்டாயப்படுத்தும். ஊதிய உயர்வோ, வேறு சலுகைகளோ கொடுக்கத் தயாராக இருக்கும்.

எவருமே கேட்டுக்கொள்ள வேண்டிய கேள்வி இதுதான்.

‘நான் இப்பொழுது பெறும் அதே அளவு ஊதியத்தினை, என்னால் வேறு எந்த நிறுவனத்திலும் சேர்ந்தால் பெற முடியுமா?’

தற்சமயம் பெற்றுக்கொண்டிருப்பதைவிடக் கூடுதலாகப் பெற முடியுமென்றால், அது ஒரு நிலை. முதல் நிலை. அதே அளவு பெற முடியும் என்றால், அது இரண்டாம் நிலை. அதை விட (முன்பார்த்த சிங்காரத்தினைப் போல) குறைவாகத்தான் பெற முடியுமென்றால், அது மூன்றாம் நிலை.

மாறி வரும் சூழ்நிலைகளில் இன்று சம்பாதிக்கும் அதே அளவு அல்லது அதைவிடக் கூடுதலாக வருங்காலத்திலும் சம்பாதிக்க முடியுமா? அதற்கும் அதே மூன்று நிலைகள்.

முதல் இரண்டு நிலைகளில் இருப்பவர்களின் ‘எம்பிளாயபிளிட்டி’ நல்ல நிலையில் இருக்கிறது. அவர்கள் கவலைப்படத் தேவை யில்லை. ஆனால், மூன்றாவது நிலையில் இருப்பவர்கள் அவசியம் யோசிக்க வேண்டும்.

நாம் செய்யும் ‘வேலைகள்’ நிரந்தரமானவையா? இங்கே குறிப்பிடப்படும், ‘வேலை’ என்பது ‘ஜாப்’ என்ற பொருளில் வரும் ‘வேலை’ அல்ல. ஒரு பணியில் செய்ய வேண்டிய பல வேலைகள் (tasks) என்ற பொருளில் குறிப்பிடப்படுவது. நாம் செய்யும் வேலைகள் மாறவே மாறாதா? மாறும். முன்பெல்லாம் வெகு

காலத்திற்கு அப்படியே இருந்த பலவும், தற்போது மிக வேகமாக மாறிக் கொண்டேயிருக்கின்றன. இயந்திரங்களும், வேலை முறைகளும், அணுகுமுறைகளும் தினம் தினம் வேகமாக மாறிக் கொண்டே இருக்கின்றன.

அதற்கு ஏற்ப வேலை செய்பவர்கள், மாற வேண்டியுள்ளது. முதலில் மாறுபவர்கள் முதல் நிலையில் இருக்கிறார்கள். அவர்களும் முதல் நிலையில் இருப்பதற்குத் தொடர்ந்து புதியன வற்றை ஓயாமல் கற்றுக் கொண்டேயிருக்க வேண்டியுள்ளது.

'ஆயிற்று. நான் எல்லாம் கற்றுக் கொண்டாயிற்று. இனி சில வருடங்களுக்கு கவலையில்லை' என்று எவராலும் சொல்ல முடியுமா? எல்லாம் மாறுகின்றன. எதிர்பாராத வேகங்களில் மாறுகின்றன. நேற்றைய திறன்கள் இன்றைக்குப் போதவில்லை. போட்டி மைதானத்தில் தொடர்ந்து ஓட வேண்டும். இருக்கும் இடத்தில் இருப்பதற்கே ஓட வேண்டிய நிலைமை போல. புதிய ஞானம், திறன்கள் பெறுவது மட்டுமல்ல, சிலவற்றை மாற்றிக் கொள்ளவும் (Unlearn செய்ய) வேண்டியுள்ளது.

முதல் நிலையில் இருப்பதற்கு, குட்டைத் தண்ணீராகத் தேங்கி விடாமல், தொடர்ந்து ஓடி, தன்னைத் தினம் தினம் புதுப்பித்துக் கொள்ளும் நதிபோல, எப்பொழுதும் ஏதாவது கற்றுக் கொண்டேயிருக்க வேண்டியிருக்கிறது.

செய்வோம். வேறு வழி?

7 படிச்சா என்ன தருவீங்க?

கீழைச் சேவல் பட்டி கிராமம். அரசு உதவி பெறும் 1200க்கும் மேற்பட்ட மாணவ மாணவியர் படிக்கும் ஒரு தனியார் மேல்நிலைப் பள்ளி.

'பெரும்பாலானவர்களுக்குப் படிப்பின் அருமை முழுமையாகத் தெரியவில்லை. போதிய அக்கறை இல்லை. பலர் படிப்பினைப் பத்தாம் வகுப்புடன் நிறுத்திக்கொண்டுவிட்டு, உடன் வேலைக்குப் போவதில்தான் ஆர்வம் காட்டுகிறார்கள். பெரும் பாலான மாணவ மாணவியரின் பெற்றவர்களின் மன நிலையும் இதுவாகத்தான் இருக்கிறது. +2 வரை படிப்பினைத் தொடர்பவர்கள், அதற்கும் மேல் படிப்பினைப் பற்றி நினைப்பவர்கள் எல்லாம் இங்கே மிகவும் குறைவு. படிப்பைப் பாதியில் நிறுத்திவிட்டு விவசாய வேலைகளுக்கும், இன்னும் சிலர் சிங்கப்பூர் போன்ற வெளிநாடுகளுக்குக் கட்டட வேலைகளுக்கும் போய்விடுகிறார்கள். நாங்கள் எடுத்துச் சொல்வது தவிர, வேறு எவரேனும் சொன்னால் நன்றாக இருக்கும் என்று நினைக்கிறோம். நீங்கள் வாருங்கள்' என்று அழைத்தார், பள்ளியின் தலைமை ஆசிரியர்.

கூட்டத்திற்கு ஏற்பாடு செய்யப்பட்டிருந்தது. பள்ளிக் கட்டட மைதானத்தில் கூட்டம். வரிசைகளில் அமர்ந்திருந்த மாணவ மாணவியர், வரவேற்புரை முடித்து, என்னைப் பேச அழைத்தார்கள். மேடையை விட்டுக் கீழிறங்கி

அவர்களுக்குச் சமீபத்தில் நின்று கொண்டு படிப்பின் முக்கியத்துவம் பற்றி விரிவாகத் தொடங்கினேன்.

பேச்சின் ஊடே ஒரு பையனை எழுப்பி, ‘இங்கிருந்து உங்க வீடு எவ்வளவு தூரம்?’ என்று கேட்டேன். கூட்டத்தில் சிரிப்பு.

‘அது ரொம்ப தூரம் சார்.’

‘அப்படியா சரி. பள்ளிக்குத் தினம் எப்படி வருகிறாய்?’

‘நடந்துதான் சார்.’

‘வருவதற்கு எவ்வளவு நேரம் ஆகிறது?’

‘அது ஆகும் சார். ஒரு மணி நேரம்.’

‘ஓகே. சரி சைக்கிளில் வந்தால் எவ்வளவு நேரமாகும்?’

‘எங்கிட்டதான் சைக்கிள் இல்லையே சார்.’

‘இருந்தா எவ்வளவு நேரத்தில் வர முடியுமென்று கேட்கிறேன்?’

கூட்டத்தில் இருந்து பலவிதமான பதில்கள் வந்தன.

‘ஒரு மணி நேரம்.’

‘ஒண்ணரை மணிநேரம்.’

‘ஒரு மணி நேரம் என்றே வைத்துக்கொள்வோம். நடப்பதற்குப் பதில், நீ சைக்கிளில் வந்தால் போய்வருவதில் மொத்தம் எவ்வளவு நேரம் மிச்சமாகும்?’

வேகமாகவே பதில் வந்தது. ‘போவதில் அரை, வருவதில் அரை. மொத்தம் ஒரு மணி நேரம் சார்.’

‘கரெக்ட், ரொம்ப சரி.’

‘நடந்தா இரண்டு மணி நேரம். சைக்கிளில் வந்தா ஒரு மணி நேரம். வந்து போக ஆகும் நேரத்தை இதைவிட இன்னும் குறைக்க முடியுமா?’

கொஞ்சம் அமைதி. பின்பு, அந்தப் பையனிடமிருந்தே ‘பட்’டெனப் பறந்து வந்தது பதில். ‘மோட்டார் பைக்கில் வந்தா கால் மணி நேரத்தில் வந்திட்டு, கால் மணி நேரத்தில் போயிடலாம் சார். மொத்தம் அரை மணி நேரம் போதும்.’ கை தட்டினோம்.

எதற்காக இப்படி யோசிக்கிறோம்? நேரத்தை மிச்சம் பண்ணுகிற வழியாக மட்டும் இல்லை. வண்டியில் வந்துவிட்டுப் போனால்

உடம்பு அயர்வாக இருக்காது. அதனால் தினமும் நன்றாகப் படிக்க முடியும் என்பனவற்றுக்காகவும் இல்லை. அவையும்கூட சரிதான். ஆனால், இன்னும் முக்கியமான ஒன்று இருக்கிறது. எதற்காகத் தெரியுமா. நடை, சைக்கிள், மோட்டார் சைக்கிள் என்ற இந்த ஒப்பீடு?

அதற்கு அவர்கள் பதில் சொல்வதற்கு முன் நானே இன்னொரு கேள்வியும் கேட்டேன்.

'பத்தாவது படித்தவருக்கு என்ன வேலை கிடைக்கும்? என்ன ஊதியம் கிடைக்கும்?' — பல விதமான பதில்கள் வந்தன. அடுத்து +2விற்கு? அதன் பிறகு, டிப்ளமோ அல்லது பொறியியல் (BE) தொழில் படிப்பிற்கு? பின்பு நானே விளக்கினேன். படிக்காமல் வேலைக்குப் போவது, வெகு தூரத்தினை நடந்தே கடப்பது போன்றது. ஓரளவு படிப்பது சைக்கிளில் போவது போல். இப்படியே வேகம் அதிகரிக்கும் வாகனங்கள் எல்லாம், சரியான மேல் படிப்புகளுக்குச் சமம்.'

தொழிற்கல்வி எப்படி நகரங்களில் மிக அதிக ஊதியம் தரும் வேலைகளைப் பெற்றுத் தருகிறது என்று எடுத்துச் சொன்னேன். கவனமாகக் கேட்டுக்கொண்டார்கள். கையால் எழுதுவதற்கும், அதையே தட்டச்சு செய்வதற்கும், அதே வேலையை கம்ப்யூட்டரில் செய்வதற்கும் கிடைக்கும் ஊதியத்தில் உள்ள வித்தியாசங்களை எடுத்துச் சொன்னேன். ஆர்வமாகக் கேட்டுக்கொண்டார்கள். கணினியில் புரோகிராம் எழுதத் தெரிந்தவருக்கு இவர்களை யெல்லாம் விட எத்தனை மடங்கு அதிக ஊதியம் என்றும் சொன்னேன். வியந்தார்கள். கிராமங்களில் இருந்தும் எவ்வளவு பேர், பெரிய படிப்புகள் படித்து, அதிகம் சம்பாதிக்கிறார்கள் என்று உதாரணங்களும் காட்ட, உன்னிப்பாகக் கவனித்தார்கள்.

படிக்க வேண்டும், பாதியில் நிறுத்தக் கூடாது என்று சொல்லி விட்டு, 'இனி உங்கள் சந்தேகங்களைக் கேட்கலாம். கேள்விகளுடன் மேடைக்கு வாருங்கள்' என்று என் பேச்சை முடித்துவிட்டு மேடைக்குப் போனேன்.

முதலில் வந்து ஒரு மாணவன் கேட்டான்: 'சார் படிச்சாத்தான் முன்னேறலாம்னு சொல்றீங்க. காமராஜர் என்ன படிச்சிட்டார் சார் முன்னேறினார்?' அவன் முகத்தில் என்னை மடக்கி விட்ட பெருமிதம். சில மாணவர்கள் கை தட்டினார்கள்!

‘நிச்சயம் காமராஜர் முன்னேறினார்தான். ஆனால், முன்னேறியவர்கள் எல்லாம் படிக்காதவர்களா? Exceptions are not Rules என்ற ஒரு கூற்று உண்டு. விதிவிலக்குகள் என்பதை உதாரணமாக எடுத்துக்கொள்ள முடியாது. பெரும்பாலானவர்களுக்கு எது சாத்தியம் என்பதைத்தான் பார்க்க வேண்டும். படித்தால் நிச்சயம் முன்னேற்றம் என்பது கண்கூடு. உங்கள் பள்ளியிலேயே படித்துவிட்டு, மேல் படிப்பும் முடித்துவிட்டு, இப்போது எவ்வளவு பேர் நல்ல நிலைகளில் பொறுப்புகளில் இருக்கிறார்கள். அவர்களைப் பாருங்கள். அப்துல் கலாம், இன்போசிஸ் நாராயணமூர்த்தி போன்ற சாதாரண குடும்பத்துப் பிள்ளைகளின் வியக்கத்தகு முன்னேற்ற உதாரணங்களையும் பாருங்கள்.’

அடுத்த மாணவனின் கேள்வி. ‘சார் நீங்க மதியம் என்ன சாப்பிட்டீங்க?’

‘சாப்பாடுதான்.’

‘நாங்க எல்லாம் படிச்சிட்டு வேலைக்குப் போயிட்டா, பிறகு யார் விவசாயம் பார்ப்பார்கள்? நீங்க எல்லாம் எப்படி சார் சாப்பிடுவீங்க?’ கேட்டுவிட்டு அவன் அர்த்தமாகக் கூட்டத்தினரைப் பார்க்க, பின் வரிசையிலிருந்து சிலர் பலமாகக் கை தட்டினார்கள்.

‘நீ பத்தாவதோட படிப்பை நிறுத்தினாத்தான், நாங்க எல்லாம் சாப்பிட முடியுமென்று உனக்கு யார் சொன்னது? அதற்காகத்தான் நீ படிப்பைப் பாதியில் நிறுத்துகிறாயோ? எல்லோரும் படிச்சிட்டா விவசாய வேலை நின்று போயிடுமா? அதுதான் உன் கவலையா!’

அடுத்து ஒருவன் வேகமாக வந்தான். ‘படிக்கணும்னு சொல்றீங்க. சரி. நாங்க மேல படிச்சா எங்களுக்கு உங்களால வேலை வாங்கித் தர முடியுமா? படிச்சா வேலை நிச்சயமா சார்?’

‘சரியாப் படிச்சா நிச்சயம் வேலை உண்டு. இப்போது இந்தியா பொருளாதார ரீதியில் வளருகிறது. அதனால் நம் தேசத்தில், நிறைய வேலை வாய்ப்புகள் வந்திருக்கிறது. தவிர வேலைதான் என்று இல்லை. சொந்தமாக வியாபாரம் செய்யலாம். தொழில் செய்யலாம். படிப்பு என்பது உங்களை வேறு தளத்திற்கு உயரத்துக்குக் கொண்டு போய் விடும். படித்தவர்கள் வாழ்க்கையைப் பாருங்கள்.

எல்லா ரூபாய்த் தாள்களும் ஒன்றா? ஒரு ரூபாய் நோட்டு, 2 ரூபாய், 5, 10, 50, 100 என்று ஒரு தாளின் மதிப்பு உயர்ந்துகொண்டேபோய், 1000 ரூபாய் நோட்டுகள்கூட இருக்கிறதல்லவா? அதேபோல அறிவினை வைத்து, உங்கள் மதிப்பை உயர்த்திக்கொள்ளுங்கள்.’

‘படிக்கச் சொல்றீங்க. அதுக்கு முதல்ல காசு வேணுமே! கையில் காசு இல்லையே. என்ன செய்யச் சொல்றீங்க?’

‘படி, அது முக்கியமென்று எங்களுக்குத் தெரிந்ததை, நாங்கள் உணர்ந்ததை உங்களுடன் பகிர்ந்து கொள்கிறோம். படிப்பதற்கு உதவ எவ்வளவோ பேர் இருக்கிறார்கள். நன்றாகப் படிப்பவர்களுக்கு, படிக்க விரும்பி, முடியாமல் சிரமப்படுபவர்களுக்கு உதவ ஒவ்வொரு ஊரிலும் நபர்கள் நிச்சயம் இருக்கிறார்கள். தேடுங்கள், கேளுங்கள், நீங்களும் முயற்சிக்கணும்.’

அடுத்து ஒரு மாணவி கேட்டாள்: ‘பெண்கள் நிச்சயம் படிக்கணும். அதிகம் படிக்கணும்னு சொன்னீங்க. இன்றைக்கு வேலைக்குப் போற பெண்களுக்குப் பாதுகாப்பு இருக்கிறதா சார்?’

‘பெண்களுக்குப் பெரிய பாதுகாப்பே படிப்புதான் அம்மா. தவிர, சுயமா சம்பாதிப்பதும் பெரிய பாதுகாப்புதான். இவை இரண்டையும் செய்யாமல் இருப்பதுதான் ஆபத்து. பெற்றவர்களிடம் மன்றாடி, தேவைப்பட்டால் போராடிக்கூடப் படியுங்கள். விடாதீர்கள். உடல் ரீதியான பாதுகாப்பு என்பது பிரச்னையே இல்லை. நீங்களும் நன்கு சாப்பிட்டு, உடல் வலுவோடும் மன வலுவோடும் இருங்கள். பிரச்னைகள் யாருக்குத்தான் இல்லை? எவராலும் சமாளிக்க முடியும்.’

பேச்சை முடிக்கும்போது, ‘படித்து முடித்தவர்கள் மாடிகளில் இருப்பது போல அறிவிலும் வசதியிலும் அவர்கள் படியேறி அடுத்தடுத்த மாடிகளுக்குப் போகிறார்கள். படிக்காதவர்கள் கீழ் தளத்தில் நிற்கிறார்கள். ‘மேலே வாருங்கள்; இங்கே பிரமாதமாக இருக்கிறது’ என்று சொன்னால் புரிந்துகொள்ளுங்கள். சுவை பார்த்தவர்கள், பலனடைந்தவர்கள் அடுத்தடுத்த மாடிகளுக்குத் தாவிக் கொண்டேயிருக்கிறார்கள். நீங்களும் வாருங்கள். விடாதீர்கள்’ என்று சொல்லி முடித்தேன்.

சென்னைக்குத் திரும்பி வரும்போதும், வந்த பிறகும் நம் தேசத்தில் இன்னும் செய்ய வேண்டியது எவ்வளவோ இருக்கிறது என்று தோன்றியது.

8 கண் போன போக்கிலே...

காஞ்சிபுரம் போயிருந்தோம். ஒரு கடையில் புடவைகள் பார்த்து முடிந்ததும் குடும்பத்தார் அனைவருமாக மீண்டும் வேனில் ஏறினோம். ஏறி அமர்ந்ததும், வண்டி கிளம்பியது. மெதுவாக ஊர்ந்தது.

வண்டிக்குள் ஏகத்துக்கும் சத்தம். அந்தக் கலர்', 'இந்த டிசைன்', 'அந்த பார்டர்' என்று! திடீரென பேச்சிலிருந்து கவனம் திரும்பி, ஓட்டுநரைப் பார்த்து என் தங்கை கேட்டாள்: 'என்ன இன்னும் போய்க் கொண்டேயிருக் கிறீர்கள்!'

'அடுத்த எங்க போக வேண்டுமென்று சொல்லலியே அம்மா!' பரிதாபமாகச் சொன்னார், வேன் ஓட்டுநர்.

அடுத்து எங்கே போக வேண்டுமென்று அவருக்குச் சொல்லவில்லை. போக வேண்டிய இடத்தைச் சொல்லாவிட்டால் ஓட்டுநர் வண்டியை எந்தப் பக்கம் என்றுதான் ஓட்டுவார்? எப்படிப் போய்ச்சேருவார்?

வண்டி ஓடிக்கொண்டிருக்கிறது, போகுமிடம் தெரியாமல்! இலக்கில்லாமல்! பலன்?

இந்த வேன் ஐந்து நிமிடம்தான் இப்படி ஓடியிருக்கிறது. பரவாயில்லை. ஆனால், சிலர் வாழ்க்கை முழுவதும் எதற்காக என்று தெரியாமலேயே இப்படி ஓடி விடுகிறதே!

அந்தச் சிலர், தினம் தினம் செய்து கொண்டிருக்கிறார்கள், எதை எதையோ!

அவர்கள் என்ன செய்யவேண்டும்? அவர்களுக்கே தெரியாது. அப்படியென்றால், பிறகு அவர்கள் என்ன செய்தால்தான் என்ன?

நான் முன்பு குடியிருந்த ஒரு அடுக்ககத்தில் என் வீட்டிற்குக் கீழ்த் தளத்தில் பேராசிரியர் கண. சிற்சபேசன் அவர்கள் குடியிருந்தார் கள். அவர் தினசரி செய்யும் வேலைகள் என்னை ஆச்சரியப் படுத்தும். அவர் அப்படி என்ன செய்கிறார்?

நிறைய படிக்கிறார். கூட்டங்களில் கலந்துகொள்கிறார். இரவு 11 மணிக்குத் தயங்கியபடி, கதவைத் தட்டினால், மூக்கின்மீது கண்ணாடி, கையில் புத்தகத்துடன் கதவைத் திறக்கிறார். இவை போக, புத்தகம் ஒன்று எழுதும் இலக்கும் அவரைக் கொண்டு செலுத்துகிறது.

இவரைவிட 25 வயது நிறைவான வேறு ஒருவரையும்கூட எனக்குத் தெரியும். அவர் ஒரு பொதுத் துறை வங்கியில் இருந்து விருப்ப ஓய்வு பெற்றவர். அவருக்குப் பொழுதே போவதில்லை.

'அடுத்த வாரம், 'அடுத்த மாதத்'திற்குக் கூட திட்டம் இல்லாத அவரிடம், 'அடுத்தவருடம்' பற்றியெல்லாம் கேட்பது அதிகப் பிரசங்கித்தனம் (என்று அவருக்குப் படும்).

எங்கே போக வேண்டும் என்று தெரியாத வாகன ஓட்டுநர்போல, படகோட்டி இல்லா படகுபோல, அசைந்து அசைந்து, தளும்பித் தளும்பி, அங்கும் இங்கும் என்ற சின்னச் சின்ன அசைவு களுடனான, இலக்கற்ற போக்கறியா வாழ்க்கை சிலருடையது!

வயதானவர்களுக்கு இது சரி என்று சொல்லிவிடலாம். தன் வாழ்க்கைக் கடமைகள் எல்லாம் முடிந்த பிறகு, சிலர் 'அக்கடா' என்று காசிக்குப் போய்விடுவார்கள். சொச்ச காலத்தையும் அங்கேயே செலவழித்து விட்டு நேரம் வந்ததும் மூச்சை விடுவார்கள்.

அப்படிப் போகும் நாள்களில் என்ன செய்தால் என்ன? செய்யா விட்டால்தான் என்ன? புதிதாகச் சாதிக்கவோ, மேலும் முன்னேறவோ எந்தத் தேவையும் இல்லாத காலம்.

ஆனால், நடுத்தர வயதினர், குறிப்பாக இளைஞர்கள் நிலை என்ன? அவர்களுக்கு தாம் என்ன செய்யவேண்டும் என்று நிச்சயம் தெரிந்திருக்கவேண்டும். 'இலக்கு' இருக்கவேண்டும்.

அந்தத் 'தெளிவு' ஒரு சிலருக்கு வாழ்க்கையில் சீக்கிரமே வந்து விடுகிறது. இப்படித் தெளிவு பெற்றவர்களின் வாழ்க்கை, அவர்கள் தேர்வு செய்த பாதையில் வேகமாக முன்னேறிப் போகிறது.

டாக்டர் ரெட்டீஸ் பவுண்டேஷனில் பணியாற்றியபோது, பள்ளி இறுதிப் படிப்பினை முடிக்க இயலாமல் போன இள வயதினர் சிலரிடம் உரையாடினேன். கேட்டேன்: 'வாழ்க்கையில் நீங்கள் என்ன ஆக விருப்பம்?'

இந்தக் கேள்விக்குப் பலரிடம் பதில் இல்லை. நீண்ட மௌனம். வாழ்க்கையில் இதைப் பற்றி இன்னும் முடிவுக்கு வராதது போலத் தெரிந்தது. பதில் சொன்ன சிலர் 'நல்ல வேலை' என்றார்கள்.

வேறு சிலர் 'முன்னேற வேண்டும்', 'நல்ல நிலைக்கு வர வேண்டும்' என்றார்கள். ஒரே ஒரு பெண் மட்டும், 'நான் போலீஸ் DSP ஆக வேண்டும்' என்றாள். அவர் சொல்லியதில் இருந்து அவளுடைய தீவிர ஆர்வம் மட்டுமல்ல, இலக்கு பற்றிய தெளிவும், அவள் நம்பிக்கையும் தெரிந்தது.

மற்றவர்கள் சொன்னவை 'வெறும் ஆசைகள்'. ஆனால், இந்தப் பெண் கொண்டிருப்பது இலக்கு. ஏன் என்றால் அது குறிப்பானது.

அவள் இன்றிருக்கும் நிலை ஒன்று. அடைய நினைக்கும் நிலை மற்றொன்று. இரண்டிற்கும் நடுவில் நிறைய இடைவெளி. அந்த இடைவெளியைத் 'தன் முயற்சி' கொண்டு நிரப்ப வேண்டும்.

என்ன 'முயற்சி' செய்வது? முதலில் அதைத் தெரிந்துகொள்வோம். தன் இலக்கை அடைய என்ன கல்வி, உடல் தகுதிகள் தேவை. தவிர அந்தப் பதவியடைய தேர்வுக்கு வயது வரம்பு என்ன? தேர்வு முறைகள் எப்படி? தேடித் தேடி தகவல்கள் சேகரிப்பாள்.

எதை அடைய வேண்டும் என்று முடிவு செய்தாயிற்று. அடைய என்ன செய்ய வேண்டும் என்று தெரிந்துகொண்டாயிற்று என்றால் அடுத்தது செயல்பாடுதானே?

இதுதான் இலக்கு என்று நிர்ணயித்துக் கொண்டவர்களுக்கும், நிர்ணயித்துக் கொள்ளாதவர்களுக்கும் இடையே உள்ள வேறுபாடு.

தன் இலக்கை அடைய, செய்ய வேண்டியதைச் செய்வார்கள். எதையோ தினம் தினம் செய்து கொண்டிருப்பதற்கும், 'இதற்காக', 'இதை' என்று தெரிந்து செய்வதற்கும் நிறைய வேறுபாடு உண்டு தானே!

எங்கெல்லாம் தெளிவான இலக்கு இருக்கிறதோ, அங்கெல்லாம் அதை அடைவதற்குச் சரியான திட்டமிடலும், முடிக்கும் வினைத் திட்பம் சாத்தியம்.

ஆரம்பப் பள்ளியில் படிப்பதற்குச் சேருகிறார்கள். பெரும்பாலான மாணவர்களின் இலக்கு, பள்ளி இறுதி வகுப்பினை முடிப்பது. அதனால் அந்தத் தெளிவு காரணமாக முதல் வகுப்பிலிருந்து அடுத்து அடுத்து என அதன் போக்கிலேயே 12 ஆண்டுகள் பயனுள்ளதாகப் போய் விடுகிறது. தங்கு, தடை, குழப்பம் ஏதுமில்லை.

அதன்பின் பல பக்கம் பிரியும் சாலைச் சந்திப்பு (Cross Road) போல ஒரு நிலை. என்ன படிப்பு, எந்தக் கல்லூரி, எந்த ஊர் என்பதெல்லாம் இலக்கில்லாமல்...தெளிவு குறைந்து, பலர் பின்தங்கி விடுகிறார்கள்.

அங்கும் தெளிவாய் இலக்குக்கொண்டவர்கள், மேலும் முன்னேறு கிறார்கள்.

கல்வி கற்பதோ, சொந்தத் தொழில் செய்வதோ, பணிக்குச் செல்வதோ அல்லது எதையாவது சாதிப்பதோ, அது எதுவாக இருந்தாலும் எங்கெல்லாம் தெளிவான இலக்குகளை ஏற்படுத்திக் கொள்கிறோமோ, அங்கெல்லாம் அதன் பிறகு செயல்பாடுகள் பயனுள்ளதாக அமைகின்றன.

வாழ்க்கைப் பயணம் முழுவதும் சரியான இலக்குகளைத் தேடி வகுத்துக் கொண்டு, அவற்றை அடைய முயற்சிப்பதில், வாழ்க்கை சுறுசுறுப்பாகவும் பயனுள்ளதாகவும் அமைகிறது.

கால் போன போக்கில் போகாது... இலக்கு(கள்) நோக்கிப் போகலாமே!

9 பராமரிப்பா, மேம்பாடா?

ஒரு நிறுவனத்தில் பயிலரங்கு. வெவ்வேறு துறைகளில் பணி புரியும் அலுவலர்கள் பலர் அமர்ந்திருக்கிறார்கள். பயிற்சியாளர் ஒரு கேள்வி கேட்கிறார். 'உங்களுடைய நேற்றைய தினம் எப்படிப் போனது?'

கொஞ்சம் அமைதி. பின்பு கேள்வியை அவரே விளக்குகிறார். 'நேற்று என்னென்ன செய்தீர்கள்?' சலசலப்பு, முணுமுணுப்பு. 'எதைச் சொல்வது, எதை விடுவது?'

'எல்லாவற்றையும் சொல்லுங்கள். சொன்னால்கூடப் போதாது. ஒரு வெள்ளைத் தாளில் எழுதுங்கள்.'

சிரிப்புடன் கேலியுமாக எழுதுகிறார்கள். பல் விளக்கியது, சவரம் செய்தது, குளித்தது, செய்தித் தாள் படித்தது, தொலைக் காட்சி பார்த்தது, அலுவலகம் போனது, தொலை பேசியது, கடிதம் எழுதியது, தேநீர் குடித்தது, கூட்டங்கள், சந்திப்புகள், பேச்சு வார்த்தை கள் எல்லாம் எல்லாம் என்றால் எல்லாம்தான். கண் விழித்தது முதல் தூங்கப் போவது வரை! எழுத்துக் களால் நிறைந்தன பக்கங்கள்.

அட, ஒரே நாளில் எவ்வளவு நடவடிக்கைகளா! சிலருக்குத் தாங்கவில்லை. முகங்களில் பெருமிதம்!

'நல்லது இப்பொழுது உங்களுடைய ஒவ்வொரு நடவடிக்கைக்குப் பக்கத்திலும் சிவப்பு நிற மசி பேனாவால் ஒரு குறியீடு போடுங்கள்.'

‘என்ன குறியீடு?’

‘அந்த நடவடிக்கை ‘பராமரிப்பு நடவடிக்கை’ என்றால் ‘ப’ என்றும், ‘மேம்பட்ட நடவடிக்கை’ என்றால் ‘மே’ என்ற குறியீட்டையும் போடுங்கள்.’

‘சரி அதென்ன பராமரிப்பு, மேம்பாட்டு நடவடிக்கைகள்?’

‘சொல்கிறேன். அதற்குமுன் நீங்கள் சொல்லுங்கள். தினசரி குளிப்பது என்பது எப்படிப்பட்ட நடவடிக்கை?’

‘பராமரிப்பு நடவடிக்கைதான். உடல் பராமரிப்பு.’

‘சரி, இதுபோல இன்னும் எவ்வளவு பராமரிப்பு நடவடிக்கைகள் இருக்கின்றன?’

கடகடவென்று சொல்ல ஆரம்பித்தார்கள்.

‘சமைப்பது, சாப்பிடுவது, தூங்குவது, சுத்தம் செய்வது, பதில் சொல்வது, மற்றவர்கள் சொல்வதைச் செய்வது....’

‘போதும் போதும். அடுத்து மேம்பாட்டு நடவடிக்கை என்றால் என்ன?’

ஒரு மணி நேர கலந்துரையாடலுக்குப் பிறகு மேம்பாட்டு நடவடிக்கைகள் பற்றி ஒரு முடிவுக்கு வந்து, அதற்கு ஒரு பட்டியலே தயாரித்து விட்டார்கள்.

மேம்பாட்டு நடவடிக்கைகள் என்றால், இருக்கும் நிலையிலிருந்து முன்னேற்றும் நடவடிக்கைகள். கல்வி அறிவு நிலைகளிலோ, சமூக பண்பு நிலைகளிலோ, பொருளாதார நிலைகளிலோ, ஆன்மீக நிலையிலோ, அதிகாரி நிலையிலோ, இருக்கும் நிலையிலிருந்து, உயர்வான நிலைக்கு அழைத்துச் செல்லும் செயல்பாடுகள். அவை எல்லாமே மேம்பாட்டுச் செயல்பாடுகள்தான்.

‘சரி, இப்பொழுது குறியீடு போடுங்கள்.’

அவரவர் நடவடிக்கைப் பட்டியலில் இருந்த செயல்பாடுகளுக்கு எதிராக விறுவிறுவென ‘ப’வும், தேடித் தேடி ‘மே’யும் போட வேண்டியிருந்தது. சில நடவடிக்கைகள் பற்றி ‘ப’வா அல்லது ‘மே’வா என்று சந்தேகங்கள் வந்தன. மிகப் பெரும்பாலான நடவடிக்கைகளுக்குப் ‘ப’ என்பதே வர, சிலருக்குக் கோபம் வர ஆரம்பித்து விட்டது.

‘அதென்ன, பராமரிப்பு நடவடிக்கைகள் இல்லாமல் வாழ முடியுமா? அவற்றைத் தினம் தினம் எவருமே செய்யத்தானே வேண்டும்?’

‘யார் சொன்னது அது தேவையில்லை என்று? பராமரிப்பு நடவடிக்கைகள் தேவைதான். செய்யத்தான் வேண்டும். ஆனால், ஒரு கேள்வி.’

கூட்டம் அமைதி காத்தது. ‘அவற்றைச் செய்ய, அவற்றை மட்டுமே செய்யவா நாம் பிறந்தோம்?’ மீண்டும் அமைதி நிலவியது.

சிலர் சொல்லலாம். நான் இதுவரை 1,72,000 கி.மீ. பயணம் செய்துள்ளேன். 6,000 நோயாளிகளைப் பார்த்துள்ளேன், 3,000 பிள்ளைகளுக்குப் பாடம் நடத்தியுள்ளேன் அல்லது இத்தனை வருடம் சர்வீஸ் என்று.

இவையெல்லாம் தன் போக்கில் நடைபெறும் பராமரிப்பு நடவடிக்கைகளா அல்லது முனைந்து செய்யும் மேம்பாட்டு நடவடிக்கைகளா?

அறிவுக்கும் சிந்தனைக்கும் வேலை கொடுக்காமல், செய்வதையே யந்திரமாக மாறுபாடு ஏதுமின்றி தினம் தினம் செய்வதும், வந்து விழுவது எதையும் வாங்கிக்கொள்வதும், கேட்டதற்கு மட்டும் பதிலிறுப்பதும், விதம் விதமாகப் பொழுது போக்குதலும், பிறர் உழைப்பில் வாழ்வதும், சுகம் காணுவதும்... பராமரிப்புச் செயல்களாகும்.

பெரும்பாலும் பராமரிப்புச் செயல்களே செய்வோரை, பராமரிப்பு மனிதர்கள் (Maintenance Persons) என்றும், கணிசமான அளவு மேம்பாட்டுச் செயல்களில் ஈடுபடுவோரை மேம்பாட்டு மனிதர்கள் (Development Persons) என்றும் குறிப்பிடுகிறார்கள்.

எவருமே முழுவதும் அதுவாகவோ அல்லது இதுவாகவோ இருக்க மாட்டார்கள்.

பராமரிப்பு மனிதர்கள்: நேரம் போதாதவர்கள், அதே சமயம் பல நேரங்களில் பொழுதும் போகாதவர்கள்! பொதுவாக நேரத்தைப் போக்குபவர்கள், நிறைய செயல்பாடுகள் (Activities), ஆனால், குறைந்த சாதனைகள் (Accomplishments) செய்பவர்கள். வெளியில் எரிச்சலுற்றாலும், உள்ளுணர்வில் பெரிய பாதிப்பு அடையாமல், பதறாமல், நேரத்தைத் தேவையில்லாதவற்றில் கழிப்பவர்கள்.

'நான் என்ன செய்ய முடியும்' என்று பலவற்றையும் கண்டு கொள்ளாமல் விடுபவர்கள். 'இருப்பது போலவே இருக்கட்டுமே' (Maintaining Status quo...) 'எனக்கு மட்டும் என்ன வந்தது?' அல்லது 'எனக்கேன் வம்பு?' என்று பிரச்னைகளையும், தாங்கள் குற்றஞ்சாட்டப்படுவதையும் தவிர்ப்பவர்கள்.

முடிவெடுப்பதில் தொலைநோக்குப் பார்வையில்லாமல், ('இப்போதைக்கு இது போதும்; அடுத்து வர்றவன் மத்ததைப் பார்த்துப்பான்' என்பதுபோல) குறுகிய கால முடிவு எடுப்பவர்கள்.

அடுத்தவர்கள் செயல்பாடுகளை ஒட்டியே தங்கள் செயல்பாடு களை அமைத்துக் கொள்பவர்கள் (புகார் வந்தால் பார்த்துக்கலாம், நாமாக எதற்கு வீணாக...)

மேம்பாட்டு மனிதர்கள்: வாழ்க்கையில் அவசியமான பராமரிப்புச் செயல்பாடுகளைச் சரியாகச் செய்வதுடன், மேம்பாட்டுச் செயல்பாடுகளிலும் கவனம் செலுத்துபவர்கள்.

வளர்ச்சி மற்றும் மேம்பாட்டுச் செயல்பாடுகளுக்கு முக்கியத்துவம் கொடுத்து அதற்கென தினசரி நேரம் ஒதுக்குபவர்கள்.

பெரிய நீண்ட கால வளர்ச்சித் திட்டங்களைத் தைரியமாக எடுத்துக் கொண்டு, அதனைத் திட்டமிட்டுச் செய்பவர்கள்.

பணியிடத்தில், சமுதாயத்தில், வாழ்க்கையில் தாங்கள் செய்து முடிக்க வேண்டியவற்றைப்பற்றி யோசித்து, தீர்மானித்து, அதை அடைவதற்குச் சீரிய முயற்சி எடுப்பவர்கள், செயல்படுபவர்கள்.

தன்னுடைய சிறிய சந்தோஷங்களையும், சௌகரியங்களையும், மன உறுதியுடன் தள்ளி வைத்துவிட்டு, தன் நீண்ட கால, பெரிய இலக்குகளை அடையப் பாடுபடக்கூடிய சுய கட்டுப்பாடு (Self Discipline) உடையவர்கள்.

மேலே சொன்ன சுயக் கட்டுப்பாடு மற்றும் தீர்மானமாகச் செயல் படுவதற்கு என் நண்பர் பா. ராகவன் அவர்களையே உதாரணமாகச் சொல்ல முடியும்.

அவரிடம் ஒரு புத்தகம் எழுதும் பொறுப்பு ஒப்படைக்கப்பட்டது. இரட்டை கட்டடத் தாக்குதல் *(09.11.2009)* பற்றிய புத்தகம். கடினமான 'சப்ஜெக்ட்'. அதற்கான தகவல்களையும் புள்ளி விவரங்களையும் சிரமப்பட்டு சேகரித்துவிட்டார். ஆனால், எழுத முடியவில்லை. காரணம், அலுவலக நிர்வாக வேலை உட்பட

தினசரி செய்ய வேண்டிய பராமரிப்பு வேலைகள். இரண்டு நாட்கள் பார்த்தார். முடியவில்லை.

பின்பு அவரே ஒரு முடிவுக்கு வந்தார். '380 பக்கங்கள் உள்ள அந்தப் புத்தகத்தைத் தனது கணினியில் தட்டச்சு செய்து முடிக்கும்வரை அலுவலகம் போவதில்லை; அலுவலகம் மட்டுமில்லை, வீட்டில் தன் அறையை விட்டு வெளியேகூட வருவதில்லை' என்று.

தவிர, எழுதி முடிக்கும்வரை தனக்குப் பிடித்தது எதையும் சாப்பிடுவது இல்லை. இயற்கைத் தேவைகளைத் தவிர வேறெதற்கும் எழுதுவதை விட்டு எழுந்திருப்பதில்லை. தூங்குவதுகூடத் தவிர்க்கப்பட வேண்டியதே. உடலுக்குத் தேவையான குறைந்த பட்ச ஓய்வு மட்டுமே தருவேன்.

முடிவுகள் செய்தார். தொடர்ந்து ஏழு நாட்கள் தன் அறையிலேயே இருந்து எழுதி முடித்தார். அவரால் முடிந்திருக்கிறது!

ஒவ்வொருவர் வாழ்விலும், ஒவ்வொரு நாளிலும் பராமரிப்பு நடவடிக்கைகள் இருக்கத்தான் செய்யும். ஆனால், அந்த ஒவ்வொரு தினத்துக்குள்ளும் முனைந்து கொஞ்சமேனும் மேம்பாட்டுச் செயல்பாடுகளைப் புகுத்தத்தான் வேண்டும்.

நாம் செய்யும் மேம்பாட்டு நடவடிக்கைகள்தான் வாழ்தலுக்கு அர்த்தம் கொடுப்பவை. இல்லாவிட்டால் நாம் வாழ்ந்ததற்குச் சாட்சியும் இல்லாமல்கூடப் போய்விடும்!

10 உள்ளார்ந்த திறமைகள்

கட்டடம் கட்டித் தரும் 'பில்டிங் காண்டிராக்டர்' ஒருவரை சில வருடங்களாகத் தெரியும். பேசிக் கொண்டிருந்தேன். பல விஷயங்களைப் பகிர்ந்து கொண்டார். தன்னுடைய வியாபார வளர்ச்சி அற்புதமாக இருப்பதாகவும், சமீப காலமாக அவருக்குப் பல புதிய நல்ல வாய்ப்புகள் வருவதாகவும் சொன்னார். இப்படிச் சொன்னாரே தவிர, அவர் முகத்தில் அதற்குரிய மகிழ்ச்சி இல்லை. காரணம் கேட்டதற்கு, 'வருகின்ற எல்லா வாய்ப்புகளையும் எப்படி எடுத்துக் கொள்ள முடியும்?' என்று கேட்டார். விசித்திரமாயிருந்தது! வாய்ப்பு வருகிறது. ஆனால், அவரால் செய்ய முடியவில்லை.

அதற்கான காரணங்கள் பற்றிக் கொஞ்ச நேரம் பேசிக் கொண்டிருந்தோம். அவரால் எத்தனை 'பிராஜெக்ட்டு' களைத்தான் ஒரே சமயத்தில் செய்ய முடியும்? அவரிடம் உள்ள பணம் மற்றும் அவருடைய நேரம் இரண்டிற்கும் அளவுள்ளதே! யோசித்தோம். பணம் கூட அவரால் கடனாகப் பெற்றுவிட முடியும், ஆனால், கூடுதல் நேரத்திற்கு என்ன செய்வது?

அவருடைய நேரம் எப்படிப் போகிறது என்று உட்கார்ந்து, எழுதி, கணக்குப் பார்த்தோம். அவர் கட்டடம் கட்டும் தொழிலில் அப்படியொன்றும் முழு வீச்சாக நேரம் செலவிடவில்லை என்பது அதன் மூலம் தெரிய வந்தது.

காரணம் தேடும்போதுதான், அவர் இந்தத் தொழில் தவிர இன்னும் இரு வேறு வேலைகளிலும் ஈடுபட்டிருப்பதைச் சொன்னார். அப்படியென்றால் அவருடைய நேரம் வேறு சில தொழில் களிலும் அல்லது வேலைகளிலும் போகிறது. கட்டடம் கட்டும் தொழில் தவிர, அவர் மற்றவற்றிலும் கவனம் செலுத்தத் தொடங்கியதற்குக் காரணங்களை அவரே சொன்னார்.

கட்டடத் தொழில் தொடங்கிய புதிதில், ஒரு பாதுகாப்பிற்காக அப்படிச் செய்தாராம். சரி. ஆனால், இப்பொழுதும் அதையே ஏன் தொடர வேண்டும்? இப்போதுதான் கட்டடம் கட்டுவது பெருவாரியாக வருகிறதே!

அவர் தன்னுடைய நேரம், சக்தி, கவனம், பணம் முதலியவற்றை எதில் ஈடுபடுத்தினால் தனக்கு அதிகபட்ச பலன் கிடைக்குமோ, அதில்தானே ஈடுபட வேண்டும்? ஆக அவரிடம் தேவையானது தன்மீது கவனக் குவிப்பு (Focus) இல்லை. பிரச்னை அதுதான்.

ஒவ்வொரு மனிதனுக்கும் ஏதோ ஒன்றில் பலம் இருக்கிறது. மனித வள மேம்பாட்டு வல்லுநர்கள் இதனை காம்பிடென்ஸ் (Competence) என்கிறார்கள். மேலும், அதனை 'அறிவு சார்ந்தவை' (Knowledge), 'திறன் சார்ந்தவை' (Attitude) என்று மூன்றாகப் பிரிக்கிறார்கள். தாமஸ் ஆல்வா எடிசனை முதல் வகை பலத்திற்கும், கிரிக்கெட் வீரர் சச்சின் டெண்டுல்கரை இரண்டாம் வகை பலமான திறனுக்கும், மகாத்மா காந்தியை மூன்றாவது வகை பலமான மனோபாவத்திற்கும் உதாரணமாகச் சொல்லலாம்.

நம் திறமை என்னவோ அதில் முழு கவனமும், அதற்கு அதிக நேரமும் செலவிட வேண்டும். எடிசன் கிரிக்கெட் விளையாட முயற்சிக்கலாம், கற்றுக்கொள்ளலாம். சச்சின் டெண்டுல்கர் ஆராய்ச்சிகளில் ஈடுபடலாம். ஆனால், அவற்றால் அவர்களுக்கு எவ்வளவு பலன் கொடுத்து விட முடியும்?

எவருக்கும் இருக்கும், கிடைக்கும் நேரம் மற்றும் ஏனைய வளங்கள் (Resource) அளவானவை. அவைதான் அவர்களுடைய

அதிகபட்சப் பலனைத்தான் (Maximum Outputs) எதிர்பார்ப்பார்கள்; நியாயமும்கூட.

நமக்கு எது சிறப்பாகச் செய்ய முடிகிறதோ, வருகிறதோ அதைச் செய்ய வேண்டும். பலரும் செய்கிறார்கள் என்பதற்காக எதையாவது செய்வானேன்?

பலவீனங்களைச் சரி செய்துகொள்வது ஒருமுறை. அதற்காகக் கவலைப்பட்டுக் கொண்டு இருப்பதைவிட, அதிலேயே நம்மிடம் சிறப்பான மதிப்பு மிக்க வளங்களைச் செலவு செய்து கொண்டிருப்பதை விட, நம்மிடம் இருக்கும் பலங்களை (Strengths) அதிகரிக்கலாம். Work on your strengths, rather than worrying about what you are not able to do well என்பார்கள். அதற்குத் தன் பலங்களைத் தெரிந்துகொள்ள வேண்டும்.

வஸந்த் பெரிய திரைப்பட இயக்குநர். ஆரம்பத்தில் பத்திரிக்கை யாளராக இருந்து, பின்பு இயக்குநர் K. பாலசந்தரிடம் உதவி இயக்குநராகப் பணியாற்றியவர். அவர் முதலில் இயக்கிய திரைப்படம் 'கேளடி கண்மணி'.

வஸந்திடம் படத்தின் தயாரிப்பாளர் திரு. சுந்தரம் கேட்டுக் கொண்டிருக்கிறார். 'நீங்கள்தான் படத்தினை இயக்க வேண்டும்.'

'சரி.'

'கதை மற்றும் இயக்கம் நீங்கள் செய்யுங்கள்.'

'சரி.'

'திரைக் கதையையும் வசனத்தையும் மற்றொருவர் செய்வார்.'

இதற்கு மட்டும் வஸந்த் ஒப்புக் கொள்ளவில்லை. அவர் சொன்ன காரணம், இதுதான். 'அடிப்படையில் நான் ஒரு எழுத்தாளன் (எழுதுவது என் 'கோர் காம்பிடென்ஸ்'). அதை என் படத்தில் நானே (தான்) செய்வேன்.'

தனக்கு எது நன்றாக வருகிறது என்பதைத் தெளிவாகப் புரிந்துகொண்டு அதில் கவனம் செலுத்துவது. இது உதவும். அவரேதான் வசனமும் எழுதினார். படம் 25 வாரங்களைக் கடந்து ஓடி, பெரிய வெற்றியைப் பெற்றது.

இன்போசிஸ் நிறுவனம் மென்பொருள் (Software) தயாரிப்பில் தனித்திறன் பெற்றுள்ள நிறுவனம். வெகு காலம் முயன்று அதிலேயே ஊறி, அந்தத் தொழிலில் தனி இடம் பெற்றுள்ள நிறுவனம். இன்று எல்லோரும் செய்கிறார்களே என்று அந்த நிறுவனம், கார் தயாரிப்பில் இறங்கி விடுமா? இறங்கினாலும் உடன் அந்தத் தொழிலில் திறன் பெற்றவர்களுடன் சரிக்குச் சரி போட்டியிட முடியுமா?

சிலவற்றில்தான் பலம் இருக்கிறது எனும்பொழுது, அது தனக்குத் தெரியாது எனும்பொழுது, முயன்று அதனைக் கற்றுக்கொள்வது அவசியம். ஆனால், தன்னிடம் உள்ள ஒரு திறனுக்கே, அறிவிற்கே நிறைய வாய்ப்புகள் இருக்கும்பொழுது, அதனை ஏன் விட வேண்டும்? மாறுவதால் மிகப் பெரிய நிச்சயப் பலன் இருந்தால் ஒழிய, இருப்பதை மறந்து, தவிர்த்து, புதியது செய்ய வேண்டியதில்லை. நல்ல விவசாய நிலம் இருக்கும்பொழுது அதில் நல்ல வருமானமும் வரும்பொழுது அதில் ஏன் தொழிற்சாலை கட்ட வேண்டும்?

தன் திறமையினை அடுத்த கட்டத்திற்கு எடுத்துச் செல்வதும் முக்கியம். ஏர் பிடித்து விவசாயம் செய்பவர், டிராக்டர் வாங்கித் தன் விவசாயத்தினை விரிவாக, லகுவாக, குறைந்த செலவில் செய்வது, அவர் தொழிலைத் திறம்படச் செய்வதாகுமே தவிர தொழில் மாறுவதாகாது. இங்கு விவசாயம் என்பது அவருடைய 'கோர் காம்பிடென்ஸ்'. அதனை முன்னேற்றமான முறைகளில் செய்யலாம்; செய்ய வேண்டும்.

எழுதுபவர், கையால் எழுதலாம். டைப் அடிக்கலாம். கம்ப்யூட்டரில் எழுதலாம். ஆனால், யோசித்து உருவாக்குவது படைப்பாற்றல் (Creative Writing). அவருடைய 'கோர் காம்பிடென்ஸ்'. அதை அவர் எப்படியும் செய்யலாம். ஆனால், 'படைப்பதை' விட்டு விடக்கூடாது.

குருகுலம் போய், வகுப்பறைகள் வந்து அதுவும் போய், அஞ்சல் வழிக் கல்வி வந்து இப்பொழுது அதுவும் போய், தொலைக்காட்சி மற்றும் கணினி மூலம் வீட்டில் இருந்தபடியே, ஆசிரியர் சொல்லும் பாடத்தினை, திரைப்படம் பார்ப்பதுபோல, பார்த்து, கற்பிக்கும், கற்கும் 'விரிச்சுவல் லெர்னிங்' (Virtual Learning) வந்து கொண்டிருக்கிறது. சொல்லித் தரும் ஆர்வமும், திறனும் கொண்டவர்கள் எந்த ஊடகமாக இருந்தாலும் சிறப்பாகச் செய்து விடுவார்கள். ஏன் என்றால், அது அவர்களின் 'கோர் காம்பிடென்ஸ்'.

ஹீரோ ஹோண்டா நிறுவனம் முன்பு சைக்கிள்கள் (மிதி வண்டிகள்) செய்துகொண்டிருந்த நிறுவனம். வருங்காலத்தில் சைக்கிள்கள் விற்பனை குறைந்து, மோட்டார் சைக்கிள்கள் சந்தை பெருகும் என்பதறிந்து கொண்டதும், மோட்டார் சைக்கிள் தயாரிப்பில் இறங்கியது. தனக்கிருக்கும் அறிவினையும் அனுபவத்தினையும் அது வெறும் சைக்கிள் சார்ந்ததாகப் பார்க்கவில்லை. அது ஓடும் இரு சக்கர வண்டிகள் தொடர்

பாதையாகப் பார்த்தது. அதைக்கொண்டு, சில ஆண்டுகளில் உலகிலேயே அதிக எண்ணிக்கையில் மோட்டார் சைக்கிள்கள் தயாரிக்கும் நிறுவனமாக உருவெடுத்துவிட்டது. வெற்றி பெறும் நிறுவனங்கள் தங்களுக்கு எது நன்றாகச் செய்ய வருகிறதோ அதைத்தான் செய்கின்றன.

எதில் உள்ளார்ந்த திறமை இருக்கிறதோ, அதுதான் 'கோர் காம்பிடென்ஸ்'. கல்வியோ, அனுபவமோ அல்லது வேறு ஏதோ உள்ளார்ந்த திறமையின் காரணமாகவே ஏதோ சிலவற்றில் நாம் மிகச் சிறப்பாக இருக்கிறோம்.

அது எது? அல்லது என்ன?

11 வெற்றியின் அடித்தளம்

தான் செய்வனவற்றில் வெற்றியை எதிர்பார்க்காதவர் யார்? அனைவருமே தங்களுக்குத் தெரிந்த, முடிந்த வழிகளில் வெற்றிக்குத்தான் தொடர்ந்து முயற்சித்து வருகிறோம். அதனால் வெற்றி பெற்றவர்கள், எப்படி என்ன செய்து வெற்றி பெற்றார்கள் என்பதைத் தெரிந்து கொள்வதில் நமக்கு ஆர்வம் வருகிறது.

எவர் வெற்றிக்கும் 'இதுதான் காரணம்' என்று ஏதோ ஒன்றை மட்டும் அறுதியிட்டுச் சொல்ல முடிவதில்லை. எப்பொழுதுமே வெற்றிக்கான காரணங்கள் ஒன்றுக்கும் மேற்பட்டதாகவோ, ஒரு நீண்ட பட்டியலாகவே அமைந்துவிடுகிறது.

இருந்தாலும் வெற்றி பெற்றவர்களிடம் பொதுவாகக் காணப்படும் அடிப்படையான சில அம்சங்கள் ஏதாவது இருக்காதா என்ன? அவற்றைத் தெரிந்துகொண்டால் வசதியாக இருக்குமே என்று தோன்றுகிறதா? அப்படிச் சில இருக்கத்தான் இருக்கின்றன. அவற்றில் இரண்டை மட்டும் பார்க்கலாம்.

எழுத்தாளர் அசோகமித்திரனைத் தெரியாமல் இருக்க முடியாது. சாகித்திய அகாதமி உட்பட பல விருதுகள் பெற்றவர். தொடர்ந்து ஐம்பது ஆண்டுகளாக எழுதுபவர்; படிக்கப்பட்டு வருபவர். தமிழின் முக்கிய எழுத்தாளர் களில் ஒருவர். ஒரு புத்தக வெளியீட்டு விழாவில் அவர் தன் ஆரம்ப கால அனுபவங்களைப் பகிர்ந்து கொண்டார்.

வருடம் 1953. அவருடைய வயது 22. இயற்பெயர் தியாகராஜன். அவ்வளவு மட்டுமே அவருக்கு அடையாளமாக இருந்த நேரம். சென்னை வானொலி ஒரு போட்டியை அறிவித்திருந்தது. நாடகப் போட்டி.

அசோகமித்திரன் எழுதி விட்டார். 'அன்பின் பரிசு' என்பது அந்த நாடகத்தின் தலைப்பு. எழுதியதை அனுப்ப வேண்டும். அன்று தான் கடைசி நாள். அன்றைக்கு என்று பார்த்து மழை கொட்டோ கொட்டென்று கொட்டுகிறது. இன்றைக்கிருப்பதுபோல கூரியர், மின்னஞ்சல் வசதிகள் இல்லாத காலம். அவரிடம் இருந்தது ஒரு சைக்கிள்தான்.

தான் எழுதிய நாடகத்தின் பேப்பர்களை ஒரு பேப்பர் உறைக்குள் வைத்தார். எண்பதுக்கும் அதிகமான பக்கங்கள். பின்பு அதன்மீது பச்சை, மஞ்சள் என்று வீட்டில் கிடந்த பழைய கண்ணாடித் தாள்களைச் சுற்றினார். மீண்டும் அதன் மீது பழுப்புக் காகிதத்தைச் சுற்றினார். பின்பு அந்தக் கட்டினைத் தன் சைக்கிளின் பின்புறக் கேரியரில் வைத்தார். சைக்கிளை எழும்பூரில் இருந்த மார்ஷல்ஸ் சாலைக்கு மிதித்தார்.

அப்பொழுது அங்குதான் சென்னை வானொலி நிலையம் இருந்தது. போட்டிக்குரியவற்றைச் சேர்ப்பிக்கக் கடைசி நாள். நேரமாகிக் கொண்டிருந்தது. வேகமாக, கொட்டுகிற மழையில் விடாமல் சைக்கிளை மிதித்தார். ஒரு வழியாக வானொலி நிலையத்திற்குப் போய்ச் சேர்ந்து விட்டார். உள்ளே ஓடி, கட்டினைக் கொடுக்க முயல, 'போட்டியா! என்ன போட்டி? அப்படியொன்றும் இருப்பதாகத் தெரியவில்லையே!' என்பதுபோல வாசலிலிருந்து ஊழியரிடமிருந்து பதில்கள் வர, அவரிடம் குழப்பம்.

பின்புதான் தெரிந்தது. போட்டியை அறிவித்திருந்தது, வானொலி நிலையமல்ல; 'வானொலி' என்ற பத்திரிக்கை என்று. அது அகில இந்திய வானொலியே நடத்தும் பத்திரிக்கைதான். ஆனால், அதன் அலுவலகம் இருந்ததோ, வேறு இடத்தில். சாந்தோம் நெடுஞ்சாலையில், பட்டினப்பாக்கத்தில்!

ஓடி வா - எடு சைக்கிளை எடு - மிதி வேக வேகமாய் - செய்தார். விடாத மழை, தள்ளும் காற்று, போட்டி போட்டுக்கொண்டு பறந்து கொண்டிருந்த நேரம். அசோகமித்திரன் விடவில்லை. போய்ச் சேர்ந்து விட்டார்தான். ஆனால், மணி அதற்குள் ஐந்து ஆகிவிட்டது. வானொலி அலுவலகத்தை மூடிவிட்டார்கள். வாங்கிக்கொள்ளக் கூட அங்கே யாரும் இல்லை.

அப்பொழுதும் அவர் விடவில்லை. தான் கொண்டு வந்திருந்த கட்டினை, அங்கிருந்த 'வாட்ச்மேன்'னிடம் கொடுத்தார். சேர்ப்பிக்கக் கேட்டுக்கொண்டார். விடாமல் முயன்று பரிசுப் போட்டியில் நாவலை ஒரு வழியாகச் சேர்த்தாகிவிட்டது.

55 ஆண்டுகளுக்குப் பிறகு இன்றைக்கும் வெற்றி பெறுபவராக இருப்பவரின் ஆரம்ப நாள்கள் இப்படித்தான் இருந்திருக்கின்றன.

இதனை, இந்த விடாமுயற்சி குணத்தினை பர்சிவியரன்ஸ் (Perseverence) என்கிறார்கள். எடுத்த செயலினை முடிப்பது. எத்தனை தடைகள், இடையூறுகள் வந்தாலும் விடுவதில்லை. எத்தனை முறை விழுந்தாலும் சோர்வதில்லை. மீண்டும் மீண்டும் எழும் சிலந்திகள்.

ஏன் சிலரிடம் இந்த விடாமுயற்சி இப்படி கொட்டிக் கிடக்கிறது? செயல் முடிக்க அப்படி என்ன ஆர்வம்? தான் முக்கியம் என்று எண்ணுவதை முடிப்பதில் அளவற்ற ஆர்வம், தொடர்ந்து அயராமல் செய்யும் முயற்சி.

பெப்சிகோ நிறுவனத்தின் தலைமை நிர்வாகியாக இருந்த ஸ்டீவ் ரெனெமன்ட், போகஸ் என்ற ஆங்கில இதழுக்குக் கொடுத்த ஒரு நேர்காணலில், அவர்களைப் பொறுத்தவரை ஐந்து Pக்கள் முக்கியமானவை என்று தெரிவித்தார். நாம் மேலே பார்த்த பர்சிவியரன்ஸ் அவர் சொல்லும் இரண்டாவது 'பி' (P). முதல் 'பி' பாஷன் (Passion). பெர்ஸ்பெக்டிவ் (Perspective), பீப்பிள் (People), பெர்பார்மன்ஸ் (Performance) - இதர மூன்று Pக்கள்.

மேலே சொல்லிய அந்த 'பாஷன்' (Passion) தான் எவரையும் கொண்டு செலுத்தும் சக்தி. விடாமுயற்சிக்கு எது காரணம் என்று ஒரு கேள்வி வந்ததே, அதற்கான பதில் இந்த ஃபாஷன்தான். குறிப்பிட்ட விஷயத்தில் ஆர்வம், தணியாத ஆர்வம், தாகம், மோகம், அதைச் செய்வது மிக முக்கியம். வேறு எதையும் விட முக்கியம், அதற்கு எதையும் விட்டுக் கொடுக்கத் தயார்.

உலகில் எந்த ஒரு மாபெரும் சாதனையும் இந்த Passion இல்லாமல் செய்து முடிக்கப்படவில்லை என்கிறார் பிரட்ரிக் வில்ஹெல்ம் ஹெகல் (Friedrich Wilhelm Hegel).

வெற்றிக்கு இந்த 'பாஷன்' மிக அவசியம். எடுத்துக்கொண்டது தொழிலோ, வியாபாரமோ, வேலையோ, எழுத்தோ, கலையோ அல்லது வேறு எதுவாக இருந்தாலும், 'அது - அதுவே முக்கியம்'

என்ற மனப்பான்மை. அப்படியிருப்பவர்கள் எவரையும் அது நிச்சயம் அந்தத் துறையில் உச்சத்துக்குக் கொண்டு சென்று விடும்.

அன்னை தெரசா பற்றி இப்படிச் செல்வார்கள். கல்கத்தாவில் சேவையைத் தொடங்கியிருந்த நேரம். கையில் காசில்லை. உதவி தேவைப்படுவோர் எண்ணிக்கை ஏராளம். பலரிடம் கையேந்துகிறார். சிலர் தருகிறார்கள்; சிலர் தவிர்க்கிறார்கள். கல் மனதுக்காரர் ஒருவர், நீட்டிய அன்னையின் வலது கையில் உமிழ்ந்து விடுகிறார். உள்ளங்கையில் அடுத்தவர் உமிழ்ந்த எச்சில். அன்னை அந்தக் கையினை அப்படியே தூக்கி, தன் நெஞ்சில் வைத்துக்கொண்டு, முகத்தில் எந்த மாற்றமும் இல்லாமல், அதே முறுவலுடன், 'சரி இது எனக்கு' என்று சொல்லிவிட்டு உடனே தன் இடது கையினை நீட்டி, 'என் பிள்ளைகளுக்கு வேறு ஏதேனும் தாருங்கள்' என்று விடாமல் கேட்கிறார். எப்படி! எடுத்த காரியத்தின்மீது அப்படி ஒரு பற்று - இதுவல்லவோ 'பாஷன்!'

ஒருவரின் மீது பாஷன் இருந்தால் அதில் வெற்றி பெறலாம் என்பது சரி. இப்படிப்பட்ட 'ப்பாஷனை' எவரிடமும் உண்டாக்க முடியுமா? இந்த அணுகுமுறையைக் கொண்டவர்களின் குணாதிசயங்கள்தான் என்ன? விடவில்லை. அதையும் ஆராய்ந்திருக்கிறார்கள். அப்படிப்பட்ட 'பாஷன்' மிகுந்திருப்பவர் களின் குணாதிசயங்களை ஆராய்ந்தவர் சொல்வது.

1. இந்த ஆழமான ஈடுபாடு, ஓர் முக ஆர்வம் என்பது, அறிவு சம்பந்தப்பட்டது அல்ல. மனது சம்பந்தப்பட்டது. இதயபூர்வ மாகச் செய்தல் (தாய், பிள்ளைக்குச் செய்வாளே, அப்படி).

2. அவர்கள் விரும்பியதைச் செய்வது மட்டுமல்ல. செய்வதை விரும்புவதும்தான். ஆம் செய்வதை விரும்ப முடியும். எத்தனையோ பேர்கள் அப்படித்தான் மனத்தினை ஈடுபடுத்திச் சிறப்பாகச் செய்கிறார்கள்.

3. இவர்கள் ஏன் இப்படியிருக்கிறார்கள்? பணத்திற்காக அல்ல. சம்பளத்திற்காகவோ, லாபத்திற்காக மட்டுமோ செய்பவர் களிடம் இந்த 'பாஷன்' இருக்க முடியாது. இவர்கள் தாங்கள் செய்வதன் மூலம் ஏதோ சில மாறுதல்களைக் கொண்டுவர விரும்புகிறவர்கள். அதற்காகச் செய்பவர்கள். They want to make a difference.

4. இந்த அதீத ஈடுபாடு என்பது சுலபமாகப் பரவக்கூடியது. சுற்றியுள்ளவர்களையும் எளிதில் பற்றிக்கொள்ளும்.

செய்து கொண்டிருப்பது எதுவாக இருந்தாலும் அதனை இதய பூர்வமாகச் செய்யும்போது விளைவுகளைப் பற்றிய கவலையின்றி, முயற்சிகள் விடாமல் தொடரும். அதன் முடிவு, ஒன்றே ஒன்றாகத் தான் இருக்க முடியும்.

அந்த ஒன்று.

வெற்றி தவிர வேறு என்ன?

12 தடையேதுமில்லை

அந்த இளைஞனை நான் சந்தித்தது, 'மெட்ராஸ் ஸ்கூல் ஆப் சோஷியல் ஒர்க்ஸ்' என்ற கல்லூரியில். பேராசிரியை ஒருவருடன் நான் பேசிக்கொண்டிருக்கையில், அவன் மெதுவாக உள்ளே வந்தான்.

வந்தவனை அன்புடன் வரவேற்ற பேராசிரியை, அவனை ஒரு நாற்காலியில் அமரச் சொல்லிவிட்டு, என்னுடன் தொடர்ந்து பேசினார். ஆனால், என் கவனம் முழுவதும் அந்த இளைஞன் மீதே இருந்தது.

அதை உணர்ந்து கொண்டதைப்போல உடன் பேராசிரியை, தான் சொல்லிக் கொண்டிருந்த விஷயத்தை விட்டு விட்டு, அந்த இளைஞனை எனக்கு அறிமுகப்படுத்தினார்.

அந்த இளைஞனைப் பற்றிய விவரங்கள் அவர் சொல்லச் சொல்ல, எனக்குள் அடங்காத வியப்பு ஏற்பட்டது. அவன் இதே கல்லூரியில் MA சமுதாயப் பணி சென்ற ஆண்டுதான் முடித்திருக்கிறான். ஒரு வேலைக்குப் போயிருக்கிறான். ஆறு மாதம் பார்த்துவிட்டு, அதை விட்டுட்டு, தற்பொழுது மகாபலிபுரம் பக்கம், சுயமாக ஒரு கடை வைக்க முயற்சி செய்துகொண்டிருக்கிறான் என்றார்.

எனக்குத் தெரிந்து, அவனுக்கு உதவக் கூடிய ஆலோசனைகள் பலவற்றை, வேகமாக ஆர்வமாகச் சொன்னேன். கூர்ந்து கவனமாகக் கேட்டுக்கொண்டான்.

நாங்கள் பேசிக்கொண்டிருக்கையில், எங்கள் அறையைக் கடந்து பேராசிரியர் ஒருவர் போனார். அந்தப் பேராசிரியரிடம்தான் எனக்கு உண்மையில் வேலை ஆக வேண்டியிருந்தது. அவரை அறிமுகப்படுத்தச் சொல்லித்தான் பேராசிரியையிடம் போயிருந்தேன்.

அவரை விட்டுவிட்டால், பின்பு பிடிக்க முடியாது என்பதால், அந்த இளைஞனை மனதார வாழ்த்திவிட்டு, எதிர் அறைக்கு வேகமாக ஓடினேன். அந்தப் பேராசிரியரிடம் பேசி, போன வேலையை முடித்துக் கொண்டு திரும்பி வர 15 நிமிடமாகி விட்டது.

வந்து பார்த்தால், அந்த இளைஞன் பேராசிரியையின் அறையில் இல்லை. எட்டிப் பார்த்ததில், தூரத்தில் வராண்டாவில் அவன் நடந்து போய்க் கொண்டிருப்பது தெரிந்தது. அவனைப் பற்றிய வியப்பு மீண்டும் வர, பேராசிரியையிடம் அவனைப் பற்றி மேலும் விவரங்கள் கேட்டேன். படிப்பில் சிறப்பானவன் என்றும், Field Work எனப்படும் படிக்கும் காலத்தில் வெளியில் சென்று செய்யும் வேலைகளிலும் எவருக்கும் சளைத்தவனல்ல என்றும் சொன்னார்.

வெயில், மழை, பந்த், தூரம் என்ற எந்த விஷயமும் அவனுடைய கல்லூரி வருகையைப் பாதித்ததே இல்லையாம். தனக்கு எந்தவிதச் சலுகையும் வேண்டாம் என்று சொல்லித்தான் அவன் MAயில் சேர்ந்தானாம்.

பொருளாதார ரீதியில் பின்தங்கியுள்ள ஏழை மாணவ மாணவியர் களுக்காக அப்போது நான் பணி செய்துகொண்டிருந்த 'டாக்டர் ரெட்டீஸ் பவுண்டேஷ'னால் நடத்தப்படும் வேலை வாய்ப்புப் பயிற்சி நிலையமான 'லேப்ஸ்' (LABS)க்கு இவனை வரச் சொல்லி வறுமை, குடும்பச் சூழ்நிலை, பெற்றோர்களின் அறியாமை போன்ற பல சிரமங்களிடையே, தொழிற்கல்வி பயின்று வரும், வருவாய்க்கு முயற்சிக்கும் இளைஞர்களிடையே, இவனைப் பேசச் சொல்லலாமா என்று கேட்டேன்.

'ஓ... தாராளமாய்... நல்ல யோசனை' என்றார் பேராசிரியை, உற்சாகமாக. உடன், 'அடடா, வெளியே போய்க் கொண்டிருந் தானே, விட்டு விட்டீர்களே! அவனுக்குத் தொலைபேசி கூடக் கிடையாதே' என்றார்கள்.

'என்ன... இது இரண்டாவது மாடியாயிற்றே! இப்பொழுதுதானே அவன் போவதைப் பார்த்தோம். எவ்வளவு தூரம் போய் விட முடியும்? கீழ்த் தளத்தில்தான் இருப்பான்' என்று எண்ணியபடி

நான் வெளியில் ஓடினேன். அவனை வாசலில் காணோம். அங்கு நின்றிருந்த வேறொரு மாணவியை அழைத்து, அவனுடைய அடையாளம் சொல்லி, தெருவில் பார்க்கச் சொன்னேன். அதற்குள் அவன் பஸ் நிறுத்தத்திற்கே போய் விட்டிருக்கிறான். அழைத்து வந்தார்கள். 'அதற்குள் இவ்வளவு தூரம் போய் விட்டானே' என்று மறுபடி வியந்தேன்.

'இளைஞர்களிடையே வந்து பேச முடியுமா?' என்று கேட்டதற்கு சந்தோஷமாக ஒப்புக்கொண்டான். தனக்கு போன் வசதியில்லை என்று என் கைபேசி எண்ணை வாங்கிக்கொண்டான். அடுத்த திங்கள் கிழமை பதினொரு மணிக்கு எங்கள் நிறுவனத்தின் வகுப்பில் அவன் பேசுவது என்று முடிவு செய்துகொண்டோம்.

பின்பு தொடர்ந்து என் அலுவலக வேலைகளினால் அவனைச் சுத்தமாய் மறந்து போனேன். அடுத்த திங்கட்கிழமை சொன்ன நேரத்துக்கு, என் மொபைல் எண்ணில் தொடர்புகொண்டான். 'வந்து கொண்டிருக்கிறேன்' என்ற விவரம் சொன்னான். 'பேருந்து நிறுத்தத்திற்கு ஆள் அனுப்பி அழைத்துக் கொள்ளவா?' என்று கேட்டதற்கு, 'வேண்டாம். நானே பேருந்தில் வந்து இறங்கி நடந்து வந்துவிடுகிறேன்' என்றான்.

எதிர்பார்த்ததைவிட வேகமாக, சரியான நேரத்துக்கு வந்து சேர்ந்தான். அறுபது மாணவ மாணவியருக்கு எதிரில் நின்றான். காத்திருந்தான். அறிமுகப்படுத்தியதும் பேசத் தொடங்கினான்.

கடகடவென்ற சரளமான பேச்சு. அவன் தாயும் தந்தையும் அவர்களின் திருமணத்திற்கு முன்பே மிக நெருங்கிய உறவினர்கள் என்றான். தன் ஏழ்மை பற்றிச் சொன்னான். வீட்டிற்குக் கதவுகள் கூட இல்லை என்று சிரித்துக்கொண்டே தெரிவித்தான்.

முதலில் ஒரு குறிப்பிட்ட பள்ளிக்கூடத்தில் பத்தாவது வரை படித்ததாகவும் பின் அவன் கட்டாயத்தினால், அவனுடைய பெற்றோர்கள் அவனைப் பெரும்பாலோர் படிக்கும் சாதாரணப் பள்ளியில் சேர்த்துவிட்டதாகவும் சொன்னான். ப்ளஸ் டூ பொதுத் தேர்வில் 1100க்கு 925 மதிப்பெண்கள் பெற்றதை மிகச் சாதாரணமாகத்தான் அவன் சொன்னான். ஆனால், அவன் அதைச் சொன்னதும் கேட்டுக் கொண்டிருந்த மாணவ மாணவியர் தங்களை மறந்து பலமாகக் கை தட்டினார்கள்.

அந்தக் கை தட்டல் பாராட்டினை நிதானித்துச் சந்தோஷமாய் ஏற்றுக் கொண்டான். பின்பு, தான் கல்லூரியில் முழு நேரம்

(Regular) இளங்கலை படிப்பு முடித்ததையும், அதன்பின் அதிகம் அலைந்து திரிந்து, பலரையும் சந்திக்க வேண்டிய 'சமுதாயப் பணி' (Social Work) பாடத்தினை, முதுகலையில் (Masters) விரும்பி எடுத்ததையும் விவரித்தான். கூட்டம் கண் இமைக்காமல் கேட்டுக் கொண்டிருந்தது. அவனுக்கு உதவி செய்த பலரையும் நினைவு கூர்ந்தான்.

தன்னுடைய 'பிராஜெக்ட் ஒர்க்'குக்காக முயன்று 50 நபர்களிடம் 'மூட நம்பிக்கைகள்' பற்றி எடுத்திருந்த பேட்டியினை (Interview) ஆடியோ கேசட்டில் பதிவு பண்ணியிருந்ததையும், எல்லாம் முடிந்து இறுதித் தேர்வுக்கு அதனைச் சமர்ப்பிக்க வேண்டிய நேரம், அந்தக் 'கேசட்' எதிர்பாராமல் திருடு போனதையும் சொன்னான். இறுதித் தேர்வுக்கு அவசியம் என்பதால், குறுகிய கால அவகாசமே இருந்தபோதிலும், அதே விஷயத்தைக் கூடுதலாக ஒரு கேள்வியையும் சேர்த்து, தாள் வடிவில் முயற்சித்து முடித்ததாகவும், அந்தக் கூடுதல் கேள்விதான், தன்னுடைய ஆராய்ச்சிக்குப் புதிய பரிமாணத்தைக் கொடுத்ததாகவும் சந்தோஷமாகச் சொன்னான். அந்தப் 'பிரச்னை'யால் கிடைத்த 'வாய்ப்'பினை உண்மையான பெருமிதத்துடன் சொன்னான்.

என்னால் முடிந்திருக்கிறது. உங்களாலும் முடியும் என்று அழுத்த மாகச் சொன்னான். முன்னேற வேண்டும் என்று நினைத்து விட்டால் எதுவுமே தடையாக இருக்கமுடியாது என்று அடித்துச் சொன்னான். அவன் சொல்லிய ஒவ்வொரு வார்த்தையையும் கேட்டுக்கொண்டிருந்த இளம் மாணவ மாணவியரின் உள்ளங்களின் ஆழத்தில்போய் பத்திரமாகச் சேர்ந்துகொண்டிருந்ததை என்னால் உணர முடிந்தது. வகுப்பறையில் அப்படியொரு அமைதி, லயிப்பு, கவனம், ஒன்றிட்ட தன்மை தெரிந்தது.

அவன் பேச்சை முடித்ததும் ஒவ்வொருவராக எழுந்து வந்து அவனுடைய கையை அழுந்தப் பிடித்துக் குலுக்கி, அவனுக்கு வாழ்த்தும் நன்றியும் சொன்னார்கள்.

சப்தம் வந்த திசைகளில் தலை திருப்பித் திருப்ப, ஒவ்வொரு வருக்கும் தன் கையை நீட்டினான். அவ்வப்பொழுது, தன் மூக்கின் மேலிருந்த பட்டையான கருப்புக் கண்ணாடியையும் மேலே தள்ளி விட்டுக் கொண்டான்.

அனைவரும் கை குலுக்கி முடிந்ததும், 'போகலாமா ராஜன்' என்றேன். 'எஸ்.... சார்' என்றபடி, சுவரில் சாத்தியிருந்த தன்

அலுமினிய வெண் குச்சியைத் தடவி எடுத்துக்கொண்டான். ஞாபகமாக வலதுபுறம் திரும்பி அந்தக் குச்சியை முன்னே நீட்டி, தரையில் ‘சட், சட்’ என்று தட்டியபடி அந்த வகுப்பறைக்கு வெளியே நடந்தான்.

கம்பீரமாகத் தெரிந்தது அவன் நடை.

13 செய்யும் தொழிலே...

சென்னையில் ஓர் ஐந்து நட்சத்திர ஹோட்டலில் பணி புரியும் ஊழியர்களுக்குப் பயிற்சி வகுப்பெடுக்க அழைத்திருந்தார்கள். அவர்கள் செய்யும் வேலை பற்றி அவர்களுக்குப் பெருமிதம் வர வேண்டும். அதன் மூலம் வேலையில் ஈடுபாடும் வர வேண்டும். அதற்குத்தான் இந்த வகுப்பு என்று சொல்லியிருந்தார்கள்.

பயிற்சி வகுப்பு ஆரம்பமானது. முதலில், எனக்குப் பரிச்சயமான இரண்டு நபர்களைப் பற்றிய விபரங் களைச் சொன்னேன். அவர்களிடம் அந்த மாற்றங்களைக் கொண்டுவர, அவையே போதுமானதாக இருந்தது. அந்த இருவரில்... முதலில் கலா!

அந்தப் பெண்ணை நான் கடைசியாகப் பார்த்து ஐந்து ஆண்டுகள் இருக்கலாம்.

கலா ஒரு நிறுவனத்தின் குடியிருப்பில் அமைந்துள்ள தனியார் நடத்தும் பொதுத் தொலைபேசிக் கடையில் வேலை பார்த்தார். அவருக்குத் தந்தை கிடையாது. தாய் மற்றும் ஒரு தம்பி. கஷ்ட ஜீவனம். அதிகம் படிக்க வில்லை. உயரம் குறைவு. ஒல்லியாகவும் இருப்பார். வயது இருபது, இருபத்திரண்டு இருந்திருக்கும்.

அது 24 மணி நேர PCO, கலாவும் மற்றொருவரும் மாற்றி மாற்றி வேலை செய்ய வேண்டும். கலாவுக்கு எப்பொழுதும் பகல் ‘டூட்டி’தன். காலையில் 8 மணிக்கு

வந்துவிட்டு இரவு 8 மணிவரை வேலை. நான்கு கி.மீ. தூரத்தில் உள்ள வீட்டில் இருந்து வருவார். அதிகாலையில் எழுந்து, தாய்க்கும் தம்பிக்கும் காலை, மதிய உணவுகளைத் தயாரித்துக் கொடுத்துவிட்டு தனக்கும் எடுத்துக்கொண்டு நடந்தே வந்து விடுவார். வரும் நேரம் காலை 7.40 அல்லது 7.50 இருக்கும்.

வந்ததும் கடை வாசலைப் பெருக்கி, தன் சினேகிதத்தால் பக்கத்தில் உள்ள ஒரு வீட்டிலிருந்து தண்ணீர் எடுத்துவந்து, வாசல் தெளித்துக் கோலம் போடுவார்.

அந்தக் கடைக்காரர் பி.சி.ஓ.விலேயே ஒரு 'லெண்டிங் லைப்ரரி', குளிர்பானங்கள், மோர், ஐஸ் வாட்டர் போன்றவற்றையும் விற்பவர். அது தொடர்பான எல்லாக் கணக்குகளையும் வாங்கிக் கொண்டு இரவு வேலை பார்த்தவரை உடன் அனுப்பி விடுவார் கலா.

அதற்குள் மணி காலை எட்டரையாக விடும். வாடிக்கையாளர்கள் வரத் தொடங்கிவிடுவார்கள். செல்போன் பிரபலமாகாத காலம் அது. கடையில் இருக்கும் இரண்டு தொலைபேசிகளையும் மாறி மாறிப் பயன்படுத்துவார்கள்.

வருபவர்களில் சிலர் தங்கள் உறவினர், அலுவலகத் தொடர்பு எண்களை எடுத்து வர மறந்துவிடுவார்கள். ஆனாலும், பிரச்னையில்லை கலாவுக்கு. ஓர் எண்ணை ஒருமுறை கேட்டாலே மனப்பாடம் ஆகி விடும். ஆளைப் பார்த்ததும், 'நாமக்கல்லா? கரூரா?' என்று கேட்டு விட்டு அவரே எண்களை வேகமாக அழுத்தித் தொடர்பு கொடுப்பார்.

இவற்றைச் செய்துகொண்டே 'பால் பாக்கெட்' வியாபாரமும் நூலக வியாபாரமும் பார்ப்பார். முற்பகல் முழுவதும் மூச்சுவிட நேரமின்றி இப்படியே போகும்.

மதியம் இரண்டரை, மூன்று மணி வாக்கில், தன் சிறிய எவர்சில்வர் டிபன் பாக்ஸைத் திறப்பார். உள்ளே தயிர் சாதமும் கடையில் வாங்கிய ஊறுகாய் பாக்கெட்டும் இருக்கும். சில சமயம் சாப்பிடத் தொடங்குகையில் வாடிக்கையாளர் எவராவது வருவார்கள். டப்பா உடன் மூடப்படும். 'பரவாயில்லைம்மா... நான் வெயிட் பண்றேன்.'

கலா விட மாட்டார். 'இருக்கட்டும். நம்பரைச் சொல்லுங்க சார்...'

மதியம் சிறிது நேரம். ஒரு பழைய டிரான்ஸ்சிஸ்டரில் பாட்டு கேட்டபடியே காலையில் நடந்த வியாபாரக் கணக்கினை

முடிப்பார். மாலை வரும். முகம் கழுவிக்கொள்வார். பக்கத்தில் குடியிருக்கும் மாமி ஒருவர் காப்பிப் போட்டுக் கொடுப்பார். பழையபடி கூட்டம் வரத் தொடங்கும். தொடர்ந்து போன் கால்கள், காசு வாங்குதல், புன்சிரிப்பு, சின்னச் சின்ன விசாரிப்புகள்.... இப்படியே இரவு மணி எட்டரையாகி விடும். இரவு 'டூட்டி' பார்க்க வேண்டிய நபர், சிலசமயம் தாமதமாகவும் வருவார்.

காத்திருக்கும் வாடிக்கையாளர்களுக்கு 'கால்'கள் போட்டுக் கொடுத்தபடி அவர் வந்து விட்டாரா என்று எட்டி எட்டிப் பார்ப்பார். பின்பு ஒன்பதுக்கோ, ஒன்பதே காலுக்கோ பதை பதைப்புடன் கிளம்பி ஓடுவார்.

கலாவுக்கு அப்பொழுது மாதச் சம்பளம் ரூ. 900மோ, என்னவோ! கலா லீவு எடுத்ததேயில்லை. ஒருவரையும் கடிந்து பேசி நான் கேட்டதில்லை. முக்கியமாய் தன் வேலை பற்றி எவரிடமும் அவர் குறை சொல்லியதே இல்லை.

அடுத்து... வாசு என்பவர் பற்றி. வாசுவுக்குத் திருமணமாகி விட்டது. முதலில் பிறந்தது பெண் குழந்தை. பையனை எதிர்பார்த்து பெற்றுக் கொண்டது, மேலும் இரண்டு பெண் குழந்தைகள். வாசுவுக்கு முதலில் வேலை கிடைத்தது ஒரு நிறுவனத்தில். நிரந்தரமில்லாத கடைநிலை ஊழியர் - செக்யூரிட்டி பணி. படிப்பு எட்டாவதுவரை. குற்றம் - வறுமையும் பெற்றோரும். நல்ல உழைப்பாளி. நேர்மையானவர்.

இப்படியே 12 ஆண்டுகள் ஓடிவிட்டன. வயது ஏறிக் கொண்டிருந்தது. பிள்ளைகள் வளர்ந்தார்கள். குடும்பத் தேவைகள் பெருகின. ஆனால், பணி நிலையில் மாற்றம் இல்லை. ஊதியத்திலும் பெரிய உயர்வு இல்லை.

இதோ, அதோ... நிரந்தமாகிவிடலாம் என்று நம்பி நம்பியே, பன்னிரண்டு ஆண்டுகளைக் கழித்துவிட்டார். பின் அதற்கும் முற்றுப் புள்ளி வைத்தார்கள்... வாசுவின் வேலை பறிபோனது. அதிர்ந்தார். கைவசம் குறிப்பான திறனோ, தொழிலோ இல்லை. பல இடங்களுக்கு அலைந்தும் வேலை கிடைக்கவில்லை.

வேண்டியவர் மூலம் என்னை அணுகினார். சென்னைக்கு அருகிலிருக்கும் ஒரு தனியார் நிறுவனத்துக்கு ஆள் தேவைப் படுவது தெரிந்தது. ஒரு 'மேன் பவர் ஏஜென்சி' மூலம் அவரை அங்கு அனுப்பினேன்.

மூன்று நாள் கழித்து, தனக்கு அங்கு ஒரு வேலை கிடைத்து விட்டது என்று சொல்லி, தொலைபேசி மூலம் நன்றி சொன்னார்.

இரண்டு மாதம் சென்றிருக்கும். ஒரு பேருந்து நிறுத்தத்தில் வாசுவைச் சந்தித்தேன். 'என்ன வேலை? என்ன சம்பளம்?' என்றேன். சேர்த்துக் கொண்டதும் 'ஹவுஸ் கீப்பிங்'கில் போட்டார்கள் என்றார். வேலை விவரம் கேட்டேன். 'தரையைப் பெருக்குவது' என்றார் பளிச்சென்று.

எனக்குள் திகைப்பு. பன்னிரண்டு வருட அனுபவம் உள்ளவரைப் போய்... அவரே தொடர்ந்தார். 'நான் அந்த வேலையைச் சூப்பரா செஞ்சேன் சார். அதைப் பார்த்துட்டு அடுத்த வாரமே பேக்கிங் டிபார்ட்மெண்ட்டுக்கு மாத்திட்டாங்க. சம்பளம் ஏத்திட்டாங்க' என்றார் பெருமை பொங்க.

'அட பரவாயில்லையே' என்று நான் சொல்வதற்குள் அவரே தொடர்ந்தார். 'பேக்கிங் வேலையையும் ரொம்ப சரியா செஞ்சேன். பாராட்டிவிட்டு... என்னைப் போன வாரம் அதே இடத்தில் சூப்பர்வைசராக்கிட்டாங்க... சார்' என்றார்.

'எது குடுத்தாலும் செய்வேன் சார்... திரும்ப ஹவுஸ் கீப்பிங் போகச் சொன்னாக்கூட போவேன். இப்ப எனக்குத் தினம் வேலை இருக்குதில்லையா சார்... அதுவே போதும் சார். ரொம்ப தாங்க்ஸ்....'

எது கிடைத்தாலும் குறைபட்டுக்கொள்பவர்களுக்கு மத்தியில் பூத்துக் குலுங்கும் மலர்களைப்போல பல கலாக்களும் வாசுக்களும் எல்லா வட்டங்களிலும் மட்டங்களிலும் இருக்கத்தான் இருக்கிறார்கள்.

செய்யும் வேலையை மனமொப்பி மட்டுமல்ல, ஒரு பிரியத்தோடு, ஆர்வத்தோடு, அக்கறையாகச் செய்கிறவர்கள், ரசித்து அனுபவித்து சந்தோஷமாகச் செய்பவர்கள், பாராட்டுக்குரியவர்கள்.

தாய் குழந்தைக்கு உணவு சமைப்பதில், ஆசிரியர் மாணவனுக்குக் கல்வி கற்பிப்பதில், ராணுவத்தினர் தாய்நாட்டுக்குச் சேவை செய்வதில் காட்டும் ஈடுபாடு, கவனம், பிரதிபலன் எதிர்பாராமை போன்றவற்றை எத்தனையோ கலாக்களும் வாசுக்களும் தாங்கள் செய்யும் சாதாரண வேலைகளில் செய்துகொண்டிருக்கிறார்கள்.

அவர்களை இப்படிச் செய்ய வைப்பது எது? தனக்குப் பிடித்த, தன் மனது லயிக்கும் வேலையைச் செய்ய வாய்ப்புக் கிடைத்தவர்கள் அதிர்ஷ்டசாலிகள். உலகில் அதிர்ஷ்டசாலிகள் குறைவு.

பிடித்த வேலையைச் செய்வது ஒரு வகை, செய்வது எதுவானாலும் அதனை விரும்பி லயித்துச் செய்வது மற்றொரு வகை.

கலாக்களும் வாசுக்களும் இரண்டாம் வகையினர். Passion for work என்பார்கள். முன்பு பார்த்தோமே. அதேதான். செய்வதில் ஆர்வம்... ஆர்வம் என்பதுகூட ஒரு வலுவில்லாத வார்த்தை. செய்வதன் மீது தீராக் காதல்... ஏன் ஒரு வெறி என்றுகூடச் சொல்லலாம்.

இவர்களை அடையாளம் காண்பதும், அங்கீகரிப்பதும், ஆதரிப்பதும் அவசியம்.

14 ஆரம்ப நாள்கள்

நல்ல படிப்பு, நல்ல ஆர்வம், நல்ல புத்திசாலித்தனம் உள்ளவனாகத் தெரிந்ததனால், பத்துப் பேரில் ஒருவனாக சுலபமாக அந்த வேலைக்கு குமார் தேர்வானான்.

அந்த நிறுவனத்தின் வழக்கப்படி, முதல் மூன்று மாதங்கள் பயிற்சிக் காலம். சிறப்பாகவே பயின்றான். பயிற்சி முடிந்தது. அதன் பின் தரக் கட்டுப்பாட்டுத் துறையில் குமார் 'போஸ்டிங்' செய்யப்பட்டான். அந்தத் துறையின் மேலாளர் வெங்கடேசன், குமாரை ஆர்வமாக எடுத்துக்கொண்டார். குமாருக்கு வேலை பிடித்திருந்தது. அது கொஞ்சம் அதிகமான நபர்கள் வேலை செய்யும் துறை.

ஒரு வாரம் போயிருக்கும். வெங்கடேசன், குமாரை அழைத்து, 'என்ன வேலை செய்கிறீர்கள்? வேலை எப்படிப் போகிறது?' என்று விசாரித்தார்.

பல வேலைகளைச் சொன்னான் குமார். கேட்டுக் கொண்ட வெங்கடேசன், 'இனி நீங்கள் தினமும் செய்ததை ஒரு 'ரிப்போர்ட்' போல எனக்கு வாரா வாரம் தாருங்கள்' என்றார்.

இப்படிச் செய்யச் சொல்வதன் மூலம் குமார், தான் கற்றுக்கொள்வதை எழுத வேண்டி வரும். அதனால் வேலையை மேலும் கவனமாகக் கற்றுக்கொள்வான் என்று அவர் நினைத்தார்.

வேலை செய்வது குமாருக்கு சுவாரசியமாக இருந்தது. ஆனால், வேலை முடிந்தபின் அதையே அவனால் உட்கார்ந்து எழுத முடியவில்லை. கொஞ்சம் எழுதினான். அடுத்த நாளும் அப்படியே. துறையில் இருந்த பலரும் அவனுக்கு வேறு வேலைகள் சொல்ல, அவற்றையும் ஆர்வமாகச் செய்தான்.

அவனுடைய மேலாளர் வெங்கடேசனிடமிருந்து மீண்டும் அழைப்பு வந்தது. போனான். 'என்ன குமார், ரிப்போர்ட் எங்கே?' என்றார்.

அவன் தொடர்ந்து எழுதியிருக்கவில்லை. 'வேலைதான் செய்கிறோமே, பின் எதற்குச் செய்ததையெல்லாம் படிக்கிற மாணவன் போல எழுதிக்கொண்டு இருக்க வேண்டும்?' என்று அசட்டையாக இருந்துவிட்டான்.

அதைப்பற்றி அவர் கேட்டதற்கு, 'வேலையினைச் சரியாக முடித்து விட்டேன் சார், ரிப்போர்ட் எழுதத்தான் நேரமில்லை' என்றான்.

வெங்கடேசனுக்கு அது பிடிக்கவில்லை. 'இல்லை குமார், ரிப்போர்ட் எனக்கு முக்கியம். எழுதி வாருங்கள்' என்று சொல்லி விட்டு, பேச்சை அதோடு முடித்துக்கொண்டு விட்டார்.

போனான். கடகடவென்று எழுதினான். கொண்டு வந்தான். கொடுத்தான். படித்துப் பார்த்தார். அதில் சில தவறுகள் இருந்தன. 'ரிப்போர்ட் முழுமையாகவே இல்லையே. ஏன்?' என்று கேட்டார்.

விவரங்கள் சரியாகத்தான் சொன்னான். ஆனாலும், அவர், 'ரிப்போர்ட் சரியில்லை; முழுமையாக இல்லை' என்பதையே மீண்டும் மீண்டும் சொன்னார்.

மறுநாள் காலையில் வந்து பார்க்கச் சொன்னார். வந்தான். வந்தவனைப் பார்த்து, 'ரிப்போர்ட் எங்கே?' என்றார்.

'நேற்றே கொடுத்துவிட்டேனே!' என்றான்.

'அதுதான் சரியில்லை என்றேனே' என்றார்.

அவனுக்கு ஆச்சரியமாக இருந்தது. 'இவருக்கு வேலை நடப்பது முக்கியமா? இல்லை ரிப்போர்ட் எழுதுவது முக்கியமா? இவர் ஏன் இதையே கேட்கிறார்!' அவனால் விளங்கிக்கொள்ள முடியவில்லை.

‘அவன் ஏன் இப்படி நாம் சொல்வதைச் செய்ய மாட்டேன் என்கிறான்?’ என்று அவர் எண்ணம் ஓடியது.

அடுத்து, ‘சரி, நேற்று என்னென்ன வேலை செய்தீர்கள்?’ என்று கேட்டார். அடுத்து அன்றைய தினமும் அடுத்த நாளும், அவன் என்னென்ன வேலைகள் செய்ய வேண்டும் என்றும் குறிப்பிட்டுச் சொன்னார். அவரைக் கேட்காமல் வேறு எதுவும் செய்ய வேண்டாமென்றார்.

அவனுக்குள் பொங்கிற்று. ‘என்ன இது, இவர் என்னை நம்பவில்லையா? நான் என்னென்ன செய்ய வேண்டுமென்று படிப்படியாகச் சொல்லுகிறாரே! இவரிடம் சொல்லிவிட்டுத்தான் ஒவ்வொன்றையும் செய்ய வேண்டுமாமே? ஏன் இப்படி, திடீரென்று!’

இருந்தாலும் அவனால் என்ன செய்யமுடியும்? அவர்தான் மேலதிகாரி.’ அவர் சொன்னதைச் செய்தான்.

மறுநாள் நினைவாகக் கூப்பிட்டு அனுப்பினார். நேற்று என்ன செய்தான் என்று ஒவ்வொன்றாகச் சொல்லச் சொல்லி, கவனமாகக் கேட்டுக் கொண்டார். உள்ளுக்குள் எரிச்சலுடன் பதில் சொன்னான். அவர் கேட்கக் கேட்க, அவனுடைய ஆர்வம் கொஞ்சம் கொஞ்சமாக வடிந்தது. அவர் சொல்லாத ஒன்றைச் செய்ததற்கான காரணத்தினை வெங்கடேசன் அழுத்திக் கேட்டார். அது அவனுக்குப் பெரிய அவமானமாகப் பட்டது.

குமாருக்கு வேலை மீது முன்பிருந்த ஆர்வம் சுத்தமாக வற்றி விட்டது. அவனுக்கு வேலை செய்யவே பிடிக்கவில்லை. என்ன செய்ய? வேலை செய்யத்தானே வந்திருக்கிறான். செய்தான், ஈடுபாடில்லாமல். தான் செய்வதில் குற்றம், குறைகள், கண்டுபிடிக்கப் படுமே என்ற பயத்துடன். அதனால் செய்த அவன் வேலைகளில் மேலும் தவறுகள் நிகழ்ந்தன.

அவனுடைய வேலையில் தவறுகள் அதிகமாவதை வெங்கடேசன் கவனித்தார். தொடர்ந்து கோபித்துக்கொண்டு, மேலும் அவனுடைய வேலையினைச் சரிபார்ப்பதை அதிகப்படுத்தினார். முக்கிய வேலைகள் எதுவுமே அவனிடம் கொடுக்கப்படவில்லை. அவன் நிறுவன மேம்பாடு பற்றி வேறு ஏதும் பேசினாலும் சிரத்தையுடன் கவனிக்க மாட்டார். அவன் செய்ய வேண்டும் வேலை தவிர, எதைப் பற்றியுமே அவனிடம் அவர் பேசுவதில்லை. இவற்றால்

குமார் மிகவும் சோர்வானான். அவன் செயல்பாடு மிகவும் மோசமானது.

இது உண்மையில் நடந்த நிகழ்ச்சிதானா? நிச்சயமாக. நடந்தது மட்டுமல்ல. நடந்து கொண்டேயிருக்கும் நிகழ்ச்சி. ஓரிடத்தில் அல்ல, பல நிறுவனங்களில்! நிறுவனங்களில் மட்டுமில்லை, குடும்பங்கள், கல்விக் கூடங்கள், அரசியல் கட்சிகள் போல பல அமைப்புகளிலும்கூட இதுபோல நடைபெறுகின்றன. குமாரைப் போல மருமகள்கள், வெங்கடேசனைப்போல மாமியார்கள், குமாரைப்போல மாணவர்கள், வெங்கடேசனைப்போல ஆசிரியர்கள்.

தலைவர்கள், தொண்டர்கள். எல்லா இடங்களிலும் நடக்கும் விஷயம்தான் இது. இதனை 'The set up to Fail Syndrome' என்கிறார்கள். 'தோல்வி பெற வைக்கும் குழி' என்று தமிழில் சொல்லலாம்.

'பிக்மேலியன் எபெஃக்ட்' (Pigmalion Effect) பற்றித் தெரிந்திருக் கலாம். 'எதை ஒருவரிடம் எதிர்பார்க்கிறோமோ, அவர் மெல்ல மெல்ல அதுவாகவே ஆகி விடுவார்' என்பதுதான் அந்தத் தாக்கம் (Effect). 'எதிர்பார்ப்புகளை நிறைவு செய்யும் செயல்'. நல்லவன் என்று சொல்லிக்கொண்டே இருந்தால் தீயவன்கூட நல்லவனாக மாறிவிடுவான் என்பது போலத்தான் இதுவும்.

'உன் வேலை சரியில்லை. உனக்கு வேலை செய்யத் தெரிய வில்லை' என்று தொடர்ந்து சொல்லப்பட, ஒருவரின் ஆர்வம் குறைந்து, பின் அவருடைய செயல்பாடும் குறைந்துவிடுகிறது. இது ஆபத்தானது. இவருக்கு மட்டுமல்ல, நிறுவனத்திற்கே.

தன்னிடம் வந்துள்ள புதியவர் ஒருவர், தொடக்கத்தில் தான் சொன்ன வேலையினை, தான் எதிர்பார்த்தபடிச் செய்யாததனால், மேலதிகாரிகள் அவருடைய செயல்திறன், அக்கறை பற்றிச் சந்தேகம் கொள்ளத் தொடங்குகிறார்கள். அதனால், அதன் பின்பு அந்த நபர்கள் செய்யும் வேலையினைக் கூடுதல் கவனமாகப் பார்க்கிறார்கள். அதிலும் தவறு இருந்து விட்டதோ, தங்கள் சந்தேகம் ஊர்ஜிதமாகி, இவன்/இவள் சரியில்லை என்ற தீர்மானத்திற்கே வந்துவிடுகிறார்கள். அதன் பிறகு, அந்த நபரிடம் முக்கிய வேலைகளைக் கொடுப்பதைத் தவிர்த்தும், அவருக்குச் சுதந்திரம் கொடுக்காமலும், 'எதையும் கேட்டுச் செய்' என்று கட்டுப்பாடுகள் விதிக்கவும் செய்கிறார்கள். குமார் விஷயத்தில் அதுதான் நடந்தது. இது தவறு.

இப்படிச் செய்வதால், ஆர்வமும் உந்து சக்தியும் நசிந்து, செயல் பாடு குறைந்துகொண்டே போகும். இதுதான் ‘தோல்வி பெற வைக்கும்’ (Set up to fail syndrome). இதனை மேலதிகாரிகள் புரிந்துகொள்ள வேண்டும்.

புதிதாகப் பணிக்கு வந்தவர்கள், தொடக்கத்தில் மிக மிகக் கவனமாக இருத்தல் முக்கியம். First impression is the best impression என்பது இங்கு மிகவும் பொருந்தும். மேலே உள்ளவர்கள் எப்படிச் செயல் முடிக்கவேண்டும் என்று எதிர்பார்க்கிறார்கள், எதற்கு முக்கியத்துவம் கொடுக்கிறார்கள் என்பதை ஊன்றிக் கவனிக்க வேண்டும். போகப் போகத் தங்களை நிரூபித்துக் கொள்ள நிறைய சந்தர்ப்பங்கள் வரும். இல்லாவிட்டால் ஒன்றிலிருந்து சறுக்கும் ஒன்றாக, அவர்களே அவர்களைத் தோல்வி நிலைக்குக் கொண்டு சென்று விடும் ஆபத்து உள்ளது.

மேலுள்ளவரோ, புதிதாய் வந்தவரோ - ஆரம்ப நாள்கள் முக்கியமானவை. அவை மதிப்பீடுகளைத் தீர்மானிக்கின்றன.

15 கவனத்தில் கவனம்

சென்னை அடையாறு காந்தி நகர். ஒரு நண்பரைப் பார்த்துவிட்டு அவசரம் அவசரமாக ஸ்கூட்டரில் திரும்பிக் கொண்டிருந்தேன். அலுவலகம் போக நேரமாகிறதே என்கிற பதைபதைப்பு என்னிடம் இருந்தது எனக்கே தெரிந்தது. அதிகம் வாகனப் போக்குவரத்து இல்லாத தெரு அது.

அப்பொழுதுதான் கவனித்தேன். இரண்டு மூன்று சிறுவர்கள் அந்தத் தெருவில் பந்தைத் தூக்கிப் போட்டு பிடித்து விளையாடிக் கொண்டிருந்தார்கள். எட்டு வயதிருக்கும். ஒரு சிறுவன் ரப்பர் பந்து ஒன்றை, உயரே தூக்கிப் போட்டுவிட்டு அதைப் பிடிப்பதற்காக, மேலேயே அண்ணாந்து பார்த்தபடி தெருவின் குறுக்கில் அங்கும் இங்குமாக நகர்ந்துகொண்டிருந்தான். நான், அவன் இருக்கும் திசை நோக்கித்தான் வேகமாக ஸ்கூட்டரில் போய்க்கொண்டிருந்தேன். எதிர்பாராத விதமாக ஸ்கூட்டரின் வெகு அருகில் அந்தப் பையன் வரவும், தடுமாறிவிட்டேன். ‘டேய், டேய்’ என்று கத்தியபடி, அவசரமாக ‘பிரேக்’ போட்டு நிறுத்தினேன்.

அதற்குள் ஸ்கூட்டரை மிகவும் நெருங்கிவிட்ட அந்தச் சிறுவனின் உடம்போடு ஒட்டியபடி ஸ்கூட்டர் கிறீச்சிட்டு நின்றது. அடி ஏதும் படவில்லை. ஆனால், சிறுவன் முகத்தில் பயங்கர அதிர்ச்சி. சத்தம் கேட்டு, அவனுடைய தந்தை வீட்டிற்குள் இருந்து ஓடிவந்து விட்டார்.

வந்ததும், 'என்ன சார், பார்த்து வரக்கூடாதா? இடிச்சிருந்தா இந்நேரம் என்ன ஆகியிருக்கும்?' என்று என்னைப் பார்த்துச் சத்தம் போட்டார்.

நானும் உடனே சத்தமாகப் பதில் சொன்னேன். 'நடு ரோட்ல இப்படியா சார் பந்து விளையாடுறது? மேல பார்த்துக்கிட்டே ஓடிவந்து வண்டியில் அவனாத்தான் விழுந்திட்டான். பிள்ளைங் களை நடு ரோட்ல விளையாட விடலாமா சார்?'

'அவன் சின்னப் பையன். நீங்கதான் வண்டியை மெதுவா பார்த்து ஓட்டணும். ரோட்ல இவ்வளவு வேகமாவா வண்டி ஓட்டுறது? பார்த்து வர மாட்டீங்க?' நிமிர்ந்து அவர் முகத்தையே பரிதாபமாகப் பார்த்துக் கொண்டிருந்த தன் மகனை நெஞ்சோடு சேர்த்து அணைத்தபடியே, கோபமாக என்னைப் பார்த்துக் கேட்டார்.

நானும் விடவில்லை. 'ரோடு கார், வண்டி போறதுக்குத்தான். இங்கே ஏன் பசங்களை விளையாட விடுறீங்க?'

பேச்சு வளர்வதைப் பார்த்துக்கொண்டிருந்த வேறு ஒருவர், 'சரி சரி. போங்க. நல்ல வேளையா பையனுக்கு அடியேதும் படவில்லை. இனி பார்த்து ஓட்டுங்க' என்று சொன்னார். வண்டியைக் கிளப்பிக் கொண்டு வந்தேன்.

அலுவலகம் போகும் வழியெல்லாம் மனது நடந்த சம்பவத்தினையே யோசித்தபடி வந்தது. அந்தச் சிறுவன் மீதும் கொஞ்சம் தவறு இருந்தாலும், நான் செய்தது அதைவிடப் பெரிய தவறு என்று தோன்றியது. 'சே! நான் ஏன் இப்படிப் பேசினேன்! 'தெரியாமல் நடந்து விட்டது, தவறுதலாக நடந்துவிட்டது, மன்னித்துக் கொள்ளுங்கள்' என்று என்னால் ஏன் அங்கேயே சொல்லமுடியவில்லை?' என்று ஆச்சரியமாக இருந்தது.

ஒரு சம்பவம் நடக்கும்பொழுது, அதில் நாம், ஒரு குறிப்பிட்ட விதமாக நடந்துகொள்கிறோம். சம்பவம் நடந்து முடிந்த பின்னால், அந்தச் சூடு குறைந்த பிறகு, 'நாம் அப்படி நடந்து கொண்டது சரியில்லை என்று தோன்றுகிறது. இனி இப்படி நடந்து கொள்ளக் கூடாது' என்று முடிவு செய்கிறோம். அடுத்தடுத்த நிகழ்வுகளில், முடிவெடுத்தபடி நடந்து கொள்ள முயற்சிக்கிறோம்.

இதனை, தொழிற்சாலைகளில் பொருள்கள் உற்பத்தி செய்வதுடன் ஒப்பிடலாம் போலிருக்கிறது. தொழிற்சாலைகளில் வாடிக்கையாளர் பயன்படுத்தும் பொருள்களை உற்பத்தி செய்கிறார்கள். உற்பத்தி

முடிந்ததும் அந்தப் பொருள்கள் வாடிக்கையாளரிடம் கொண்டு போகப்படுகின்றன. அவற்றில் சில பொருள்களில் தரம் சரியில்லை. அதனை வாங்கிய வாடிக்கையாளர் அதிருப்தியாகிறார், வருத்தப்படுகிறார்.

சில நிறுவனங்கள் தங்கள் பொருள்களின் குறைபாடுகளை, வாடிக்கையாளர்களிடம் இருந்து கருத்துக் கணிப்பின் மூலம் முனைந்து தெரிந்துகொண்டு, அவற்றை அடுத்தடுத்த உற்பத்திகளில் மாற்ற, மேம்படுத்த முயற்சிகள் எடுக்கின்றன. வேறு சில நிறுவனங்கள் இருக்கின்றன. அவை அப்படிப்பட்ட தரமில்லாத எந்தப் பொருள் களையும் மற்றவற்றுடன் கலந்து, வெளியே வாடிக்கையாளரிடம் போக விடுவதில்லை. தொழிற்சாலைக் குள்ளாகவே தரக் கட்டுப்பாட்டுத் துறை என்று ஒரு துறையை அமைத்து, தரமற்ற பொருள்களை வெளியே அனுப்பும் முன்னரே பிரித்து எடுத்து விடுகின்றன.

இதனால் தரமில்லாத பொருள்கள் வாடிக்கையாளரைப் போய் அடைவதில்லை. ஆனாலும் அவையும் உற்பத்தி ஆகிவிடுகின்றன. உற்பத்தி முடிந்த பிறகு, வேறு ஒருவரால், பிரித்து எடுக்கப் படுகின்றன. வித்தியாசம் இவ்வளவுதான். இதையும் சரி செய்ய முடியுமே!

யோசிக்காமல் விடுவார்களா? அடுத்த கட்ட முன்னேற்றமாக, உற்பத்தி செய்யும் பொழுதே, 'குவாலிட்டி கண்ட்ரோல்' இன்ஸ்பெக்டர்கள் உற்பத்திச் சாலையிலேயே, கண்காணித்துத் தரம் குறைந்தனவற்றை, உற்பத்தி நிலையிலேயே பிரித்து எடுத்து விடுகிறார்கள்.

இந்தத் தரமான பொருள் உற்பத்தியில், இன்னும் ஒரு படி மேலே சென்றிருக்கும் நிறுவனங்களும் உண்டு. தயாரிக்கும்பொழுது, தரமற்ற பொருள்களைக் கண்டுபிடிப்பதுகூட வீண். தரமற்ற வற்றைத் தயாரிக்கவே கூடாது என்பது அவர்களின் முடிவு. அதிசயம்தான், இதுவும் சிலருக்குச் சாத்தியமாகியிருக்கிறது.

'பிராசஸ் கேபபிளிட்டி' என்கிறார்கள். 'சிக்ஸ் சிக்மா' (Six Sigma) என்கிறார்கள்.

சரி, இவையெல்லாம் உற்பத்திக்கு மட்டும்தானா? நம் செயல் பாடுகளை, உற்பத்தி செய்யப்படும் பொருள்களுக்குச் சமமாகப் பாவித்தால், சுற்றியிருக்கும் மற்றவர்கள்தான் வாடிக்கையாளர்கள் இல்லையா? நம் செயல்பாடுகள் அத்தனையிலும் ஒரே அளவு

தரமில்லையே! நான் அந்தப் பையனின் அப்பாவிடம் பேசியது போல சில தரமற்றவையாக இருக்கின்றனவே!

நான் தவறை ஒப்புக்கொள்ளாமல், பதில் பேசியது நடந்தே விட்டது. அதாவது வாடிக்கையாளரை அடைந்துவிட்டது. பொருள் வாடிக்கையாளரை அடைந்த பிறகுகூட, அதுபற்றி கவனமோ அக்கறையோ இல்லாமல் பலர் இருக்கிறார்கள்.

நான் அதைப் பற்றிப் பின்னால் யோசித்தேன். இப்படித் தெரிந்து உணர்ந்து கொள்வதுகூட முன்னேற்றம்தான். ஆனால், அதைக் காட்டிலும் உயர்வாகச் செய்ய முடியும். அதாவது அதற்கும் அடுத்த அடுத்த கட்டங்கள் உண்டு. தயாரிக்கப்படும் பொழுதே கவனிக்கும் 'குவாலிட்டிக் கண்ட்ரோல் இன்ஸ்பெக்டர்'களுக்கு நாம் எங்கே போவது? ஏன், நம் உடனிருப்பவர்கள் 'ஃபீட் பேக்' (Feedback) போல, நாம் நடந்துகொள்ளும் விதம் பற்றிச் சொல்ல முடியுமே! நாம் காது கொடுத்து, திறந்த மனத்துடன் கேட்டுக் கொண்டால் அந்தத் 'திருத்திக் கொள்ள வேண்டியவை பற்றிய உணர்தல்' சாத்தியமாகிவிடும்.

அடுத்தவர்களை இதற்கு எதிர்பார்ப்பானேன்? நாமே நம்மைத் தனித்து தள்ளி நின்று கவனிக்கலாம்! சிலர் அற்புதமாகச் செய்கிறார்கள். வள்ளியப்பனே, வள்ளியப்பனை கவனிப்பது.

சாத்தியம்தான். வண்டியை நிறுத்தியாகிவிட்டது. அவர் பேசுகிறார். குற்றம் சொல்லுகிறார். நான் பதில் சொல்ல வேண்டும். அதற்கு முன் நான் கொஞ்சம் கூடுதலாகக் கவனப்படுத்திக்கொள்ள வேண்டும். 'என்ன செய்கிறேன்? என்ன சூழ்நிலை? யாரிடம் பேசுகிறேன்?'

இப்படித் தீவிரமாக ஒரு வாக்குவாதத்தில் ஈடுபட்டிருக்கும் பொழுதோ, ஏதோ ஒரு செயலில் முழு மூச்சாய் இறங்கியிருக்கும் பொழுதோ, திடீரென அதில் இருந்து நாம் விலகி நின்று, நாம் 'என்ன பேசிக் கொண்டிருக்கிறோம்?' அல்லது 'என்ன செய்து கொண்டிருக்கிறோம்' என்று நாமே நம்மைப் பார்ப்பது.

பார்க்க முடியும். கவனத்தில் கவனம். சுய கண்காணிப்பு, 'செல்ப் இன்ஸ்பெக்ஷன்'. காய்களுக்கும் கனிகளுக்கும் வித்தியாசம் தெரிந்து விடும். பிரிக்கவும் முடியும். அதனால் அவற்றில் இருந்து விலக அல்லது கசப்பானவற்றை விலக்க முடியும்.

முதல் கட்டம் கவனித்தல் - தன்னையே கவனிக்கப் பழக வேண்டும். நாமே நம் நடவடிக்கைகளை அவை நடக்கும் பொழுதே கவனிக்க முடிந்துவிட்டால், ஆஹா! எவ்வளவு நன்றாக இருக்கும்!

உற்பத்தியில் மிக அதிகபட்ச நிலையான, தயாரிக்கும்பொழுதே தரமுள்ளதாகத் தயாரிப்பதுபோல, செய்யும் செயல்கள் எல்லாம், பேசும் விஷயங்கள் எல்லாம், நல்லதாகவும் சிறப்பானதாகவும் ஆக முடிந்து விடும்.

சிலரைப் பார்த்திருக்கிறோம். நாம் சத்தமாக, கோபமாகப் பேசுவோம். அவர்கள் முகத்தில் முறுவல் மாறவே மாறாது. நாம் பேசி முடிக்கும் வரை பொறுமை காத்துவிட்டு, அமைதியாகப் பதில் சொல்லுவார்கள்.

என்ன நடந்தது என்பதை நடந்து முடிந்தபின் உணர்வது ஒரு நிலை. அதனினும் உயர்ந்த நிலை, நடப்பதை நடக்கும் பொழுதே உணர்ந்து நல்லவிதமாக, வேண்டும் விதமாகச் செய்வது. அதுதான் உன்னதமோ!

16 சின்னச் செயல் – பெரிய விளைவுகள்

2006ஆம் ஆண்டு நான்காண்டுகளுக்கு ஒரு முறை நடக்கும் உலகக் கோப்பை கால் பந்தாட்டப் போட்டி. கால் இறுதி, அரை இறுதி எனத் தொடர்ந்து சிறப்பாக விளையாடி, படிப்படியாக முன்னேறி பிரான்ஸ் அணியும் இத்தாலி அணியும் இறுதிப் போட்டிக்கு வந்துவிட்டன.

வெற்றிக் கனியை எந்த அணி பறிக்கும்? கோடிக்கணக் கான ரசிகர்கள் ஆவலுடன் பார்த்துக்கொண்டிருந்தார் கள். இறுதிப் போட்டியல்லவா! உக்கிரமாகவே நடந்தது. முழு நேரம் ஆட்டம் ஆடியும் கூட, முடிவு வராததால் கூடுதல் நேரம் (எக்ஸ்ட்ரா டைம்) கொடுக்கப் பட்ட பொழுது, இரண்டு அணிகளும் தலா ஒரு கோல் போட்டிருந்தன. நிலை சமன்.

இன்னும் கடைசி 15 நிமிடங்கள்தான். எந்த நிமிடம், என்ன நடக்குமோ என்று 'திக் திக்' என்று அடித்துக் கொள்ளும் மனதுடன் பார்த்துக் கொண்டிருந்தவர்கள் உட்கார்ந்திருந்த நேரம். அந்த சமயம் நடந்த ஒரு நிகழ்வுதான் இத்தாலிக்கு வெற்றி பெற்றுத் தந்தது. அது என்ன நிகழ்வு எனப் பலருக்கும் தெரியும். சரித்திரத்தில் இடம் பிடித்துவிட்ட அந்த நிகழ்வுக்கு வருவதற்கு முன், ஆட்டம் முடிந்ததைப் பற்றிப் பார்த்து விடலாம்.

இத்தாலி தனக்குக் கிடைத்த ஐந்து 'பெனால்ட்டி ஷூட்' வாய்ப்புகளில் ஒன்றைக்கூடத் தவறவிடாமல், சரியாக

அடித்து, ஐந்து கோல்கள் போட்டது. ஆனால், பிரான்ஸ் அணி வீரர்களால், மூன்று கோல்கள்தான் போட முடிந்தது. அவர்களால் ஐந்து வாய்ப்புகளையும் சரியாகப் பயன்படுத்திக்கொள்ள முடியாமல் போனதற்குக் காரணம், அவர்கள் அணியில், 'பெனால்ட்டி ஷூட்'டின் பொழுது, அணித் தலைவர் ஜிடேன் இல்லை.

கடைசி ஐந்து நிமிடம் இருக்கும்பொழுது, அவர் ஆட்டக் களத்தில் இருந்து, சிவப்பு அட்டை காட்டப்பட்டு வெளியேற்றப் பட்டிருந்தார். அப்படி அவர் வெளியேற்றப்பட்டதும், பிரான்ஸ் அணி சோர்ந்து போய், மீதமிருந்த ஐந்து நிமிட 'எக்ஸ்ட்ரா டைம்'இல் சிறப்பாக விளையாடவில்லை. அதைவிட முக்கிய மாக 'பெனால்டி ஷூட்'டில் ஐந்துக்கு ஐந்து என்று இத்தாலி போல, பிரான்ஸினால் கோல் போட முடியவில்லை. முடிவு? பிரான்ஸ் தோற்றுப் போய்விட்டது.

ஆமாம். பிரான்ஸ் நாட்டின் அணித் தலைவர் ஜிடேன் ஏன் வெளியேற்றப்பட்டார்? எதிர் அணி இத்தாலி வீரர் மார்போ மெட்டராஸி என்பவரின் மார்பில் தன் தலையால் வேகமாக முட்டி, அவரைக் கீழே சாய்த்துவிட்டார், ஜிடேன். அதன் காரணமாக நடுவரால் வெளியேற்றப்பட்டார்.

கால் பந்தே ஒரு தள்ளு முள்ளு விளையாட்டு. ஒரு வீரரை மற்றொரு வீரர் தள்ளுவது, தடுமாறி விழ வைப்பது என்பதெல்லாம் அந்த விளையாட்டில் சர்வ சாதாரணம். ஆனால், அந்த இறுதிப் போட்டியில் நடந்தது அதையெல்லாம் விட மிக அதிகம். நேரிடையான தாக்குதல், முட்டல். ஜிடேன் ஓர் நட்சத்திர வீரர். அணித் தலைவரும்கூட. அவரா இப்படிச் செய்தார்? ஏன் இப்படிச் செய்தார்?

ஏதோ நடந்திருக்கிறது. 'மெட்டராஸி அவமானப்படுத்தும் விதமாகப் பேசினார். அதனால்தான் இப்படி நடந்துகொண்டேன்' என்று போட்டி முடிந்த பிறகு ஜிடேன் சொன்னார். உண்மைதான். மெட்டராஸி அப்படிப் பேசியிருக்கக்கூடாது. அவமானப்படுத்தும், கேவலப்படுத்தும் வார்த்தைகள், தவறுதான். அப்படியெல்லாம் பேசினால் கோபம் வரத்தான் செய்யும்.

சரி, நடந்த நிகழ்ச்சியை ஆராயலாம். 'செயல்பாடுகளும் விளைவுகளும்' என்ற சாளரம் மூலம் நடந்ததைப் பார்க்கலாம். ஒரு சாதாரண செயல் எப்படி அது நிகழும் இடம், சமயம், நிகழ்த்தும் நபர் காரணமாக அசாதாரணமான விளைவுகளை ஏற்படுத்துகிறது? நிகழ்ந்தது? ஒரு முட்டல்.

முட்டியது? ஒரு விளையாட்டு வீரர்.

அவர் யார்? ஓர் அணியின் தலைவர்.

முட்டல் நிகழ்ந்தது எப்போது? இறுதிப் பந்தயத்தில்.

அது என்ன பந்தயம்? உலகக் கோப்பை கால் பந்தாட்ட இறுதிப் போட்டி.

விளைவு? தோல்வி.

தோற்றது? அவர், அவருடைய அணி, அவருடைய தேசமே!

பறி போனது? உலகக் கோப்பை. அடுத்த முறை முயன்று ஜெயிக்கலாம்தான். ஆனால், 2006 திரும்ப வருமா?

எல்லாவற்றுக்கும் காரணம் அந்த முட்டல். அப்படி ஓர் அவமானப்படுத்தும் சொல்லைக் கேட்டதும், இவ்வளவு விளைவு களை ஏற்படுத்திய அந்த ஒரு செயலைச் செய்யாமல், ஜிடேன் வேறு என்னவெல்லாம் செய்திருக்கலாம்?

'போடா போ' என்று உதறிவிட்டுப் போயிருக்கலாம். அல்லது பதிலுக்குத் திட்டியிருக்கலாம். அல்லது 'வெளியில் வா. பார்த்துக் கொள்கிறேன்' என்று கருவியிருக்கலாம். பின்னால் வெளியில் வந்து, உரியவர்களிடம் புகார் கொடுத்து அல்லது வேறு விதமாக அதை நேர் செய்யப் பார்த்திருக்கலாம்.

ஆனால், அவர் செய்ததோ, அங்கேயே மைதானத்திலேயே ஒரு தாக்குதல். பின்னால் அதற்காக அவர், மனம் வருந்தியிருக்கிறார். தன் ரசிகர்களிடமும், சிறுவர்-சிறுமியரிடமும் பகிரங்கமாக மன்னிப்புக் கேட்டிருக்கிறார்.

அப்படி என்னதான் அவருக்கு நிகழ்ந்தது? அவர் ஏன் தன்னிலை இழந்தார்? அதனால்தான், 'என்ன செய்கிறோம்?', 'எங்கே செய்கிறோம்?', 'அதனால் வரும் விளைவுகள், பாதிப்புகள் என்ன?' என்பதையெல்லாம் ஒரு கணம் மறந்தவராக எதையோ செய்து விட்டார். முன்பு மைக் டைசன், குத்துச் சண்டைப் போட்டியில், எதிர் போட்டியாளரான ஹோலி பீல்டின் காதினைக் கடித்து, தண்டனை பெற்றாரே அதேபோல்!

இதனை 'எமோஷனல் இன்டலிஜென்ஸ்' (Emotional Intelligence) - இல் 'எமோஷனல் ஹைஜாக்' என்கிறார்கள். இது போன்ற சமயங்களில் அறிவின் பிடியில் இருந்து உணர்வுகள் நம்மைக் கடத்திக்கொண்டு போய்விடும். நடப்பது எதுவுமே அறிவுக்குத்

தெரியாது. உணர்வின் முழு ஆட்டம். அறிவின் பிரக்ஞை, அனுமதி இன்றியே எல்லாம் நடந்து முடிந்துவிடும், கண்ணிமைக்கும் நேரத்தில்.

இது போல எவ்வளவு சம்பவங்கள்!

ஜிடேன் முட்டினார். டைசன் கடித்தார். பிரவீன் மகாஜன் தன் சொந்த அண்ணனையே சுட்டுக் கொன்றார். இவர்கள் மட்டுமா? எல்லா இடங்களிலும் இப்படி நடக்கிறது. பிள்ளைகளையே சுவரில் அடித்துக் கொல்லுபவர்கள், மேலதிகாரிகளிடம், சக ஊழியர்களிடம் வன்முறை காட்டுபவர்கள் என்று எல்லாத் தரப்புகளிலும் இப்படிப்பட்ட உணர்ச்சி வேகச் செயல்கள் உண்டு.

உணர்ச்சி மேலீட்டால் இடம், பொருள், ஏவல் தெரியாமல் கத்துவது, தூக்கி எறிவது, அடிப்பது, உடைப்பது - இன்னும் என்ன என்னவோ செய்வது. உறவு, நட்பு, பணம், வாய்ப்பு, வியாபாரம், வாழ்க்கை, சுதந்திரம், புகழ் என்பதுபோன்ற எத்தனையோ இழக்கக் கூடாதனவற்றையெல்லாம் நொடி நேரத்தில் இழப்பது. அதன்பின், சில வினாடிகளிலேயே சுயநினைவு வந்து, நடந்ததை எண்ணி, வாழ்நாள் எல்லாம் வருந்துவது. பலன்? பூஜ்யம்தானே!

ஜிடேன் திறமைசாலியா? நிச்சயமாக. ஆனால், அவரை வெற்றியாளர் என்று சொல்ல முடியுமா? இந்த நிகழ்ச்சிக்குப் பின் அப்படிச் செய்வது சிரமம். காரணம், அவர் தனது உணர்வுகளைச் சரியாகக் கையாளவில்லை. கோட்டை விட்டுவிட்டார். இவர் மட்டுமில்லை. இன்னும் எத்தனையோ புத்திசாலிகள், அறிவு ஜீவிகள், திறமைசாலிகள் இருக்கிறார்கள். ஆனால், அவர்களுக்கு எதிரி, அவர்களுடைய கட்டுப்படுத்த முடியாத உணர்ச்சிப் பீறிடல்தான்.

ஐ.கியூ. (IQ) எனப்படும் அறிவு ஜீவித்தனம் மட்டுமே வாழ்க்கையில் வெற்றி பெறுவதற்குப் போதாது என்கின்றன ஆராய்ச்சிகள். கூடவே ஒருவர் தன் உணர்வுகளை நிர்வகிப்பதிலும் (Self Regulation), பிறருடைய உணர்வுகளைப் புரிந்து நடப்பதிலும் (Managing Emotions) புத்திசாலியாக இருக்க வேண்டும்.

எல்லோருக்கும் உணர்வுகள் உண்டு. முக்கியமாக பயம், அவமானம், பொறாமை, உதாசீனப்படுத்தப்படுகிறோம் என்கிற எண்ணம், ஏமாற்றம் போன்றவைதான். இப்படிப்பட்ட உணர்ச்சிப் பீறிடல்கள்தான் திடீர் அதிரடிச் செயல்களுக்குக் காரணம் என்கிறார்கள்.

செய்ய வேண்டும் என்ற திட்டமெல்லாம் கிடையாது. சடாரென, எதிர்பாராமல் ஒரு செயல் நடந்து, முடிந்தே விடுவது. அந்த, ஒரு வினாடிக்கும் குறைவான நேரத்தில் சட்டென நடந்துவிடுவது, கண்மண் தெரியாமல் கோபம் உச்சிக்கு ஏறுவது என்பார்களே, அப்படி.

இப்படித் தனக்கு வரக்கூடிய உணர்வுகள் பற்றி அறிந்திருப்பதும், அப்படிப்பட்ட உணர்வுகளைத் தன்னிடம் தூண்டும் நபர்கள், உரையாடல்கள், சம்பவங்கள் எவை என்பது பற்றித் தெரிந்து வைத்திருப்பதும், அதன்பின் அப்படி நடைபெறும்பொழு தெல்லாம், அந்த உணர்வில் இருந்து வலுக்கட்டாயமாக முயன்று வெளியே வர பயிலுவதும், தான் தன் உணர்வுகளைத் திறம்பட நிர்வகிப்பதாகும் (Self Regulatons).

எண்ணங்களே செயல்களாகின்றன. எந்தத் தாவரத்தின் விதை பூமியில் விழுகிறதோ, அந்தத் தாவரம் முளைத்து மரமாகிறது. மனத்தில் விழும் எண்ணங்களும் அப்படியே! முளைத்து வளர்கின்றன. பிரச்னை தரும் எண்ணங்களை ஆரம்பத்திலேயே இனம் கண்டு வெளியேற்ற வேண்டும். அப்படித் தொடர்ந்து செய்ய, நம்மையறியாமல் பீறிடும் உணர்வுகளைக் கட்டுப்படுத்த முடியும். செய்ய வேண்டும்.

17 விளையாட்டல்ல, பாடம்!

‘கிரிக்கெட்’ பந்தயங்களால் தேசத்திற்கு எந்த நன்மையும் இல்லை. அது ஒரு பொழுதுபோக்கு. அவ்வளவுதான். ஏகப்பட்ட நபர்களின், அதிலும் குறிப்பாக இளைஞர் களின் நேரத்தை அபகரிக்கும் ஒரு விளையாட்டு அது என்றெல்லாம் குறை சொல்வார்கள். அதில் உண்மை இல்லாமல் இல்லை. அது ஒரு பக்கம் இருக்கட்டும்.

இப்படிப்பட்ட விளையாட்டுப் போட்டிகளை வெறும் விளையாட்டாகப் பார்க்காமல், கொஞ்சம் ஊடுருவிப் பார்க்கும்போது அதில் வாழ்க்கைக்கான பல பாடங்களும் இருப்பது தெரிய வரும்.

12 மார்ச் 2006 அன்று ஆஸ்திரேலியாவுக்கும் தென்னாப் பிரிக்காவுக்கும் இடையேயான ஒரு நாள் கிரிக்கெட் போன்று ஒன்று நடைபெற்றது. ஆஸ்திரேலிய அணியினர் முதலில் விளையாடி 434 ரன்கள் எடுத்தனர். அடுத்த ஆடிய தென்னாப்பிரிக்க அணியினர் அதைவிடக் கூடுதலாக 4 ரன்கள் எடுத்து வெற்றி பெற்ற பந்தயம் அது. அந்தப் பந்தயம் சொல்லும் செய்திகள் பல. அவற்றைத்தான் பார்க்கப் போகிறோம்.

தற்போது நடைமுறையில் இருக்கும் 50 ஓவர்கள் பந்தயத்தில் அணிகள், சாதாரணமாக 280, 289 ரன்கள் எடுப்பார்கள். எந்த அணியாவது 300 ஓட்டங்கள் எடுத்து விட்டால் அது எதிரணிக்கு மிகப் பெரிய சவாலான

இலக்காகி விடும். அதன் பிறகு இரண்டாவதாக ஆடும் அணி, அவ்வளவு பெரிய ஓட்டங்களை எடுக்க நிச்சயம் திணறிப் போகும்.

நிலைமை இப்படி இருக்கையில்தான், சுமார் 10 ஆண்டுகளுக்கு முன் ஒரு பந்தயத்தில், இலங்கை அணி 50 ஓவர்களில் 398 ரன்கள் எடுத்தது. அப்போது மிக அதிசயமாகப் பார்க்கப்பட்டது. அத்திப் பூத்தது போல ஒரே ஒரு முறைதான் அப்படி நடந்தது. அதன் பிறகு எந்த அணியும் அந்த எண்ணிக்கையின் அருகில்கூட நெருங்க முடியவில்லை. அந்த அளவில்தான் வெகு காலமாக அணிகள் எடுக்கக்கூடிய ஓட்டங்கள் இருந்து வந்திருக்கின்றன.

இந்த நிலையில்தான் நாம் பார்த்துக்கொண்டிருக்கும் பந்தயத்தில் ஆஸ்திரேலியா அணி முதலில் ஆடி எடுத்த 434 ஓட்டங்கள் என்பது பலரையும் பெரும் வியப்பில் ஆழ்த்தியது. ஏற்கெனவே இலங்கை அணி நிகழ்த்தியிருந்த பெரிய சாதனையைவிட ஒன்றிரண்டு அல்ல, 36 ரன்கள் கூடுதல். அதுவும் வலிமை மிக்க அணியான தென்னாப்பிரிக்காவுக்கு எதிராக!

இதுதான் இன்றைய நிலை. கிரிக்கெட்டில் மட்டுமல்ல. எல்லாவற்றிலும் இன்றைக்கு எதையும் மிக வேகமாக, சிறப்பாக, உன்னதமாகச் செய்கிறார்கள். பிள்ளைகள் வாங்கும் மதிப்பெண்கள் எப்படியிருக்கின்றன? எவ்வளவு மாணவர்கள் 90ம் 95ம் வாங்குகிறார்கள்! ‘சென்டம்’ எனப்படும் நூற்றுக்கு நூறு என்பது எவ்வளவு சாதாரணமாகி விட்டது! அதுவும் எந்தப் பாடத்தில் வேண்டுமானாலும், மொழிப் பாடங்களில்கூட வாங்கி விடுகிறார்களே!

ஊதியங்கள் கூட அப்படித்தானே இருக்கின்றன. பதினைந்து இருபது ஆண்டுகள் பணி செய்த தந்தை வாங்குவதைவிடக் கூடுதலாக, சேரும் முதல் வேலையிலேயே சில பிள்ளைகள் பெறுகிறார்களா, இல்லையா?

இப்படி எதிலும் துடிப்பாக இருக்கும் இன்றைய இளைஞர்களின் மனோபாவம் மற்றும் செயல் திறனுக்கு ஒரு சோறு பதம் போலத்தான் இருக்கிறது, இந்த முன்னெப்போதும் இல்லாத சாதனை இலக்கு.

இது ஆஸ்திரேலியா அணியினர் முற்பகல் செய்தது.

அடுத்து விளையாடிய தென்னாப்பிரிக்க அணியினர் இன்னும் சிறப்பானவர்கள். இரண்டாவதாக ஆடுபவர்களுக்கு என்று சில

சாதக, பாதகங்கள் எப்பொழுதுமே உண்டு அல்லவா? வெற்றி இலக்கு என்ன என்பது இரண்டாவதாக விளையாடுபவர்களுக்குத் தெரியும். அது சாதகம். வெற்றி இலக்கே பெரியதாக அமைந்து விட்டால் அது மிரட்டும், பயமுறுத்தும். அதனால் இயல்பாக விளையாடுகிற அளவு கூட விளையாட முடியாமல் போகலாம். அது பாதகம். தென்னாப்பிரிக்க அணிக்கு இரண்டுமே இருந்தது. ஆனால், அவர்கள் மிரண்டதாகத் தெரியவில்லை. நிலைமை கடுமையாகக் கடுமையாக வலுவானவர்கள் மட்டுமே சிறப்பாகச் செயலாற்ற முடியும் என்ற ஒரு கூற்று உண்டு (When the going gets tough, the tough gets going). தென்னாப்பிரிக்க அணியினர், தங்கள் முன் எப்போதும் இல்லாத இலக்கு கண்டு அஞ்சவில்லை. களம் இறங்கினார்கள், செய்து முடித்தார்கள். திட்டமிட்ட வெற்றி, அடைய முடியும் என்று செய்து காட்டினார்கள்.

அடேயப்பா! இவ்வளவு செய்ய வேண்டுமே என்று மட்டையைக் கண்டபடி சுழற்றி பல விக்கெட்டுகள் இழந்து, பாதி வழியில் உட்கார்ந்துவிடவில்லை. கண்மூடித்தனமான ஆட்டம் அல்ல; திட்டமிட்ட தாக்குதல். குறிப்பாக கிப்ஸும் ஸ்மித்தும் அற்புதமாக ஆடினார்கள்.

விக்கெட் இழக்காத அளவு கவனம். அதே சமயம் வேண்டிய மட்டும் ஓட்டங்கள் எடுக்கும் ஆட்டம். உறுதியாக முன்னேறினார் கள். தொடர்ந்து ஓட்டங்கள் குவித்தார்கள். ஆயிற்று 49 ஓவர்களும் நான்கு பந்துகளும் வீசியாகிவிட்டது. இதோ... வெற்றி கைக்கெட்டும் தூரத்தில்தான் என்கிற நிலைமை. மேலும் வேண்டியது ஒரே ஒரு ஓட்டம்தான். ஆனால், இருந்ததோ மீதம் இரண்டே பந்துகள். அதே போல் கையில் மீதமிருந்த விக்கெட்டும் ஒன்றுதான்.

வீசப்படும் பந்தில் எதுவும் நடக்கலாம். பந்து வீசப்பட்டது. பார்ப்பவர்களுக்கெல்லாம் பதற்றம். ஆனால், விளையாடிக் கொண்டிருந்த மார்க் பௌச்சருக்கு - பயமோ, பதற்றமோ கொஞ்சமும் இல்லை. எதிர்கொண்ட பந்தை ஓங்கி, சரியாக அடித்து, எல்லைக் கோட்டுக்குத் தள்ளினர். அட! அது ஒரு பவுண்டரி. நான்கு ரன்கள்! எப்படி இருக்கிறது, அவர் செய்தது? கற்றுக் கொள்ள வேண்டிய மன தைரியமும், மனோநிலையும் அல்லவா?!

அது பவுண்டரிக்குப் போகிறது என்பது தெரிந்ததும் தரையில் இருந்து நான்கடி உயரத்துக்குத் தூக்கிப் பிடித்த மட்டையுடன் ஓர் குதி குதித்துத் தன் மகிழ்ச்சியை வெளிப்படுத்தினாரே பார்க்க

வேண்டும்! அதுவரை கட்டுப்பாடாய், ஒருமுகப்பட்டிருந்த ஆற்றல், நினைத்த செயல் முடிந்த பிறகு மட்டுமே பீறிட்ட ஆனந்தம், உலக சாதனை நிகழ்த்திய பெருமிதம்.

எதையும் சாதிக்க முடியும். வெல்ல முடியாததே இல்லை. கடுமையானது, சவாலானது, பிரச்னையானது என்றெல்லாம் எதுவுமே கிடையாது. எல்லாம் மாயை. சவால்கள்தான் ஒருவரிடம் உள்ள முழுத் திறமையையும் வெளிக்கொணரும். முதலில் விளையாடிய ஆஸ்திரேலியா 434 அடித்ததால்தான் தென்னாப்பிரிக்காவால் இப்படி ஒரு சாதனை செய்ய முடிந்தது. அந்த ஸ்கோரை மிஞ்சி வெல்வதற்காக, அதைவிடக் கூடுதலாக அடிக்க முயன்று, வெற்றி பெற்றார்கள்.

ஆக, இனி உலக சாதனை என்பது 438 ஓட்டங்கள். அதைச் செய்திருப்பது தென்னாப்பிரிக்கா. அதற்குக் காரணம் யார்? மிகச் சிறப்பாக விளையாடிய எதிரணி ஆஸ்திரேலியாதானே! ஆக நல்ல போட்டியாளர்கள் வரவேற்கப்பட வேண்டியவர்கள்தான்!

இந்தப் போட்டியில் இன்னும் சில செய்திகளும் உள்ளன. முதலில் ஆடிய ஆஸ்திரேலியா 434 ஓட்டங்கள் எடுத்தும்கூட அவர்களால் இனி நாம்தான் என்று சாய்ந்து உட்கார முடியவில்லை. தங்கள் ஆட்டம் முடிந்ததும், உணவு இடைவேளைக்குப் போகும் பொழுது ஆஸ்திரேலியா அணிகள் அப்படி நினைத்திருக்கலாம். அந்தக் கனவு சிம்மாசனம் அவர்கள் வசமிருந்ததெல்லாம், எவ்வளவு நேரம்? மிஞ்சி மிஞ்சிப் போனால் சில மணி நேரங்கள் தான். அதற்குள் அவர்களை நகர்த்திவிட்டு தென்னாப்பிரிக்கா வந்து, 'இனி நான்தான்' என்று உட்கார்ந்துகொண்டு விட்டதே!

இந்தப் போட்டியில் மட்டுமா? மற்ற இடங்களிலும் இதுதானே இன்றைய நிலைமை. எவராலும் 'நான்தான்' என்று உரத்துச் சொல்ல முடியவில்லையே. அதற்குள் 'இதோ நானும்தான்' அல்லது 'உங்களைவிட நான்' எனப் போட்டியாளர்கள் வந்து கொண்டேயிருக்கிறார்களே!

பல உலக சாதனைகள் தொடர்ந்து மற்றவர்களால் முறியடிக்கப் பட்டு வருகின்றன. நிலைமை இப்படியிருக்க, 'என் வீட்டில்...', 'என் தெருவில்', 'என் வகுப்பில்', 'எங்களூரில்', 'நான்தான் தெரியுமா?' என்கிற பெருமைகள் எம்மாத்திரம்?

எல்லா இடங்களிலும் போட்டி என்பது இருக்கும்தான். போட்டியாளர்களை எங்கேயும் தவிர்க்கவே முடியாது.

போட்டி வேறு, பொறாமை வேறு. பந்தயத்தைத் தாண்டி, சக மனிதர்களுக்கு மரியாதை கொடுப்பது, திறமையை மதிப்பது போன்றவையும் அவசியம் என்கிற வாழ்க்கைப் பாடத்தையும் இந்தப் போட்டி நடந்து முடிந்த விதத்தில் இருந்து தெரிந்து கொள்ளலாம்.

கிரிக்கெட்டை 'ஜென்டில்மேன் விளையாட்டு' என்பார்கள். இந்தப் போட்டியிலும் அதைப் பார்க்க முடிந்தது. இரு அணியினருமே அற்புதமாக விளையாடி நானூறுக்கும் அதிகமான ரன்களைக் குவித்தனர். இரண்டு அணிகளிலுமே ஒவ்வொருவர் சதமடித்தனர். தென்னாப்பிரிக்காவின் ஹர்சல் கிப்ஸ் (175 ஓட்டங்கள்) மற்றும் ஆஸ்திரேலியாவின் ரிக்கி பாண்டிங் (164 ஓட்டங்கள்). இவர்களில் யாருக்கு ஆட்ட நாயகன் விருது கொடுப்பது? தேர்வாளர்கள் திணறிப் போய், இருவருக்குமாக சேர்ந்து அந்த விருதைக் கொடுத்தார்கள்.

இரண்டும் எதிர் எதிர் அணிகள். போட்டி போட்டுக்கொண்டு விளையாடினார்கள். கடைசிவரை யார் வெற்றி பெறுவது என்பதில் கடும் போட்டி இருந்தது. இவையெல்லாம் இருந்தும், ஓர் அணியினர் மீது மற்றவருக்கு மரியாதை, பிரியம், பொறாமை யில்லாத பிரமிப்பு முதலியவை நிறையவே காணப்பட்டன.

'கூட்டு ஆட்ட நாயகன்' விருது பெற்ற ஆஸ்திரேலிய அணியின் தலைவர் ரிக்கி பாண்டிங் என்ன சொன்னார் தெரியுமா? 'எதிரணியில் சிறப்பாக விளையாடிய கிப்ஸுக்கே இந்த விருதைத் தனியாகக் கொடுத்திருக்கலாம்.' வெறுமனே ஒப்புக்காகச் சொன்னாரில்லை. அவர் முகத்தில் தெரிந்தது உண்மையான பாராட்டு.

நடந்தது விளையாட்டுப் போட்டிதான். ஆனால், அதிலும் கற்றுக் கொள்ளக் கூடியவைதான் எவ்வளவு இருக்கின்றன!

18 நம்பகத் தன்மை

அவர் பெயர் அழகப்பன். உறவினர். ஒரு இடம் (பிளாட்) வாங்க எனக்கு உதவி செய்திருந்தார். தொலைபேசியில் அழைத்தார். வாங்குகிற பிளாட்டிற்காக, விற்பவருக்கு, நான் எவ்வளவு பணம் தர வேண்டும் என்று கணக்குப் போட்டு விபரம் சொன்னார். குறித்துக் கொண்டேன். அடுத்து ஒரு சின்னத் தயக்கத்துக்குப் பிறகு, பிளாட்டினை வாங்கிக் கொடுத்ததற்காக, தரகுப் பணமாக, அவருக்கும் மொத்தத் தொகையில் ஒரு சதவிகிதம் தரவேண்டும் என்றார்.

'அதனால் என்ன? தாராளமாக வாங்கிக்கொள்ளுங்கள் தம்பி. எவ்வளவு முயற்சித்து, எங்களுக்காக அலைந்து திரிந்து வாங்கித் தந்திருக்கிறீர்கள். தொகை எவ்வளவு தர வேண்டும். அதைச் சொல்லுங்கள்' என்றேன்.

அவருக்கு மிகவும் சந்தோஷமாகப் போய்விட்டது. 'இல்லைங்க, சொந்தக்காரங்கன்னா, சும்மா செய்யணுமின்னு எதிர்பார்ப்பாங்க. நீங்க இப்படிச் சொல்லுவது ஆச்சரியமாக இருக்கிறது' என்றார்.

எனக்கும் கூட, அவர் தனக்கு என்று கமிஷன் ஆகக் குறிப்பிட்ட சதவிகிதம் தரவேண்டும் என்று கேட்டதும், ஒரு நொடி அப்படித்தான் தோன்றியது. 'என்ன தம்பி? தெரிந்தவர்கள், சொந்தக்காரர்கள். நீங்கள் கொஞ்சம் உங்கள் தொகையைக் குறைத்துக் கொள்ளக் கூடாதா?'

என்று கேட்கத்தான் நினைத்தேன். ஆனால், என்னவோ தெரிய வில்லை. நல்ல வேளையாக அப்படிச் சொல்லாமல், 'அதனால், என்ன? தாராளமாக வாங்கிக்கொள்ளுங்கள்' என்று சொல்லி விட்டேன். அவருக்கு மகிழ்ச்சி.

நான் குறைக்கச் சொல்லிக் கேட்டிருந்தால், வேறு வழியின்றிக் குறைத்திருப்பார். அல்லது 'இல்லைங்க... நான் கேட்பதே குறைவுதான்' என்று சொல்லியிருப்பார். நானும் வேறு வழியில்லாமல் கொடுத்திருப்பேன். பணம் கை மாறியதும், இருவருக்குமே கொஞ்சம் சங்கடம் இருந்திருக்கும். ஆனால், நான் அவருக்கு தரகுத் தொகை கொடுப்பது என்பது என்னவோ நடந்துதான் இருக்கும். ஆனால், அவர் கேட்டு, நான் பேரம் பேசி, அவர் முணுமுணுத்துக்கொண்டே மறுத்து வேறு வழியில்லாமல் நான் கொடுக்க நேர்ந்திருந்தால், இருவரிடமுமே கசப்புதான் மிஞ்சியிருக்கும்.

கேட்டவுடன் கொடுப்பது மேன்மையானதுதான். அதைக் காட்டிலும் மேல் என்று வேறு ஏதும் உண்டா? ஏன் கேட்கும்வரை காத்திருக்க வேண்டும்? கேட்காமலேயே கொடுக்கலாமே! ஆமாம். சிலர் அப்படியும் கொடுக்கிறார்களே.

'தம்பி தப்பா நினைச்சுக்கிடப்படாது. சொந்தக்காரங்கதான். ஆனாலும், இது உங்களுக்குத் தொழில். உங்களுக்கு எவ்வளவு கொடுக்கணும்? அதைச் சொல்லுங்க' - நாமாகக் கொடுப்பது, அதன் வாசனை, சந்தனக்கட்டை மாதிரி நிறைய நாளுக்கு இருக்குமே!

செய்வதை நன்றாகவே செய்து விட வேண்டும். கடன் வாங்கியவர்கள் அவர்களாகத் திருப்பிக் கொடுத்தால் அதன் மதிப்பே தனிதான்! நடையாய் நடந்து, வசூல் செய்யப்பட்ட பணம் திருப்பிக் கொடுத்ததாகுமா? திருப்பிக் கொடுப்பது என்கிற செயல் என்னவோ நடக்கத்தான் நடக்கிறது. ஆனால், அதனால் பெறுபவருக்கு நிறைவு இல்லை. காரணம், இது கேட்காமல் கொடுக்கப்படவில்லை. தவிர கேட்டும் உடனடியாகக் கொடுக்கப்படவில்லை. அதனால் விளைந்த அதிருப்தி.

அதே போல சில இடங்களில் வேலையில் அதிருப்தி உண்டாகும், வேலை முழுவதும் முடிக்கப்பட்டபோதும். காரணம்? தாமதம். கேட்டுக்கேட்டு வெறுத்துப் போய்விடுவார்கள். சிலர் திட்டக் கூடச் செய்வார்கள். பின்பு ஒரு வழியாக வேலை முடியும். ஏச்சும் பேச்சும் தான் வேலை செய்தவருக்குக் கிடைக்கும் 'வெகுமதி'யாக

இருக்கும். சிரமப்பட்டுச் செய்தும்கூட கெட்ட பெயர். எல்லாம் தாமதம் தந்த 'பரிசு'கள்.

அதே வேலை. செய்து முடித்துக் கொடுக்கவேண்டிய நாள் புதன் கிழமை என்று வைத்துக்கொள்வோம். சரியாகச் சொன்ன நேரத்திற்கு புதனன்று செய்துகொடுத்தால், கவனிப்பார்கள். பாராட்டுவார்கள். அதே வேலையைத் திங்கள் அல்லது செவ்வாய் அன்றே முடித்துக் கொடுத்துவிட்டால், ஆச்சரியப்படுவார்கள். தவிர, இன்னும் நாலு பேரிடம் அதைப் பற்றிச் சொல்லுவார்கள். செய்து முடிக்காவிட்டால் பத்து இருபது பேரிடம் சொல்ல மாட்டார்கள்... அங்கலாய்ப்பார்கள்! தூற்றுதல் நடக்கும்.

செய்த வேலை, அதைச் செய்வதற்கு ஆன நேரம், உழைப்பு எல்லாம் இரண்டு இடத்திலும் ஒன்றேதான். ஆனால் விளைவுகள் மாறுபாடானவை. ஏன் ஒரு வேலையைத் தாமதமாகச் செய்து, பெற வேண்டிய நல்ல பெயரைத் தவற விட்டுவிட்டு, கெட்ட பெயர் வாங்க வேண்டும்?

ஒரே மாதிரி வேலை இரண்டு நபர்களிடம் தரப்படுகிறது. செய்து முடிக்க அரை மணி நேரம் ஆகக்கூடிய வேலை. அந்த வேலை அவர்களிடம் சொல்லப்பட்டது ஒரு வாரத்திற்கு முன்பாக. அடுத்த திங்கட்கிழமை மாலை ஐந்து மணிக்குள் செய்து முடித்துக் கொடுத்து விட இருவரும் ஒப்புக்கொள்கிறார்கள். இருவருக்கும் அந்த வேலையைச் செய்து முடிக்க, ஒரு நாளைக்கு 24 மணி நேரம் வீதம் 7 நாட்களுக்கு, மொத்தம் 168 மணி நேரங்கள் அவகாசம் இருந்தது.

வேலை சொல்லியவர் சாமர்த்தியசாலி. விடவில்லை. தொடர்ந்து கேட்டு, இருவரிடமிருந்தும் வேலையைச் செய்து வாங்கி விடுகிறார். ஆனால், வேலை செய்தவர்களில் ஒருவரைப் புகழ்கிறார். அவரைப் பற்றிப் பெருமையாகப் பேசுகிறார். மற்றொருவரைப் பற்றிக் கேலி செய்கிறார். வருத்தப்படுகிறார். இந்த வித்தியாசத்திற்கு என்ன காரணம்?

வேலை செய்வதற்கு ஆன அந்த அரை மணி நேரம், மொத்த மிருந்த 168 மணி நேரத்தில், எந்தப் பகுதியிலிருந்து செலவழிக்கப் பட்டது என்பதில் இருக்கிறது சூட்சுமம். மொத்தமிருக்கும் 168 மணி நேரங்களையும் அரை மணி நேரங்களாகப் பகுத்துக் கொண்டு, அவற்றைச் செங்கற்கள்போல வரிசையாக அடுக்கி வைத்திருப்பதாகக் கற்பனை செய்துகொள்வோம்.

அந்த நீளமான வரிசையில் இருந்த 336 அரை மணி நேரங்களில் (ஒரு நாளைக்கு 24 மணி நேரத்தில், 48 அரை மணி நேரங்கள். 7 நாட்களுக்கு 336) சிலர், கடைசி - அதாவது 336ஆவது அரை மணி நேரத்தினைத்தான் அந்த வேலையை முடிக்க ஒதுக்குவார்கள் (அதுவும் வேறு வழியின்றி) இப்படிச் செய்ய, செய்த வேலைக்குப் பாராட்டு எங்கிருந்து கிடைக்கும்?

வேறு சிலர் இருக்கிறார்கள். அவர்கள் இப்படிப்பட்ட தாங்கள் வாக்களித்த முக்கியமான வேலைகளை முடித்துவிட்டுத்தான் வேறு வேலை பார்ப்பார்கள்.

எழுத்தாளர் ஜெயகாந்தன் அவர்களைப் பற்றி இப்படிச் சொல்லுவார்கள். பல இதழ்களில் இருந்தும் அவரை எழுதக் கேட்டிருப்பார்களாம். ஒப்புக்கொண்டவற்றை எழுதி முடித்து, தன்னுடைய வீட்டு ஹாலில் உள்ள வானொலிப் பெட்டியின் கீழ் எழுதியதை வைத்துவிட்டுத்தான், அவர் வேறு வேலைகளைச் செய்வாராம். அதுவரை கவனம் முழுவதும் எழுதி முடிப்பதிலேயே தான் இருக்குமாம். அசோகமித்திரன் அவர்களும் அதே போலத்தானாம்.

எழுத்து என்பதில் மட்டுமில்லை. அது எந்த வேலையாக இருந்தாலும் சரி, அல்லது வேறு எதுவாக இருந்தாலும் சரி.

1. கொடுக்க வேண்டியதைக் கொடுத்துவிடுவது.

2. ஒப்புக்கொண்ட நேரத்தில் முடித்துத் தந்துவிடுவது.

3. நாமாகவே, எவரும் கேட்காமலேயே இவற்றைச் செய்வது.

ஒருவர்மீது நம்பிக்கை வருவதற்கும் நம்பிக்கை போவதற்கும் இப்படிப்பட்ட செயல்பாடுகள்தான் காரணம்.

ஒருவருடன் கிடைக்கும் சின்னச் சின்ன அனுபவங்களே மற்றவர்களிடம் அவரைப் பற்றிய அபிப்பிராயத்தினை ஏற்படுத்துகிறது. ‘சொன்னபடிச் செய்வார்’, ‘சொன்ன நேரத்துக்குத் தருவார்’ - இப்படிப்பட்டவர்களுக்குச் சமுதாயத்தில் கிடைக்கும் மதிப்பே தனிதான். இப்படி ஏற்படும் அனுபவங்களை, ‘மொமெண்ட்ஸ் ஆப் ட்ரூத்’ (Moments of Truth) என்கிறார் ஸ்கேண்டினேவியன் ஏர்லைன்சின் தலைவராக இருந்த கார்ல்ஸ்சன். அவர் எழுதிய, ‘மொமெண்ட்ஸ் ஆப் ட்ரூத்’ என்கிற புத்தகத்தில்தான் இதனைப் பற்றி விரிக்கிறார்.

வாடிக்கையாளர்களுக்கு, அவருடைய விமான சேவை நிறுவனத்தில் பணியாளர்கள் மூலம் கிடைக்கும் ஒவ்வொரு அனுபவமும், 'நிஜத்தின் கணங்கள்' என்கிறார். அப்படி அவர்கள் கொடுக்கும் பல சந்தோஷமான அனுபவங்கள் மூலம், நிறுவனம் பற்றிய மதிப்பினையும், அதன்மீது வாடிக்கையாளர்களுக்கு ஏற்படும் விசுவாசத்தினையும் அதிகரிக்க முடியும் என்கிறார்.

வாடிக்கையாளர்களுக்கு மட்டுமா? ஊழியர்கள் செய்வன மட்டுமா? எவருக்கும், வேறு எவருடனும் ஏற்படும் ஒவ்வொரு நிகழ்வும் ஒரு அனுபவமேதான். குறிப்பிட்ட நபருடன் ஒருவருக்கு ஏற்படும் அனுபவங்களின் கூட்டுதான், அந்தக் குறிப்பிட்ட நபரைப் பற்றிய ஒரு தோற்றத்தினை, குணாதிசயத்தினை மற்றவர் களிடம் உருவாக்கும்.

டிரஸ்ட் பில்டிங் (Trust Building) என்கிறார்கள். நம்பிக்கை வளர்ப்பது. தங்களின் நம்பகத் தன்மையை அதிகப்படுத்திக் கொள்வது, இது எப்போது நடக்கும்? எப்படிப்பட்டவரை நம்புவார்கள்? நியாயமானவற்றை அவர்களாகச் செய்பவர்களைத் தானே! சொன்னபடி நடந்து கொள்பவர்களைத்தானே! Honouring Commitments என்பது மற்றவரிடத்தில் நம்பகத்தன்மை ஏற்படுத்த அவசியம்.

இப்படியெல்லாம் சிலர் நம்பகத் தன்மையில் செயல்படுகிறார்கள் தான். இப்படி நடந்துகொள்பவர்களின் மனவோட்டம் எப்படியிருக்கும்?

'தன்னைப்போலவே அடுத்தவர்களும் முக்கியமானவர்களே. தன்னுடையதைப்போலவே அடுத்தவர்களின் தேவைகளும் நியாயமானவையே'.

19 எது வெற்றி?

ஒரு கட்சியின் செயற்குழுக் கூட்டம். கட்சியின் தலைவர் அனைவரும் எப்படிக் கட்டுப்பாட்டுடன் நடந்துகொள்ள வேண்டும் என்று பேசிக் கொண்டிருக் கிறார். அவர் கூட்டத்திலிருந்த குறிப்பிட்ட ஒரு நபரைப் பார்த்தே பேசுவது போலிருக்கிறது.

அந்த நபருக்குப் பொறுக்க முடியவில்லை. என்ன இது? கட்சிக் கட்டுப்பாட்டை மீறிய மற்றவர்களை விட்டு விட்டு, நம்மையே குறி வைத்துப் பேசுகிறாரே என்று கோபம். தலைவர் பேசிக் கொண்டிருக்கையிலேயே அந்த நபர் எழுகிறார். தலைவர் பேச்சை மறுக்கிறார். பின் தலைவரைப் பார்த்தே கை நீட்டி சத்தமாகப் பேசி விட்டு வெளியேறுகிறார். போகிற போக்கில், 'முடியுமானால் என் மீது நடவடிக்கை எடுத்துக் கொள்ளுங்கள்' என்றும் சொல்லிவிட்டுப் போகிறார்.

ஒரு வாரம் ஆகிறது. மீண்டும் செய்தி. அதே நபர்தான். அப்படிச் செய்ததற்கு மன்னிப்புக் கேட்கிறார். அந்தச் செய்தி பத்திரிக்கையில் கொட்டை எழுத்துக்களில் வருகிறது.

இது ஒரு கட்சி சம்பந்தப்பட்ட விவகாரம். பிரச்னையை அவர்கள் தீர்த்துக்கொள்ளட்டும். ஆனால், இந்தச் சம்பவங்கள் சொல்லும் செய்தி என்ன? அவைதான் நமக்கு முக்கியம்.

இது போன்ற சம்பவங்கள் ஒன்றும் அதிசயமல்ல. கோபமாகப் பேசி விட்டு வெளியேறி, பின்பு வருத்தம் தெரிவிக்கும் அந்தத் தலைவர் போல, பல சந்தர்ப்பங்களில் வேறு பலரும் நடந்து கொண்டுதான் இருக்கிறோம்.

இவர்கள் ஏன் இப்படிச் செய்கிறார்கள்? இவற்றின் விளைவுகள் என்ன? அவற்றைத் தவிர்ப்பது எப்படி?

படபடப்பாகப் பேசினார். உண்மைதான். ஆனால், மன்னிப்புக் கேட்டு விட்டாரே! பிறகென்ன? இதற்கு விளக்கம் பெற வேறு ஒரு கதையிருக்கிறது.

ஒரு தந்தையும் மகனும். மகனுக்குப் பத்து வயதுதான். ஆனாலும், அடிக்கடி கோபம் வருகிறது. கடுமையான சுடு சொற்களைத் தயங்காது அடுத்தவர் மீது வீசுகிறான். 'அவற்றைக் குறைக்க வேண்டும்' என்கிறார் தந்தை. ஒப்புக் கொள்கிறான். அவரையே வழி கேட்கிறான். அவர் ஒரு வழி சொல்கிறார்: 'நீ எப்பொழுதெல்லாம் மற்றவர் மனது புண்படும்படிப் பேசினாலும், நம் வீட்டு முற்றத்தில் இருக்கும் மரப் பலகையில் ஓர் ஆணியை அடி.'

நாட்கள் ஓடுகின்றன. அந்த மரப் பலகையில் முப்பது, நாற்பது ஆணிகள் அடித்தாயிற்று. ஒவ்வோர் ஆணி அடிக்கும்பொழுது, மகன் மனது பயப்படுகிறது. இவ்வளவு நபர்களுக்கா நான் சங்கடம் கொடுத்திருக்கிறேன்! அதன் பிறகு அவனிடமிருந்து புறப்பட்ட கடுஞ்சொற்களும், பலகையில் புதிய ஆணிகள் அடிப்பதும் குறைந்தன.

ஆயினும் ஏற்கெனவே அடித்தவை கூட்டமாக நின்று அவனைச் சங்கடப்படுத்தின.

'அப்பா, நான் கடுமையாகப் பேசுவதை நிறுத்தியாயிற்று. ஆனால், அது போதாது. இனிமேல் மற்றவர்கள் மனது மகிழுமாறு பேசுகிறேன். அதற்கு என்ன செய்யலாம்?' என்றான்.

'அப்படியா? நல்லது மகனே. இனி நீ செய்கிற ஒவ்வொரு நற்செயலுக்கும் ஏற்கெனவே அடித்த ஒரு ஆணியைப் பிடுங்கி விடலாம்' என்றார் தந்தை. மகன் மனத்தில் குதூகலம். ஆணி அடிப்பது குறைந்து, பிடுங்குதல் தொடங்கியது.

நாட்கள் ஓடின.

கடைசி ஆணியும் பிடுங்கப்பட்டுவிட்டது. முற்றத்துக்கு அழைத்துச் சென்று பலகை முன் நிறுத்தி தந்தை முகத்தைப் பெருமிதத்துடன் பார்த்தான்.

தந்தை சொன்னார். ‘பலகையில் ஆணிகளே இல்லை. சந்தோஷம். உடன் ஆணிகள் அடித்த இடங்களைப் பார்’ என்று சொல்லி மகன் கையை எடுத்து, அவன் விரல்களால், ஆணி அடித்துப் பிடுங்கிய இடங்களைத் தடவிக் காண்பித்தார். அவன் பிஞ்சு விரல்கள் மரப் பலகையில் இருந்த வடுக்களை உணர்ந்தன.

பிரச்னைகளைச் செய்துவிட்டு, நாம் மன்னிப்பு கேட்கலாம், ஏன் பிரதியாக அவர்களுக்கேகூட நல்லது செய்யலாம். ஆயினும் அந்த ரணம் வெகு நாட்கள் இருக்கத்தான் செய்யும். ஆகவே கெடுதலாகப் பேசுதல், செய்தல் தவிர்ப்பதே சிறந்தது.

கத்துதல், திட்டுதல், மரியாதையின்றிப் பேசுதல், அவமரியாதை யாக நடந்துகொள்ளுதல், தூக்கி எறிதல், கிழித்தெறிதல், உதைத்தல், தட்டி விடுதல், ஏன் சமயத்தில் கை நீட்டி அடித்தே கூட விடுதல்...

எல்லாம் பேசிக் கொண்டிருக்கும்பொழுதே, சடாரென்று நிகழ்ந்து விடுகின்றன.

இப்படியெல்லாம் ஏன் நிகழ்கிறது? சிலர் ஏன் இப்படி நடந்து கொள்கிறார்கள்?

தங்களை மற்றவர்கள் குறை சொல்வதை, தங்களை மதிக்காததை, உதாசீனப்படுத்துவதை அவர்களால் தாங்கிக் கொள்ளவே முடியவில்லை.

‘என்னை மட்டம் தட்டப் பார்க்கிறார்களே! வெற்றி கொள்ளப் பார்க்கிறார்களே! விடுவோமோ! கூடாது’ என்ற எண்ணம் அவர்களிடம் மேலோங்குகிறது. உடனே மறுவினாடியே தங்கள் எதிர்ப்பை எந்தவித முன் யோசனையும் இன்றி தோன்றிய விதத்தில் காட்டிவிடுகிறார்கள்.

தாங்கள் ஒவ்வொன்றிலும் வெற்றி பெற வேண்டும். தினம் ஒவ்வொரு செயல்பாட்டிலும் ஒவ்வோர் உரையாடலிலும், எதிலும், எங்கும், எப்பொழுதும் வெற்றி வேண்டும். இது சாத்தியமா? சாத்தியப்படாவிட்டால் கோபம் வருகிறது. தலைக்கு ஏறுகிறது.

வெற்றி அவசியம்தான். எட்வின் ப்லிஸ் என்பார் சொல்லுவார். ‘வெற்றி என்பது தோல்விகளே இல்லாதது அல்ல; அது இறுதி இலக்கை அடைவது.’

ஒவ்வொரு சூழ்நிலையிலும் சிலர் தங்கள் கையே ஓங்கியிருக்க வேண்டும் என்று நினைக்கலாம். அந்தச் சூழ்நிலையில் முயன்று வெற்றிக்கூடப் பெற்றுவிடலாம். ஆனால், அதனால் ஏற்படும் பாதிப்புகள் அவர்களுடைய நீண்ட கால, முக்கிய இலக்கினை அடைவதைத் தடுத்துவிடக்கூடும்.

வெளியே பேய் மழை, சூறாவளிக் காற்று. ‘இவை என்ன என்னைத் தடுப்பது?’ என்று வெளியில் போக முயன்றால்...?

சற்று ஒதுங்கியிருக்கலாமே. மழை ஓயும். நிலை மாறும். அப்பொழுது வெளியே போகலாம். வேகமாகப் போகலாம். அந்தப் பக்குவம் வேண்டும்.

ஒரு கிரிக்கெட் மைதானம். ஆர்ப்பரிக்கும் ஆயிரக்கணக்கான ரசிகர்கள். ஆடுகளத்தின் நடுவில் ஒரு வீரர். சாதித்த முக்கிய வீரர் மட்டையுடன் நிற்கிறார். அணிக்கு முக்கியமான போட்டி அது. ‘அடி, ஓங்கியடி, எதிரணியைப் பந்தாடு’ என்று கத்துகிறது கூட்டம். ஆனால், மைதானத்தின் நிலைமை, மட்டையாளர்களுக்குச் சாதகமாக இல்லை. வேகமாக வீசும் காற்று. பனி கலையாத காலை நேரம். காற்றில் உள்ள ஈரம். ஆடுகளத்தின் மேற்பரப்பில் உள்ள வெடிப்புகள். புதிய பந்தின் பளபளப்பு என்று எல்லாமே பந்து வீச்சாளருக்குத்தான் சாதகமாக இருக்கிறது.

மட்டையாளர் என்ன செய்வது? சந்திக்கும் ஒவ்வொரு பந்தையும் அடிக்க முற்பட வேண்டுமா? முற்பட்டு ஆட்டமிழக்க வேண்டுமா? அல்லது தற்காத்து ஆடி, சூழ்நிலை சற்று மாறக் காத்திருந்து, அதன் பிறகு விரட்டி அடிக்கத் தொடங்க வேண்டுமா? எது இறுதி வெற்றிக்கு உதவும்?

அதே எட்வின் ப்லிஸ் சொல்லுகிறார். It means winning the war, not every battle என்று. (ஒவ்வொரு பேராட்டத்திலும் வெல்ல வேண்டுமென்பதல்ல. இறுதிப் போரில் வெல்ல வேண்டும்.)

வெற்றி பெற்றவர்களின் சரித்திரம் இதைத்தானே சொல்கிறது. இடையில் சில போராட்டங்களில் பல காரணங்களினால் வெற்றி கிடைக்காது போகலாம். குறி, இறுதி வெற்றிதானென்றால், சற்று அமைதியாயிருக்கவும் பழகிக் கொள்ளத்தான் வேண்டும்.

கூட்டம் நடைபெற்றுக்கொண்டிருக்கிறது. பலரும் பேசுகிறார்கள். தனக்கு எதிராக என்று புரிகிறது. கோபம் வருகிறது.

அந்தக் கூட்டத்தில் நிகழ்ச்சிகளில் நாம் கரைந்துவிட வேண்டாம். சடாரென்று உதறிக் கொண்டது போல் உணர வேண்டும். அங்கு நடப்பவற்றில் இருந்து நாம் மனதளவில் விலகி, ஒரு மூன்றாம் மனிதரைப்போல அங்கே நடப்பனவற்றை ஒரு மொத்தப் பார்வை (Overview) பார்க்க வேண்டும்.

அங்கு யார் இருக்கிறார்கள்? அவர்கள் முக பாவங்கள் என்ன? அவர்கள் நடப்பனவற்றை எதிர்க்கிறார்களா? அங்கீகரிக் கிறார்களா? வேறு யார் யார் என்ன செய்துகொண்டிருக்கிறார்கள்? அவர்கள் அணுகுமுறை இந்த விஷயத்தில் எப்படியிருக்கும்? நாம் என்ன செய்ய வேண்டும்? எவற்றைச் செய்யக்கூடாது?

இப்படி யோசிக்கலாம். நிலைமையைப் புரிந்துகொண்டு மீண்டும் சகஜ நிலைக்கு வந்து (மனத்தளவில்) தொடர்ந்து கலந்து கொள்ளலாம். இதனை நம் வீட்டு மாடியிலிருந்து தெருவில் நடப்பதைப் பார்ப்பது போல நினைத்துக்கொள்ளலாம்.

நடப்பது மொத்தம் தெரியும், கேட்கும், புரியும். ஆனால் நாம் ஒன்றும் செய்ய முடியாது (கூடாது). அதுதான் பால்கனி (மாடி வராண்டா) பார்வை. அப்படிப் பார்ப்பதைப்போல, நிகழ்ச்சியில், சம்பவத்தில் இருக்கும்பொழுதே நாம் நினைத்துக்கொள்ள வேண்டும். மாடியில் அல்ல. நிகழுமிடத்தில் நாம் இருக்கும் போதே, திடீரென அப்படி நினைத்துக்கொள்வது.

சந்தர்ப்ப, கால சூழ்நிலைகள், தன் நிலை உணர்ந்து நிதானமாகச் செயல்படுதலே வாழ்க்கையில் வெற்றியைக் கொடுக்கும். ஆத்திரமும் படபடப்பும் கெடுக்கத்தான் செய்யும்.

20 தன்னம்பிக்கையின் வெளிப்பாடு

அவர்கள் மொத்தம் ஆறு பேர். மார்க்கெட்டிங் துறையில் உள்ள ஒரே காலியிடத்துக்கான தேர்வுக்கு வந்திருந்தார்கள். சோபாக்களில் எதிரெதிரே அமர வைத்தோம். அவர்கள் எதைப் பற்றி விவாதிக்க வேண்டும் என்கிற தகவலைத் தெரிவித்தோம்.

'மார்க்கெட்டிங் எக்சிக்யூட்டிவ்'க்குத் தேவையான ஐந்து முக்கிய குணநலன்கள் என்ன?

'மொத்தம் பன்னிரண்டு நிமிடங்கள் எடுத்துக்கொள்ளலாம். நீங்கள் ஆறு பேருமாகப் பேசி ஒரு முடிவுக்கு வர வேண்டும். நீங்கள் விவாதிப்பதை நாங்கள் அருகிலிருந்து கவனிப்போம். உங்களுக்குத் தெரிந்திருக்கும். இதற்குப் பெயர் GD. அதாவது, 'குரூப் டிஸ்கஷன்'. கொடுக்கப்பட்டுள்ள கருத்தினைப் பற்றி குழுவாகக் கலந்துரையாடுவது. இந்த GD யில் தேர்வானவர்கள்தான், நேர்முகத் தேர்வுக்கு அழைக்கப்படுவார்கள்.

கலந்துரையாடல் தேர்வு தொடங்கியது. நகர்ந்து அமர்ந்து கொண்டோம்.

'ஆரம்பிக்கலாம்' என்று சொல்லி வாயை மூடவில்லை. உடனே அவர்களில் ஒருவர் சுறுசுறுப்பாகப் பேசத் தொடங்கிவிட்டார். அடுத்து ஒருவர், அதன் பிறகு முதலில் தொடங்கியவரே மீண்டும் பேசினார். அடுத்த ஒரு பெண். நேரம் ஓடிக்கொண்டிருந்தது.

கலந்துரையாடலுக்காகக் கொடுக்கப்பட்டிருந்த மொத்த நேரம் 12 நிமிடங்கள்தான்.

அதில் ஏழு நிமிடங்கள் ஓடி விட்டன. பின்பு அதுவரை தன் கருத்துக்களைச் சொல்லாமல் இருந்த நாலாமவர் கொஞ்சம் தடுமாறினாலும் ஏதோ ஒரு குணத்தைப் பற்றிச் சொன்னார். அதையடுத்து, அதுவரை தயங்கிக் கொண்டிருந்த ஐந்தாமவரும் தன் பங்குக்குச் சில கருத்துக்களைச் சொல்லிவிட்டார்.

இப்போது பத்து நிமிடங்கள் முடிந்துவிட்டன. அவர் சொல்லிக் கூட முடிக்கவில்லை. அதற்குள் இரண்டாவதாகப் பேசியவர், கைக்கடிகாரத்தைப் பார்த்தபடியே, தம் கருத்து உள்பட அங்கு பேசியவர்கள் கூறிய மொத்தக் கருத்துக்களையும் வேக வேகமாகத் தொகுத்துக் கூறினர்.

அத்தோடு சரியாக பன்னிரண்டு நிமிடங்கள் முடிய, ‘GD தேர்வு இத்துடன் முடிந்தது. உங்கள் அனைவருக்கும் நன்றி. முடிவுகள் பின்னர் அறிவிக்கப்படும். நீங்கள் போகலாம்’ என்று சொன்னேன். ஆறாவது நபரான ஒரு பெண் பேசுவதற்காக முயற்சித்தாரே தவிர, கலந்துரையாடலில் கடைசிவரை அவர் எதுவும் சொல்லில்லை. அவருடைய தவிப்பைக் கவனிக்க முடிந்தது.

மதிப்பெண்கள் போட்டுவிட்டு, தேர்வாளர்கள் அனைவரும் அந்த அறையைவிட்டு வெளியே வந்தோம். GDயில் கலந்து கொண்டிருந்த மற்ற போட்டியாளர்கள் கிளம்பிப் போய் விட்டிருந்தார்கள். ஆனால், கடைசிவரை வாயைத் திறந்து எதுவுமே பேசாத அந்தப் பெண் கதவருகில் நின்றிருந்தார். எங்களிடம் எதையோ சொல்லுவதற்காகத்தான் காத்திருப்பது போலத் தெரிந்தது. மற்ற தேர்வாளர்கள் கடந்துபோனாலும், நான் நின்று அவரிடம், ‘ஏன் கடைசிவரை ஏதும் பேசாமலேயே விட்டு விட்டீர்கள்?’ என்று கேட்டேன்.

‘எனக்கும் சில கருத்துக்கள் இருந்துச்சு. நீங்களும்தான் பார்த்தீர்களே சார். மற்றவர்கள் என்னைப் பேச விடவேயில்லையே’ என்றார் பரிதாபமாக. தொடர்ந்து மார்க்கெட்டிங் அலுவலருக்குத் தேவை யான ஒன்றிரண்டு நல்ல குணநலன்களையும் சொன்னார்.

உடன் நின்றிருந்த அவருடைய தந்தை தன் பெண்ணை அடுத்த கட்டமான, ‘நேர்முகத் தேர்வுக்கு அழைப்பார்களா?’ என்று கவலையுடன் கேட்டார்.

‘மாட்டோம்’ என்று சொல்லி, ஏன் என்றும் விளக்கினேன்.

‘அவருக்கு நல்ல கருத்துக்கள் தெரிந்திருக்கின்றனதான். அவற்றை இப்போது சொல்கிறார். ஆனால், அதையே அவரால் ஆறு பேராய் இருக்கும்பொழுது, குழுவில் சொல்ல முடியவில்லையே! அந்தத் திறமையைச் சோதிப்பதற்குத்தான் GD’.

அவர்கள் போய் விட்டார்கள்.

அந்தப் பெண் ஏதும் பேசாமல் விட்டதேன்? அதுவும் அங்கு GDயில் தன் கருத்துக்களை எடுத்துச் சொன்னால்தான் தேர்வாவோம் என்று தெரிந்திருந்தும்கூட, அவரால் அங்கே வாயைத் திறக்க முடியவில்லை என்றால், அவரிடம் ஏதோ ஒன்று குறைகிறதல்லவா?

அனைவருக்கும் வழங்கப்பட்ட பன்னிரண்டு நிமிடத்தில் அந்தப் பெண்ணுடைய நேரமும் சேர்த்திதானே! அது விபரம் அந்தப் பெண்ணுக்கும் தெரியும். அதை ஏன் அந்தப் பெண் நிலை நாட்டிக் கொள்ளவில்லை? முயன்று ஏன் தன் கருத்துக்களை அங்கேயே கூறவில்லை?

தனியாக இருக்கும்பொழுதோ, குறிப்பிட்ட சிலருடன் இருக்கும் பொழுதோ நாம் நினைப்பதைச் சுலபமாகப் பேச முடிகிறது. ஆனால், அதுவே வேறு சிலருடனோ, பலர் இருக்கும்பொழுதோ செய்ய முடிவதில்லை. ஒரு சிலர் எல்லா இடங்களிலும் சுலபமாய் ஆதிக்கம் செலுத்துவதையும், அதிகம் எடுத்துக்கொள்வதையும், அதே சமயம் வேறு சிலர் திறமையிருந்தும், உரிமையிருந்தும்கூட வாய் மூடி மௌனிகளாய் இருந்து விடுவதையும் பார்க்கிறோம். இது ஏன் நிகழ்கிறது?

பேசிப் பழக்கமில்லாமை, கூச்சம், ‘நாம் ஏதாவது தவறாகப் பேசி அசிங்கமாகி விடக்கூடாதே’ என்ற பயம், ‘தான் நினைப்பது சரியாக இருக்குமோ, இருக்காதோ’ என்ற தயக்கம், ‘சரி நாம் இப்பொழுது சொல்லலாம்’ என்று நினைக்கும்பொழுது வேறு எவரோ ஆரம்பித்து விடுகிறாரே... சரி அவரும் முடிக்கட்டும், நாம் குறுக்கிட்டா பேசுவது’ என்ற நாசூக்கு, ‘அடடா! இவர் நாம் நினைத்ததையே சொல்லி விட்டாரே’ என்ற வருத்தம், ‘அவர் சொல்லிய பிறகு நாம் வேறு ஏன் அதையே சொல்ல வேண்டும்?’ என்ற எண்ணம்... இப்படிக் கணக்கற்ற காரணங்கள் இருக்கலாம்.

மேலே சொன்ன காரணங்கள் எதுவாக இருந்தாலும் முடிவு என்னவோ ஒன்றேதான். அது நமக்குரிய நியாயமான வாய்ப்பை நாம் தவற விடுகிறோம் என்பதுதான்.

மனிதர்களின் நடத்தைகளை ஆராய்ந்த வல்லுநர்கள், அதனை மூன்று பிரிவுகளாகப் பிரிக்கிறார்கள்.

1. ஆக்கிரமிக்கும் நடவடிக்கை (Arrogant behaviour).
2. பணிந்து போகும் நடவடிக்கை (Submissive behaviour).
3. வலியுறுத்தும் நடவடிக்கை (Assertive behaviour).

எந்த இடத்திலும், எல்லாக் குழுக்களிலும் எல்லா விதமான நடவடிக்கைக்காரர்களும் இருக்கலாம். நாம் மேலே பார்த்த பெண்ணின் நடவடிக்கை எந்த வகையைச் சேர்ந்தது என்று இந்நேரம் ஊகித்திருப்பீர்கள்.

ஆம், அது பணிந்து போகும் நடவடிக்கைதான். இதற்கான காரணங்களை ஏற்கெனவே பார்த்தோம். ஆக்கிரமிக்கும் நபர்கள், தங்களது சொந்தத் தேவைகளை, உணர்வுகளை முன் வைத்து, மற்றவர்களின் தேவைகளையும் உணர்வுகளையும் புறக்கணிப்பார்கள். தங்கள் கருத்துதான் சரி என்பார்கள். அதை மட்டுமே வலியுறுத்துவார்கள். எல்லாப் பிரச்னைகளுக்கும் அடுத்தவர்களைக் குறை கூறுவார்கள். மொத்தத்தில் அவர்கள் ஆதிக்க மனப்பான்மை உடைய்வர்கள்.

மற்றவர் வாய்ப்பை மதிப்பது, அதனைப் பறிக்காமல் விடுவது, அதே சமயம் தனக்குரியதை விடாமல் பெறுவது... இவை எல்லாம் சேர்ந்தது ஒரு வகை. இதுதான் மூன்றாவது வகையான ஆசெர்ட்டிவ்னெஸ் (Assertiveness). தன் நிலையை வலியுறுத்தும் தன்மை. அதற்குத் தேவை தன்னம்பிக்கை. இளவயதினருக்கு மட்டுமல்ல, பல பெரியவர்களுக்கும்கூட பிரச்னையே இதுதான்.

அவர்களிடம் மற்றவர்களைப் போலவே தேவையான அறிவு மற்றும் பிற திறன்கள் இருக்கும். ஆனால், தன்னை முன்னிறுத்தி, சந்தர்ப்பத்தினைப் பயன்படுத்தி, அது கிடைக்கறமாதிரித் தெரியா விட்டால், தானே உண்டாக்கி, தனக்குரியதைப் பெறுவது என்பது சிலரால் முடியவே முடியாது. இதற்குக் காரணம், அவர்களுக்குத் தன்னம்பிக்கை இல்லாததுதான். தனக்குச் சக்தியில்லை என்ற எண்ணம்; தன்னால் முடியுமா என்று தன்னைப் பற்றிய சந்தேகம் போன்றவை அவர்களுடைய பிரச்னைகள்.

இவர்கள் பார்த்துக்கொண்டேயிருக்க, மற்றவர்கள் இவர்களைத் தள்ளி விட்டுச் சுலபமாக முன்னேறுவார்கள். 'அப்படிச் செய்பவர்கள் மாற வேண்டும். அது தவறுதானே?' என்று இவர்கள்

கேட்கலாம். கேட்டுக் கொண்டேயிருக்க வேண்டியதுதான். ஆனால், நிலைமையில் ஒரு மாற்றமும் வராது! அது மற்றவர்கள் திருந்த வேண்டும், மாற வேண்டும் என்று எதிர்பார்ப்பது. அதைவிட நிச்சய வழி ஒன்று இருக்கிறது. அது மாற்றங்களை நம்மிடம் கொண்டு வருவது. என்ன செய்யவேண்டும்? தேவைப்படும் இடங்களில் நாம், நம்மைத் தெளிவாக வெளிப்படுத்திக் கொள்ள வேண்டும். அதற்குச் சில பயிற்சிகள் செய்யவேண்டும். ஏனென்றால், அது ஒரு திறன் (Skill). திறன்கள் என்பவை பழகப் பழகத்தான் வரும்.

போட்டிகள் நிறைந்த இன்றைய உலகில் ஒதுங்கி நின்றால் தள்ளி விடுவார்கள். அதனால்தான் வலியுறுத்தும் நடவடிக்கை (Assertive behaviour) எவருக்குமே தேவைப்படும் ஒருதிறன் என்பது. அதற்கான வழிமுறைகள்.

- நம் மீதும் திறன்கள் மீதும் நம்பிக்கைகொண்டிருத்தல்.
- எந்தக் காலகட்டத்திலும், நம்முடைய நம்பிக்கைகள், எண்ணங்களைத் தனிப்பட்ட கருத்தை, நம் மறுப்பை, நாம் எடுக்கும் நிலைப்பாட்டினைத் தைரியமாக வெளிப்படையாகச் சொல்லுதல்; அடுத்தவர்களின் உரிமையையும் மதித்தல்.
- நாம் செய்வது அனைத்திற்கும் மற்றவர்களின் அங்கீகாரத்தை எதிர்பார்க்காதிருத்தல்.
- மற்றவர்களின் மனது புண்படாத வகையில், நமக்கு என்ன தேவை என்பதை வெளிப்படையாகச் சொல்லுதல்.
- மற்றவர்களை மட்டம் தட்டாமல், அதிகாரம் செய்யாமல், குற்றம் கூறாமல் நம் உணர்வுகளை வெளிப்படையாகச் சொல்லுதல்.
- மற்றவர்கள் நியாயமற்ற கோரிக்கைகள் வைக்கும்பொழுது பயமின்றி அவற்றை மறுத்தல்.

அவ்வளவுதான்.

வெற்றிக்குத் தன்னம்பிக்கை வேண்டும். அதன் ஒரு முக்கிய பரிணாமம் 'தன்னை உறுதியாக வெளிப்படுத்திக் கொள்ளல்'.

21 நட்பு வட்டம்

அது ஒரு திருமண வரவேற்பு. மணமகன் சில வருடங்களுக்கு முன், என்னுடன், என் துறையில், என் குழு உறுப்பினர்களில் ஒருவராகப் பணி புரிந்தவர். இளைஞர். இப்பொழுது நாங்கள் இருவருமே வேறு வேறு நிறுவனங்களில் பணி செய்கிறோம். இடைவெளியில் ஒன்றிரண்டு வருடங்களாக அவருடன் எனக்குத் தொடர்பில்லை.

திடீரென ஒரு நாள் தொலைபேசியில் அழைத்து, 'எனக்குத் திருமணம். உங்களை நேரில் வந்து அழைக்க வேண்டும்' என்று சொல்லி, வர வேண்டிய நேரத்தினை முடிவு செய்துகொண்டார்.

பின்பு, சொன்ன நாள், நேரம், அவருடைய பெற்றோருடன் வந்தார். 'அழைப்பிதழைப் பூ பழங்களுடன் கொடுத்துவிட்டு அவசியம் வர வேண்டும்; நிச்சயம் எதிர்பார்ப்பேன்' என்று அன்புக் கட்டளையாகவே சொல்லிவிட்டுப் போனார்.

நினைவாகப் போனேன். திருமணம் வடபழனிக் கோயிலில் நடந்தது. உறவினர்களும் மிகச் சில நண்பர்களும் மட்டுமே திருமண நிகழ்ச்சிக்கு வந்திருந்தனர். அதன் பின் ஒரு வாரம் கழித்து, சென்னையிலேயே ஓர் ஓட்டலில் திருமண வரவேற்பு. அதற்கும் கட்டாயம் வரச் சொல்லியிருந்ததால், குடும்பத்துடன் போயிருந்தேன்.

ஒரே ஓட்டலில், ஒரே நேரத்தில் மூன்று திருமண வரவேற்புகள்! இவருடையது, ஓட்டலின் கீழ் தளத்திலேயே, புல் தரையில், பெரிய மைதானம் போன்ற இடத்தில். வாசலில் அவர் பெயரும், அவர் மனைவி பெயரும், ஜிகினாக்களால் ஜொலித்தன. உள்ளே சாதாரணமாகப் போய்விட முடியவில்லை! கொஞ்சம் நெரிசல் போலக் கூட இருந்தது என்பது எனக்கு ஆச்சரியத்தைக் கொடுத்தது.

மெதுவாக உள்ளே போனதும் வியப்பும் பிரமிப்பும் மேலும் அதிகமானது. முன்னூறு நானூறு பேர் ஏற்கனவே 'டேபிள் சேர்'களில் அமர்ந்து சாப்பிட்டுக்கொண்டிருந்தார்கள். அந்த இடத்தினையும் தாண்டிப் பார்த்தால், அங்கும் இங்குமாக, ஏகப்பட்ட பேர் நடமாடிக் கொண்டிருந்தார்கள்.

சற்றுத் தூரத்தில் வலது பக்கத்தில் ஒரு சிமெண்ட் மேடையில் மெல்லிசைக் குழுவினர், 'கடவுள் அமைத்து வைத்த மேடை....' என்ற பாடலைப் பாடிக்கொண்டிருந்தார்கள். அவர்களுக்கு எதிரில் புல் தரையில் நாற்காலிகளில், சாப்பிட்டு முடித்தவர்கள், சாப்பிடக் காத்திருப்பவர்கள் பலரும் அமர்ந்திருந்தார்கள். அவர்களின் எண்ணிக்கை ஒரு நூறு இருக்கும்.

அதற்கு எதிர்ப் பக்கம், அலங்கரிக்கப்பட்ட மரப் பலகைகளால் ஆன மேடை. அதன் மேல், வீடியோ ஒளி வெள்ளத்தில் மணமக்கள் நின்று கொண்டிருந்தார்கள். மேடைக்கு எதிரே நீண்ட வரிசையில் மக்கள். மணமக்களை வாழ்த்த, மேடைக்குப் போகும் வரிசை அது! கைகளில் வண்ணத் தாள்களில் சுற்றப்பட்ட, சின்னதும் பெரியதுமான பரிசுப் பொருள்கள் மற்றும் பணம் வைத்த 'கவர்'களுடன் ஆண்களும் பெண்களும் குழந்தைகளும் தங்களுக்குள் பேசுவதும் மேடையைப் பார்ப்பதுமாக சந்தோஷ மாக நின்றுகொண்டிருந்தார்கள். எண்ணினால், அவர்கள் ஒரு அறுபது எழுபது பேர் இருப்பார்கள் போலும்! வேகமாகப்போய், வரிசையில் சேர்ந்துகொண்டோம்.

பிரபுவின் கல்யாண ரிசப்ஷனுக்கு இவ்வளவு கூட்டமா! வரிசையில் நிற்பவர்களைக் கவனித்தேன். தங்கள் தருணங்களுக் காகக் காத்திருந்து, வந்ததும் மேடை ஏறி, கை குலுக்கி, வாழ்த்தி, பரிசு கொடுத்து, புகைப்படம் எடுப்பதற்காக சில வினாடிகள் அசையாமல் நின்றுவிட்டு இறங்கினார்கள். வரிசை நகர்ந்து கொண்டேயிருந்தது. நாங்களும் நெருங்கிவிட்டோம். மெல்ல பின்பக்கம் திரும்பிப் பார்த்தேன். அட! அதற்குள் வரிசையின் வால்

வளர்ந்துவிட்டதே! எங்களுக்குப் பின் இன்னும் நூறு பேர்! என்ன இது மக்கள் வந்துகொண்டே இருக்கிறார்களே!

இவ்வளவு பேருமா பிரபுவுக்கு வேண்டியவர்! இதில் அவர் மனைவிக்கு வேண்டியவர்களும் கொஞ்சம் பேர் இருக்கலாம் தான். மேடையை உற்றுக் கவனித்தேன். வந்தவர்களில் பெரும் பாலானவர்கள், முதல் பேச்சு பிரபுவிடம்தான் பேசினார்கள். தவிர, அவர் மனைவிக்குச் சொந்த ஊர் மைசூர். சென்னையில் அவ்வளவு நட்பும் உறவும் இருக்க முடியாது.

மேடை ஏறி, நெருங்கிவந்த ஒவ்வொருவரையும் முன் சென்று, மகிழ்ச்சி பொங்க வரவேற்றார் பிரபு. தன் மனைவிக்கு ஒவ்வொரு வரையும் ஏதேதோ சொல்லி அறிமுகப்படுத்தினார். சிலர் அவரை நெருங்கி, தோளோடு தோள் இறுக அணைத்துக் கொண்டார்கள். வெடிச் சிரிப்புகள், கேலிகள் என்று மேடையே அவ்வப்போது மகிழ்ச்சியில் குலுங்கிக்கொண்டிருந்தது.

எப்படி இவ்வளவு நபர்களை ஒருவரால் தெரிந்து வைத்திருக்க முடியும்? இவ்வளவு எண்ணிக்கையிலான மனிதர்களுடன் பழக்கமும் நெருக்கமும் சாத்தியமா! அதுவும் இவ்வளவு சின்ன வயதில்?

முடிந்திருக்கிறது அவருக்கு. அவருக்காகவே இவ்வளவு பேர் கிளம்பி வந்திருக்கிறார்களே! பிரியம், மரியாதை, முக்கியத்துவம். இவற்றில் எதுவோ ஒன்று அல்லது இவைகளில் சிலவற்றுக்காக அல்லது எல்லாவற்றுக்குமாக. பெரிய விஷயம்தான். எல்லோருக்கும் இப்படி நடப்பதில்லை.

சிலரால் இப்படி இருக்க முடிகிறது. பழகுபவர்களிடம் எல்லாம் நெருக்கம். அறிவு, பணம், உறவு போல, நட்பு கூட பெரிய பலம்தான். இவ்வளவு நபர்களுடன் அறிமுகம், பழக்கம், நட்பு. ஆமாம் பார்க்கப் போனால் பூ, பிஞ்சு, காய், கனி போன்று இதுவும் ஒரு வரிசைதான். எல்லாப் பூக்களும் பிஞ்சாவதில்லை. பிஞ்சாவ தெல்லாம் காய் அளவு வளர்வதில்லை. சில காய்கள்தான், கனிந்து பழம் ஆகின்றன. நட்பு என்பதும் அதேபோன்ற ஒரு வரிசைதான். முதலில் அறிமுகம். பின்பு வாய்ப்புகளைப் பொறுத்துப் பழக்கம். அதன்பின் மலர்ந்து செழிக்கும் நட்பு.

சிலருக்கு அறிமுகங்களே குறைவு. எங்கும் போவதில்லை. வீடு, வேலை செய்யுமிடம், அவ்வளவுதான். போகுமிடங்களிலும்

இவர்களாக யாருடனும் பேசுவதில்லை. கேட்டாலும் சுருக்க மாகத்தான் பதில் சொல்வார்கள். இவர்களை 'பிஹேவியரல் சயின்ட்டிஸ்ட்டுகள்', 'இன்ட்ரோவேர்ட்ஸ்' (Introverts) என்கிறார்கள்.

இன்னும் சிலருக்கு வேலை காரணமாகவோ அல்லது வேறு காரணங்களாலோ, நிறைய நபர்களைச் சந்திக்கும் வாய்ப்புகள் கிடைக்கும். எல்லாம் தூவப்பட்ட விதைகள். ஆனால், விழுந்த விதைகள் அனைத்தும் முளைத்துவிடும் என்று சொல்ல முடியாது. பழகுவதில் வரும் தயக்கம் காரணமாக அறிமுகத்துடன் முடிந்து விடும் தொடர்புகள். வேறு சிலருக்குத் தயக்கம் இருக்காது. சங்கோஜம் இன்றி எல்லோருடனும் கடகடவெனப் பேசுவார்கள். ஆனால், அவர்களின் நடத்தை மற்றும் பேச்சுகளால், மற்றவர் களை ஒதுங்கச் செய்து விடுவார்கள். ஆக்கிரமிப்பு நடவடிக்கை கள், மட்டந்தட்டுதல், தற்பெருமையே பேசுதல், தனக்குச் சாதக மாகச் செய்து கொள்ளப் பார்த்தல் போன்ற இவர்களின் செயல் பாடுகளால், இவர்களிடமிருந்து அடுத்தவர்கள் ஒதுங்கி விடுவார்கள்.

பிரபு போன்றவர்கள் மூன்றாவது வகையினர். முயன்று தாங்களே அறிமுகங்களை அதிகப்படுத்திக்கொண்டு விடுவார்கள். ('ஹலோ, என் பெயர் பிரபு. ரொம்ப நேரமா யாருக்காகவோ காத்துக்கிட்டு இருக்கீங்க போல இருக்கு...') இப்படி எவருடனும் தயக்கமின்றிச் சரளமாகப் பேசுபவர்கள், பழகுபவர்களை 'எக்ஸ்ட்ரோவேர்ட்ஸ்' (Extroverts) என்கிறார்கள்.

அறிமுகமாகும் எவருடனும் இவர்கள் நல்ல விதத்தில் பழகி, பின்பு அதையே நட்பாக்கிக் கொண்டு விடுகிறார்கள். ஆமாம், அறிமுகம் ஆகும் அனைவரிடமுமா நாம் தொடர்ந்து பழக விரும்புகிறோம்! சிலர் பழகும் விதம் அப்படியிருக்கிறது. இப்படிப் பலருடனும் சிறந்த நட்பு உறவு முறை உண்டாக்கித் தொடர்பவர்களை, 'இண்டர்பர்சனல் ரிலேஷன்ஷிப்' (Interpersonal Relationship)பில் சிறந்தவர்கள் என்கிறார்கள், அதே 'பிஹேவியரல்' வல்லுநர்கள்.

பழகுபவர்களுடன் எல்லாம் சிலருக்கு மட்டும் இயல்பாகவே ஆக்கபூர்வமான உறவு சாத்தியமாகிறது. இவர்கள் அப்படி என்னதான் வித்தியாசமாகச் செய்கிறார்கள்? சில ஆராய்ச்சிகளில் அதற்கான பதில் கிடைத்திருக்கின்றன.

- உதட்டளவில் இன்றி, உண்மையான அன்பு; உடனிருப்பவர் களைக் கேலி பேசாமல், அதே சமயம் கலகலப்பாக இருப்பது;

- மற்றவர்களின் பலவீனங்களையே கவனிக்காமல், அவர்களின் பலங்களைக் கவனிப்பது. அதற்கு முக்கியத்துவம் கொடுப்பது.

- மற்றவர்களும் நம்மைப்போலவேதான் சிந்திக்க வேண்டும், பேச வேண்டும், நடந்துகொள்ள வேண்டும் என்று எதிர்பார்க்காமல், அவர்கள் வேறுவிதமாக இருப்பது அவர்களின் உரிமை என்று நம்புவது;

- மற்றவர்கள் மீது நம்பிக்கை காட்டுவது;

- எவரிடமும் விசாரணை செய்யும் தோரணையில் பேசாதிருப்பது.

யோசித்துப் பார்த்தால் தெரியும். நம்மிடம் இவற்றில் ஒரு சில இருப்பதும், ஒரு சில இல்லாமல் இருப்பதும். பிரபு போன்ற சிலர் எப்பொழுதும் எல்லோரிடமும் இப்படியே இந்தப் பதினாறு குணங்களுடனேயே பழகுகிறார்கள், இயல்பாகவே. அதனால் தான் அவர்களின் நட்பு வட்டம் பெரியதாக இருக்கிறது.

அறிவு, பணம்போல இவர்கள் 'மனிதர்'களைச் சம்பாதித்து இருக்கிறார்கள். இதுவும் ஒரு செல்வம்தானே!

22 பழக்கம்

காலை மணி பத்து. அலுவலக வேலையில் ஈடுபட்டிருந்தேன். பரபரப்பான நேரம். மனோகர் எங்கள் நிறுவன ஊழியர்களுள் ஒருவர். அவருடைய மனைவி யோடு வந்திருந்தார். அலுவலகத்திற்கு எதற்கு மனைவியை அழைத்து வந்திருக்கிறார் என்று முதலில் புரியவில்லை.

மனோகருக்கு வயது நாற்பது. 'டிஸ்பாட்ச்' துறையில் பணி புரிபவர். பார்த்திருக்கிறேன். எதற்காக அலுவலக நேரத்தில் தன் மனைவியை அழைத்துக்கொண்டு மனித வளத் துறை அதிகாரியான என்னைப் பார்க்க வந்திருக்கிறார்...!'

அமர்ந்தார்கள். கொஞ்ச நேர அமைதிக்குப் பிறகு, மனோகர், மனைவியைப் பார்த்து, 'சார்கிட்ட ஏதோ கேட்கணுமின்னியே, கேளு' என்று தூண்டினார்.

மனைவி பேச ஆரம்பித்தார்கள். மருத்துவரிடம் சென்றிருந்ததாகவும், மருத்துவர் மனோகரை மருத்துவமனையில் சேர்த்து வைத்தியம் பார்க்க வேண்டும் என்று சொல்லிவிட்டதாகவும் சொன்னார்கள்.

சொல்லும்போதே கண்களில் கண்ணீர் குளம் கட்டியது. அவர் சேலைத் தலைப்பால் கண்களைத் துடைத்தபடி, குரல் கம்ம அதையே மீண்டும் ஒருமுறை சொன்னார் கள். மனோகர் ஏதும் பேசவில்லை. தலை குனிந்த படியே எல்லாவற்றையும் அமைதியாகக் கேட்டுக்

கொண்டிருந்தார். 'ஏன், எதற்காக, திடீரென்று மனோகரை மருத்துவமனையில் அனுமதிக்க வேண்டும்' என்று கேட்டேன்.

மனோகருக்கு அடிக்கடி ஜுரம் வந்ததாகவும், அதற்கு வீட்டருகில் உள்ள மருத்துவரிடம் காட்டி மருந்து சாப்பிட்டதாகவும், ஆனாலும் பிரச்னை குறையாமல் தொடர்ந்து இருந்ததால், ஒரு பெரிய மருத்துவமனைக்குப் போனதாகவும், அவர்கள் பல சோதனைகள் செய்து விட்டு, இதற்கு மருத்துவமனையிலேயே உள்நோயாளியாக அனுமதித்துத்தான் வைத்தியம் செய்ய வேண்டும் என்று சொல்லி விட்டதாகவும் சொன்னார்கள்.

'பணம்' ஏதும் பிரச்னையா என்று நினைத்தபடி, 'பணம் ஏதாவது...?' என்றேன். சமயத்தில் கம்பெனி தரும் 'கடன்' கேட்பார்கள்.

இப்போது வேகமாகத் தலை நிமிர்ந்த மனோகரன், 'அதெல்லாம் இல்லை சார்...' என்றார். அவர் மனைவியும், அவர்கள் இருவரும் வந்தது கம்பெனி லோன் கேட்க அல்ல என்றார்கள். அப்பொழுது தான் கவனித்தேன். திருமதி மனோகர் கழுத்தில் ஒரு மெல்லிய சங்கிலி மட்டுமே தங்கம்.

'அப்படியென்றால்...?' என்று கேட்டதற்கு, கொஞ்சம் தயங்கிவிட்டு, 'அவருக்கு ஒரு மாதம் லீவு வேண்டும்' என்றார்கள் மனோகரின் மனைவி.

ஓகோ! மனைவியை அழைத்து வந்து சிபாரிசுக்கு, தன் அலுவலகத்தில், தனக்கு லீவு கேட்க வந்திருக்கிறார். ஆச்சரியம் தாண்டி, 'சே என்ன நிலை இவருக்கு! இவருடைய உடல் நலமில்லாமல் போனதற்கு எடுக்க வேண்டிய லீவைக்கூட இவர் கேட்டால், இவருடைய மேலதிகாரி தர மாட்டார் என்று மனைவியை அழைத்துக்கொண்டு ஊழியர் துறைக்கு வந்திருக்கிறாரே!' என்று ஒரு கணம் பரிதாபமாகவும் இருந்தது. அந்த நினைப்பு ஒரே ஒரு கணம்தான். உடனே இந்த நிலைக்கு அவர் வந்ததற்கு, காரணம் இவரேதானே என்றும் தோன்றியது.

அடிக்கடி லீவு போட்டுவிட்டு, மனிதன் குடிக்கப் போய்விடுவார் என்று இவர் துறையைச் சேர்ந்த ஊழியர்கள் சொல்லக் கேட்டிருக்கிறேன். வேலைக்கு வந்துவிட்டால், நன்றாகச் செய்வார்தான். ஆனால், அவருக்கு இருந்த குடிப் பழக்கம் காரணமாக, கெட்ட பெயர். ஒரு ஆண்டிற்கான எல்லா விடுப்பு களையும் எடுத்து முடித்துவிட்டு, அதன்பின் அய்யா, சம்பளம் இல்லா விடுப்பிலும் போவார். அதெல்லாம் போதாமல்...

இப்பொழுது இன்னும் ஒரு மாதம் வேண்டுமாம்! நிச்சயமாக அவருடைய துறையில் அவருக்கு உடல் சுகமில்லை என்பதை நம்பியிருக்கமாட்டார்கள்.

ஒரு அரை மணி நேரம் பேசியதில், மனது பாரமாகிவிட்டது. அவர்களின் கனத்தினை நம்மீது இறக்கி வைத்துவிட்டார்கள். அவர்கள் சொல்லியதன் சாராம்சம் இதுதான். இந்தக் குடிப் பழக்கத்தாலும் அடிக்கடி விடுப்பு எடுப்பதாலும் மனோகர் மீது வீட்டில் எவருக்குமே மரியாதை இல்லை. வேலை செய்யுமிடத்தில் கேலியும் கிண்டலும். தொடர்ந்து குடித்ததால், பணமும் உடல் நலமும் பாழ். இத்தனை வருடங்கள் சம்பாதித்தும்கூட இதுவரை உபயோகமாகத் தனக்கோ, தன் குடும்பத்துக்கோ ஏதும் செய்துகொள்ளவில்லை.

தொடக்கத்தில், 'வாய்ப்பு கிடைக்கும்பொழுதெல்லாம் குடிப்பார்' என்பதுபோய், பின்பு 'வாய்ப்பு ஏற்படுத்திக்கொள்ள முடிகிற போதெல்லாம்' என்று மாறி, பின்பு, அது 'தினம் தினம் தேடிப்போய்' என்கிற வழக்கமாகிப் பின்பு, 'வீட்டிலேயே' என்கிற அளவு வந்து, வருடங்கள் சில ஓடிவிட்டன.

இப்பொழுது எதுவும் அவர் கட்டுப்பாட்டில் இல்லை. குடிக்காவிட்டால் கை கால் உதறுகிறது. பரபரப்பு அதிகமாகி, பிரச்னைகள் வலுக்கின்றன. எல்லாம் அவரே செய்துகொண்டது. சிரமப்பட்டுப் பழகி, வாழ்க்கை முழுமைக்கும் ஏற்படுத்திக் கொண்டு விட்ட கேடு. அவருக்கும் புரிகிறது. நிலைமையின் மோசத்தை உணருகிறார். அவரே அந்தப் பழக்கத்தைவிட்டு விடத்தான் நினைக்கிறார். ஆனால், முடியவில்லை. எல்லை மீறிவிட்டது. பழக்கத்தினை விடுவது என்பது இனி அவர் கையில் இல்லை.

ஆம், பழக்கம். பழகியதை விட முடியாது. அது நல்ல பழக்கமோ, தீய பழக்கமோ.

எழுத்தாளர் காஞ்சனா தாமோதரன் எழுதியிருந்தார்கள். வீட்டில் உள்ள சில தாய்மார்கள் குழந்தைகளை எப்படிப் பழக்குகிறார்கள் என்று. தினம் தினம் உறங்கப் போவதற்கு முன், ஒரு புத்தகத்தினை எடுத்துக்கொண்டு போய், பிள்ளையைப் படுக்க வைத்து, அதற்கு அந்தப் புத்தகத்தினை முழுவதுமாகப் படித்துக் காட்டுவார்களாம். அவர்களால் முடியவில்லை என்றால், தாதி (பணிப் பெண்) வைத்தாவது புத்தகம் படித்துக் காட்டுவார்களாம். சின்ன வயது

முதலே படுக்கப் போகும்முன் புத்தகம் படிப்பது என்கிற பழக்கம். பின் குழந்தைகள் தினம் தினம் தானே ஒரு புத்தகத்தின் சில பக்கங்களையாவது படித்துவிட்டுத்தான் படுப்பார்கள்.

எழுத்தாளர் சா. கந்தசாமி அவர்கள் சொல்லக் கேட்டிருக்கிறேன். அவர்கள் வீட்டில் சாப்பாடு எடுத்து வைத்ததும், அவரும் அவர் பிள்ளைகளும் மட்டுமல்ல, அவர் மனைவி மற்றும் பேரக் குழந்தைகளும்கூட ஆளுக்கு ஒரு புத்தகத்துடன்தான் சாப்பிட அமர்வார்களாம். வலது கை சாதத் தட்டில், இடது கை பிரித்த புத்தகத்துடன். உணவு, வயிற்றுக்கு மட்டுமல்ல. பழக்கம் சிறு வயது முதல் செய்தது. வருடக் கணக்கில் தொடர்கிறது. எவ்வளவு லாபம்? எவ்வளவு பலன்?

'டேஸ்ட் இஸ் பெமிலியாரிட்டி' என்பார்கள், 'சுவை என்பது பழகியதில்' எனும் பொருள்பட. பழகியதை விடுவது சிரமம். அப்படியென்றால், விடவேண்டியதை ஏன் பழக வேண்டும்? ஆரம்பத்தில் பழகுவதே கடினமாகத்தான் இருக்கும்.

என் பாட்டி சொல்லக் கேட்டிருக்கிறேன். அவர்கள் காலத்தில் புகையிலை போடுவது பெரிய மனுஷத்தனமாக பார்க்கப் பட்டிருக்கிறது. சினேகிதிகள் ஒன்றாகச் சேர்ந்துகொண்டு, வெறும் வைக்கோலை சிறிய அளவில் எடுத்து, சுருட்டி கன்னக் கதுப்பில் வைத்து அதக்கிப் பழகினார்களாம்! எப்படியிருக்கிறது பாருங்கள் முயற்சி!

எந்தப் பழக்கத்தைப் பழகவும் ஆரம்ப முயற்சி தேவைப்படுகிறது. அதைவிட அதிகமான முயற்சி அதை விடுவதற்குத் தேவைப் படுகிறது. குமாருக்குத் தேவைப்படுவதுபோல.

பழகியதைவிட முடியாது என்று நிச்சயமாகத் தெரிகிறபோது நல்லனவற்றை மட்டும் தேர்வு செய்து பழகலாமே!

காலை மணி எட்டு. குமார் இன்னும் எழுந்திருக்கவில்லை. அவனை எழச் சொல்ல அவனுடைய அப்பா சத்தம் போட்டுக்கொண்டே இருந்தார். ஒரு முறை தலையைத் தூக்கிப் பார்த்த குமார், அம்மாவிடம் கேட்டான்: 'எனக்கு இன்று விடுமுறைதானே! எழுந்து இப்ப என்ன செய்யப் போகிறேன்? எதுக்கு அப்பா தூங்கக் கூடாது என்கிறார்?'

நல்ல கேள்வி. குமாரும் நல்ல பையன்தான். அவன் படிப்பது பத்தாவது. தேர்வு முடிந்துவிட்டது. இப்போது விடுமுறைதான்.

23 உள்ளிருக்கும் 'நான்'

வண்டிக்குப் பெட்ரோல் போட்டுக்கொண்ட பிறகு, பில் வாங்குவதற்காக, கண்ணாடித் தடுப்புக்குப் பின் இருந்த அலுவலக அறைக்குப் போனேன். அங்கே ஒருவர் உரத்த குரலில் அதட்டிக் கொண்டிருந்தார். நடுத்தர வயதுக்காரர்.

'நான் யார் தெரியுமா? இவன் என்கிட்டயே வேலை காட்டுறானா? தொலைச்சுப்பிடுவேன் தொலைச்சு...' அவருக்கு மூச்சிரைத்தது.

கோபத்தின் உச்சியில் இருந்தார். அவர் சத்தம் போட்டுக் கொண்டிருந்தது, எதிரில் நின்றுகொண்டிருந்த பெட்ரோல் போடும் பையனைப் பார்த்து.

அவர் வண்டிக்கு அவன் பெட்ரோல் போட்டபோது, அவர் சொன்ன அளவு மட்டும் போடாமல், கூடுதலாகப் போட்டு விட்டானாம். அவன் வேண்டுமென்றேதான் அப்படிச் செய்தான் என்று கத்திக் கொண்டிருந்தார். கல்லாவில் அமர்ந்திருந்தவர் அவருக்குச் சமாதானம் சொல்லிவிட்டு,அந்தப் பையனைப் பார்த்து, 'ஏண்டா அப்படிச் செய்தாய்?' என்று கோபிக்க, அவன், 'இல்லை. சார்கிட்டே கேட்டுத்தான் போட்டேன்' என்று பதில் சொல்ல, அவ்வளவுதான், அவர் முன்னிலும் அதிகமாகக் குதிக்க ஆரம்பித்துவிட்டார்.

‘என்னது? நான் அப்படிச் சொன்னேனா? நானா? என்ன விளையாடுகிறாயா? என்னைக் கேட்டியா? நான் அவ்வளவு போடுன்னு சொன்னேனா? செய்யறதையும் செஞ்சிட்டு பொய் வேற சொல்ற? வாயை மூடுடா’ என்று சொல்லிவிட்டு, ‘அடிச்சேன்னா தெரியுமா?’ என்று கை ஓங்கினார்.

அவன் அசையாமல் விறைப்பாக அப்படியே நிற்க, அவர் கோபம் இன்னும் அதிகமானது. ‘என்ன முறைக்கிறாயா? உன்னை என்ன செய்றேன் பார்’ என்று சொல்லிவிட்டு, கல்லாப் பக்கம் திரும்பி, ‘நீங்கள் பில்லைக் குடுங்க. நான் பார்க்குற இடத்தில் பார்த்துக்கிறேன். நான் யார்ன்னு தெரியாம விளையாடுறீங்க.’

அவர் சொன்னதைவிட, அந்தப் பையன் பெட்ரோல் கூடுதலாகப் போட்டு விட்டது தவறாக இருக்கலாம். அதற்காக அவர் செய்த கலாட்டா ஆச்சரியமாக இருந்தது. அந்தப் பெட்ரோல் பங்கில் உள்ளவர்களிடம், ‘நான் யார் தெரியுமா?’ என்று சவால். பெட்ரோல் போடும் வசதியில்லாத குடும்பத்துச் சிறுவனுடன் சண்டை. ‘உன்னை என்ன செய்கிறேன் பார்’ என்ற கருவும், தன் பலம் காட்டத் துடிக்கும் மனோபாவம்.

இது வேறு இடம். நடந்ததும் பல ஆண்டுகளுக்கு முன்பு. மும்பை நகரம். குடியிருப்பு ஒன்றில் தமிழ்நாட்டைச் சேர்ந்த நண்பர்கள் சிலர் வசிக்கிறார்கள். இரவு நேரம். பேச்சும் விளையாட்டுமாக நேரம் கழிகிறது. அவ்வப்பொழுது அங்கே வெடிக்கும் சிரிப்புச் சத்தம். நேரம் ஓடுகிறது. அக்கம் பக்கத்து வீடுகளில் எல்லாம் விளக்கு அணைக்கப்படுகிறது. ஆனாலும் இவர்களது ஆட்டம் ஓயவில்லை. இப்படியே இரவு வெகு நேரம்வரை கலாட்டா என்பது அங்கே வாடிக்கையாக இருக்கிறது.

ஒரு நாள் இரவு. அவர்கள் இப்படிச் சத்தமாகப் பேசி விளையாடிக் கொண்டிருக்கையில், அவர்களின் வீட்டுக் கதவு தட்டப்படுகிறது. அவர்களில் ஒருவர் எழுந்துபோய்த் திறக்கிறார். கதவைத் தட்டிய மனிதர், ‘சத்தத்தைக் கொஞ்சம் குறைத்துக்கொள்ளுங்கள். தொந்தரவாக இருக்கிறது. தூங்கமுடியவில்லை’ என்று சொல்லி விட்டுத் திரும்பிப் போகிறார். சில அடிகள் நடந்துவிட்ட அவரிடம் கதவைத் திறந்தவர் கேட்டார்: ‘நீங்கள் யார்?’

‘நான், பக்கத்து வீட்டுக்காரன்.’

‘உங்கள் பெயர்?’

‘என் பெயரா, பிருதிவிராஜ் கபூர்.’

பிருதிவிராஜ் கபூர் மும்பையின் மிகப் பெரிய மனிதர்களுள் ஒருவர். திரையுலக ஜாம்பவான். மிகவும் சக்தி வாய்ந்த மனிதர். ராஜ்கபூரின் தந்தை. அவர்களாகக் கேட்டபோதுதான் அவர், தான் யார் என்பதையே, அதுவும் எந்த ஓர் அடைமொழியும் இல்லாமல் மிகச் சாதாரணமாகச் சொல்லியிருக்கிறார்.

ஏ.கே. செட்டியார், தெரிந்திருக்கலாம். மகாத்மா காந்தியைப் பற்றி, அவர் வாழ்ந்த காலத்திலேயே ஆவணப் (டாக்குமெண்டரி) படம் எடுத்தவர். காந்தி போகும் இடங்களுக்கெல்லாம் போய் அவராகப் படம் பிடித்துக்கொள்ள வேண்டியதுதான். மற்றபடி காந்தி, அவரைப் பற்றிப் படமெடுப்பதற்காகப் பெரிய ஆர்வம் காட்டுவதோ, ஒத்துழைப்புக் கொடுத்து நடப்பதென்பதோ யோசித்துக் கூடப் பார்க்க முடியாத விஷயங்கள். அப்படி அவர் படம் எடுத்துக்கொண்டிருந்த நேரம்.

அந்தப் படத்துக்கு, காந்தி கை குவித்து வணக்கம் செலுத்துவது போல ஒரு காட்சி தேவைப்பட்டிருக்கிறது. காந்தி வணக்கம் சொல்லுவது போல படம் எடுக்க வேண்டும். என்ன செய்யலாம் என்று யோசித்த ஏ.கே. செட்டியார், ‘காலை நேரத்தில் காந்தி வழக்கமாக நடந்து வரும் வழியில், கேமரா ஆட்களுடன் காத்திருந்து, அவர் வரும்பொழுது, அவருக்கு எதிர்ப்புறத்தில் இருந்து நாம் நடந்துபோய் அவருக்கு வணக்கம் சொல்லலாம். நாம் அப்படி கை குவித்து வணக்கம் சொல்ல, நிச்சயம் காந்தி நின்று, நமக்குப் பதில் வணக்கம் சொல்லுவார். அப்படி அவர் வணக்கம் சொல்லுவதை, நம் கேமரா ஆட்களை வைத்துப் படம் பிடித்து விட வேண்டியதுதான்’ என்று திட்டமிட்டிருக்கிறார்.

பின்பு தன் கேமராமேனை அழைத்து இது பற்றிய விவரத்தைச் சொல்லி, ‘கவனம் தேவை. தவற விட்டுவிடக் கூடாது. கண நேரத்தில் வணக்கம் சொல்லிவிட்டு காந்தி நகர்ந்துவிடலாம். அப்பொழுது தவற விட்டு விட்டால், மீண்டும் அவர் வணக்கம் சொல்லுவது போல படம் பிடிக்க முடியாது. மேலும், அவர் வணக்கம் சொல்லுவதைக் காட்டுமிடத்தில் காந்தி மட்டும்தான் தெரிய வேண்டும். அவருக்கு வணக்கம் சொல்லும் என்னை, பிரேமில் கொண்டுவர வேண்டாம்’ என்றெல்லாம் கூறி வைத்திருந்தார்.

எல்லாம் தெளிவாகத் திட்டமிடப்பட்டு, காந்தி நடந்து வரும் வழியில் ஓர் ஓரமாக கேமராக்காரர்கள் நின்றுகொண்டு, தயார்

செய்திருந்தார்கள். காந்தி வர வேண்டியதுதான், பாக்கி. அவர் நடந்து வரும் வழியில் பதைபதைப்புடன் காத்திருந்தார்கள். காந்தி வேகமாக நடந்து வந்தார். எதிரே போய் வணக்கம் சொல்ல ஏ.கே. செட்டியார் தயாரானார்.

வேகமாகப் போனார். காந்திக்கு எதிரில் வந்தாயிற்று. கேமரா தயார். ஆனால், அவர்களுக்கு ஓர் ஆச்சரியம் காத்திருந்தது. ஏ.கே. செட்டியார் போய் வணக்கம் சொல்லுவதற்கு முன்பே காந்தி வணக்கம் சொன்னார். யாருக்கு வணக்கம்? அவருக்கு எதிரில் வந்த ரிக்ஷாக்காரருக்கு, அடுத்து அவரைப் பார்த்துக் கை கூப்பிய தயிர்க்காரிக்கு ஒரு வணக்கம். இப்படியே எதிரில் வந்தவர்களுக் கெல்லாம் பல பதில் வணக்கங்கள் சொல்லிக்கொண்டேயிருந்தார் காந்தி. இப்படி காந்தி நடந்த வழியெங்கும் வணக்கத்திற்குப் பஞ்சமேயில்லை. கடைசிவரை ஒரே ஒரு வணக்கம் பெறும் பொருட்டு காந்தி எதிரில் ஏ.கே. செட்டியார் போகவேண்டிய அவசியமே ஏற்படவில்லை. காந்தி வணக்கம் சொல்லுவதைப் படம் பிடித்துக்கொள்ள, கேமராமேனுக்கு ஒன்றன்பின் ஒன்றாக ஏகப்பட்ட சந்தர்ப்பங்கள் கிடைத்துக்கொண்டே இருந்தன. அதுதானே காந்தி!

முதலில் வணக்கம் சொல்லுபவனே பெரிய மனிதன் என்றார் நபிகள் நாயகம்.

யார் முதலில் வணக்கம் சொல்லுவது? யார் முதலில் பேசுவது? யார் விட்டுக்கொடுப்பது? முதலில் இப்படிச் செய்பவர்கள் ஏதோ தாழ்ந்தவர்கள் என்பதுபோலப் பலருக்கும் நினைப்பு. யார் பெரியவர் என்பது, யார் கடைசியாக, எல்லோரும் வந்துவிட்ட பிறகு தாமதமாக வருவதில்தான் இருப்பதாகச் சிலருக்கு எண்ணம். நாம் மற்றவர்களைவிடப் பெரியவன் என்று எப்பாடு பட்டாகிலும் காட்டியாக வேண்டும் என்பது போன்ற அணுகுமுறை.

உண்மையான பெரிய மனிதர்களுக்கு அவர்களைப் பற்றிய சந்தேகம் கிடையாது. அவர்களைப் பெரிய மனிதர்கள் என்று எவரும் அங்கீகரிக்க வேண்டும், ஒப்புக்கொள்ள வேண்டும் என்கிற பதைபதைப்பு இல்லை. எல்லா இடங்களிலும் அவர்கள் மனம் அமைதியாக இருக்கிறது. எதையும் ஏற்றுக்கொள்கிறது.

மிகவும் சக்தி படைத்தவர்கள், தங்களின் சக்தியை எவரிடமும் காட்ட வேண்டும், பிரயோகிக்க வேண்டும் என்று நினைப்பதில்லை. தங்கள் சக்தி பற்றிய சந்தேகம் இருப்பவர்கள்தான், அதனைத்

தனக்கே நிரூபித்துக்கொள்ள, மற்றவர்களிடம், அதிலும் தன்னைவிட பலவீனமானவர்களிடம் அதனைப் பிரயோகித்துப் பார்த்துத் திருப்தியடைகிறார்கள்.

ஆமாம் சிலர் ஏன் அப்படிச் செய்கிறார்கள்? எல்லாம் இந்த உள்ளிருக்கும் 'நான்' படுத்தும் பாடுதானே!

24 நான்... நான்... நான்!

நண்பர் ஒருவருடைய புதுமனைப் புகு விழாவிற்குப் போயிருந்தேன். நண்பரையும் அவர் மனைவியையும் பார்த்து வாழ்த்தினேன். வாசலில் கிடந்த நாற்காலியில் அமர்ந்தேன். அருகில் அமர்ந்திருந்த பெரியவர் பேச்சுக் கொடுத்தார். 'அந்தக் காலம்' பற்றிச் சொன்னார். திடீரென சலசலப்பு ஏற்பட்டது. கேமராக்காரரும், வீடியோ படம் எடுப்பவரும் 'ஒயரை' இழுத்தபடி தெருப் பக்கம் ஓடினார்கள்.

ஒரு பெரிய மனிதர், பலர் புடை சூழ வந்து கொண்டிருந்தார். அனைவர் பார்வையும் அவர்மீது தான்! கிரகப் பிரவேசம் செய்யும் தம்பதியினர் ஓடோடிப் போய் வரவேற்றனர். அமர்ந்திருந்த பலரும் எழுந்து வாசலுக்குப் போயினர். என் அருகில் இருந்த பெரியவர் போகவில்லை. எங்கள் இடங்களில் அமர்ந்திருந்த படியே, அங்கே நடப்பதைக் கவனித்தோம்.

பலரும் அந்தப் பெரிய மனிதரிடம் வணக்கம் சொல்லிக் குழைந்தனர். அவர் எவரையும் குறிப்பாகப் பார்க்க வில்லை. பொதுவாகச் சிரித்தபடியே வீடியோ வெளிச்சத்தில் பெருமிதமாய் நடந்துவந்தார்.

'எனக்கு அவரை நன்கு தெரியும்' என்றார் என்னருகில் அமர்ந்திருந்த பெரியவர். 'சின்ன வயதில் அவரோடு 'வாலி பால்' ஆடியிருக்கிறேன்.'

‘அப்படியா உங்களுக்கு அவரைப் பழக்கம்தானே! அவரைப் போய்ப் பார்க்கவில்லையா?’ என்று கேட்டேன்.

மறுத்துத் தலையாட்டினார். பெரிய மனிதரின் பெயரைச் சொல்லி, ‘அவர் வரவில்லை’ என்று சொல்லிவிட்டு, அந்தப் பெரிய மனிதர் வகிக்கும் பதவியைக் குறிப்பிட்டுச் சொல்லி, ‘அவர்தான் வந்திருக்கிறார்’ என்றார். (வந்திருப்பது மோகன்ராஜ் இல்லை, வந்திருப்பது எஸ்.பி. (போலீஸ் அதிகாரி) என்பது போல). எனக்கு அந்த மனிதரோடுதான் பழக்கம் என்றார் அர்த்த புன்னகையுடன்.

அவர் சொல்லியது எனக்குப் புரிந்தது. வந்திருக்கும் வி.ஐ.பி. அனைவரிடமும், பதவி முறையிலேயே நடந்துகொள்கிறார் என்பதைத்தான் அந்தப் பெரியவர் அப்படிக் குறிப்பிட்டார்.

பதவி பொறுப்புகள் போன்றவை ஒரு சட்டைபோல. சிலர் அதனை எப்பொழுதுமே, எங்குமே கழற்றுவதில்லை. அந்த மிடுக்கு, தோரணை, மேல் நோக்கிய பார்வை, ‘தள்ளி நில்’ என்று சொல்லாமல் சொல்லும் அவர்களுடைய விரைப்பான கூப்பிய கைகள், ‘எல்லாப் பெருமையும் எனக்கே’ என்பதுபோன்ற செயற்கையான புன்முறுவல்கள் போன்றவை, மற்றவர்களை அவர்களிடம் அண்ட விடாமல் செய்துவிடுகின்றன.

இடம் கொடுத்தால்தானே பேசலாம்! சிலர் கொடுப்பதில்லை. தங்களைச்சுற்றி ஓர் ஒளி வட்டம் உள்ளதுபோல், மற்றவர்களிடமிருந்து விலகி, தரையில் கால்கள் பாவாமல், (முக) பாவம் மாறாமல், எப்போதும், ‘நான் மிகப் பிரபலமானவன்’, ‘நான் பணக்காரன்’, ‘நான் ரொம்ப அழகு’, ‘நான் பலசாலி’, ‘நான் அறிவு ஜீவி’ என்பதுபோலவே எப்போதும் எல்லா இடங்களிலும் நடந்து கொள்வார்கள்.

இந்தச் சிலர் குளித்து, தலை சீவி, உடை உடுத்தி இந்த ‘நான்’ கவசம் அணிந்துதான் எங்கேயுமே வருகிறார்கள். எப்பொழுதும் அதை அணிந்தபடியே உலாவுகிறார்கள். கழற்றுவதே இல்லை. எவரிடமும் எப்பொழுதும் அவர்கள் எண்ணம் முழுக்க நான், நான், நான் தான்.

இந்த ‘நான்’தான், தான் என்பதை ஒவ்வொரு கணமும் சுற்றி யிருப்பவர்களுக்கு நினைவுபடுத்திக் கொண்டேயிருப்பார்கள். ‘என்னைச் சாதாரணமாக நினைத்துவிடாதே, இது நானாக்கும்’ என்கிற தோரணை அவர்களிடம் எப்போதுமிருக்கும்.

இவர்கள், இதுதான் தங்களின் பலம் என்று நினைப்பது ஒரு விஷயம். மற்றொன்று, இது இல்லையென்றால் தங்களுக்கு

மதிப்பில்லையோ என்று இவர்கள் பயப்படுவது. தன்மீது நம்பிக்கையின்மையால், பயத்தினால் வருவதுதான் இந்த தற்செருக்குத் தோரணை.

யாரும் யாரையும் கவனிக்க வைக்கத் தேவையில்லை. மற்றவர்களின் கவனத்தைக் கவர முயற்சித்தாலே அதில் 'பயம்' இருக்கிறது என்று பொருள். 'என்னை நீ அங்கீகரி. நீ அங்கீகரிப்பது எனக்கு அவசியம். நீ அங்கீகரித்தால்தான் நான், இல்லையேல் நான் ஒன்றுமில்லை...' என்று சொல்லாமல் சொல்லும் மனோபாவம்.

மிகப் பெரிய அறிவாளிகள் யாரையும் மட்டம் தட்டுவதில்லை. தாங்களே மேதைகள் என்று விவாதம் செய்வதில்லை. தகுதியான மற்றவர்களைப் பாராட்டத் தயங்குவது இல்லை. அடுத்தவர், அவர்களைப்பற்றித் தவறாக ஏதும் சொன்னால் அதற்குப் பதற்றப் படுவதில்லை. மொத்தத்தில் நிறைகுடங்களுக்குத் தங்களைப் பற்றிச் சந்தேகம் இல்லை.

அவர்களுக்கு அவர்களைப்பற்றி உறுதியாகத் தெரியும். அதனால் அவர்களிடம் நிதானம் இருக்கிறது.

பணம், உடல் வலு, வலிமைகளுக்கும் அப்படியே, தங்களுக்கே சந்தேகம் உள்ளவர்கள்தான் அதனை நிலைநாட்ட, நிரூபிக்கப் பார்ப்பர். அதற்கு வெளியிலிருக்கும் மற்றவர் அங்கீகாரத்தினைத் தேடுவர், கெஞ்சுவர், சமயத்தில் அதட்டிக் கூடப் பெறுவர்.

இந்த வலையில் மாட்டாதவர்கள் குறைவு! ஸ்டீபன் கோவே (Stephan Covey) தன்னுடைய 'Seven habits of highly effective people' என்ற புத்தகத்தில் ஒரு சுய அனுபவத்தைப் பகிர்கிறார்.

கோவே பல அரங்கங்களில் 'நடத்தை' (Behaviour) பற்றி பாடம் நடத்துபவர், மிகவும் போற்றப்படும் பயிற்சியாளர். அவர் மனத்திலும் அவரைப்பற்றிய ஒரு 'நான்' இருந்தது. அந்த நான், 'நான் விவரம் தெரிந்தவன் மற்றும் பெரிய பெரிய அதிகாரி களுக்கே சொல்லிக் கொடுப்பவன் (Trainer)' என்பதுதான்.

அவருடைய மூன்று வயது மகளுக்குப் பிறந்த நாள். விருந்தினர் பலர் பரிசுகளுடனும் தங்கள் குழந்தைகளுடனும் அவர் வீட்டுக்கு வந்திருக்கிறார்கள். வெளியில் போயிருந்த அவர் பின்னால் வருகிறார். வீட்டில் அவர் கண்ட காட்சி அவரை வெட்கப்பட வைக்கிறது.

அவர் மகள், தனக்குப் பரிசாக வந்த பல விளையாட்டுப் பொம்மைகளையும் அணைக்க முடியாமல் அணைத்தபடி எச்சரிக்கை உணர்வுடன் அமர்ந்திருக்கிறாள். மற்ற குழந்தைகள் சுற்றி நின்று அவற்றை விளையாடக் கேட்கிறார்கள். ஆனால் அவர் மகளோ, அவற்றில் எதையும் தர மாட்டேன் என்று முரண்டு பிடிக்கிறாள்.

ஊருக்கெல்லாம் உபதேசம் செய்யும் 'தன்' குழந்தை இப்படிச் செய்வதா? தனக்கு அசிங்கமல்லவா! எப்படியும் பகிர்தலின் அவசியத்தைக் குழந்தைக்குச் சொல்லிக் கொடுக்க வேண்டும் என்று முடிவு செய்கிறார். அதன் அருகில் குத்துக்காலிட்டு அமருகிறார். 'இவ்வளவு பொம்மைகள் உனக்கெதுக்கு? ஒன்றிரண்டு பொம்மைகளை மற்ற பிள்ளைகளுக்குக் கொடும்மா' என்கிறார்.

தெளிவாக, 'மாத்தேன்' என்கிறது குழந்தை. அவருக்கோ சங்கடம் அதிகமாகிறது.

'இப்ப நீ கொடுத்தால்தான், அவங்க வீட்டுக்கு நீ போனா உனக்குக் கொடுப்பாங்க.'

'தேவையில்லை.'

'இப்ப நீ கொடுத்தா உனக்கு பபுள்கம் தருவேன்.'

'வேணாம்.'

அனைவரும் தந்தைக்கும் மகளுக்கும் இடையே நடக்கும் உரையாடலையே கவனமாகப் பார்க்க, அவருக்குச் சங்கடம் கூடுகிறது.

'இப்ப நீ கொடுக்கலைன்னா பாரேன்...' மிரட்டுகிறார்.

'நான் ஏன் கொடுக்கணும்...? இதெல்லாம் எனக்கு வந்தது.'

கோவேக்கு அவமானமாகப் போய்விடுகிறது. எழுந்துகொள்கிறார்.

'இப்ப நீ கொடு... நான் அப்பா சொல்றேன்... கொடு' என்று சொல்லியபடி, குழந்தை கையிலிருந்த சில பொம்மைகளைப் பிடுங்கி மற்ற குழந்தைகளிடம் தருகிறார்.

அடிபட்டது போலப் பார்க்கிறது குழந்தை. அவர் சொல்ல வருவது... தன்னுடைய தனிப்பட்ட முயற்சிகள் (Personal Power) செல்லுபடியாகாதபோது, அவர் தன்னுடைய பதவியின் (அப்பா என்கிற) அதிகாரத்தைத் தவறாகப் பயன்படுத்துகிறார்

என்பதைத்தான். ஏன் பயன்படுத்தினார் என்றால், தன்னுடைய 'நான்' என்பதைக் காப்பாற்றிக்கொள்ளத்தான்! 'என் குழந்தை இப்படிச் செய்தால், என்னைப்பற்றி என்ன நினைப்பார்கள்?' என்ற அச்சம்.

கோவே போன்ற விவரம் தெரிந்தவரே, சமயத்தில் 'நான்' என்ற கவசத்தினைக் கழற்றாமல்தான் உலவியிருக்கிறார். 'நான் உன் புருஷன்', 'நான் பெரியவன்', 'நான் உன் ஆசிரியர்', 'நான் உன் மேலதிகாரி', 'நான் இது', 'நான் அது' என்று எத்தனை எத்தனை முறை நாம், நம்மால் முடியாமல், நம் பதவி மற்றும் பொறுப்பின் அதிகாரங்களை (Position Power) பல இடங்களிலும் பயன்படுத்துகிறோம்.

ஒப்புக்கொள்ளலாம். இந்தச் சுயமதிப்பு (Self Esteem) இருந்தால் தான் உந்துதல் (Motivation) வரும். இவை இருந்தால்தான் வேட்கை, செயல்பாடு, வெற்றி, முன்னேற்றம் எல்லாம் சாத்தியப்படும்.

'நான்' தேவைதான். ஆனால், அதுவே அதிகமாகும்பொழுது, எல்லா இடங்களிலும் அதனைக் கழற்றாமல் மாட்டிக்கொண்டு போகும்போது, அது மற்றவர்களை நம்மிடமிருந்து விலக வைக்கும்.

25 வெற்றி பெறுவோம்

அது ஒரு கோவில். முருகப் பெருமான் சன்னிதானம். அமைதியாக நின்றிருந்தேன். என் பிரார்த்தனை முடிந்து விட்டது. கிளம்ப வேண்டியதுதான். ஒரு கணம் நிமிர்ந்து எனக்குப் பக்கத்தில் நின்றிருந்தவர்களைக் கவனித்தேன். ஆண்கள், பெண்கள், வயதானவர்கள், பிள்ளைகள் என்று நின்றிருந்தவர்களில் சகல விதமானவர்களும் இருந்தார்கள்.

யோசித்துப் பார்த்தேன். எல்லோருக்கும் ஏதேதோ தேவைப்படுகிறது. கடவுளிடம் வேண்டிக்கொள்கிறார்கள். பின்பு வேண்டிக்கொண்டது நடக்கும் என்கிற நம்பிக்கையுடன் அங்கிருந்து கிளம்புகிறார்கள்.

அடுத்து உள்ளே சன்னிதியில் அலங்காரத்துடன் கம்பீரமாய் நின்ற தெய்வத்தின் முகத்தினைப் பார்க்கிறேன். மலர்ந்திருக்கும் முகம். கருணை ததும்பும் புன்னகை. யார் வந்து வேண்டும் போதும், அதே முக பாவம் மாறாத புன்சிரிப்பு.

முருகர் மட்டும்தான் என்றில்லை. எல்லாத் தெய்வங்களும் எல்லா மதத்தினர் வணங்கும் இறைவனும் இப்படித் தானே இருக்கிறார்கள்!

எல்லோர் பிரார்த்தனைகளையும் பொறுமையாக, முழுமையாகக் கேட்டுக்கொள்ளும் இறைவன், பிரார்த்தனை செய்யும்பொழுதோ, வேண்டுகோள்கள்

வைக்கும்பொழுதோ, இடையே குறுக்கிட்டுப் பேசாத இறைவன், ‘ஏன் இப்படியெல்லாம் ஆசைப்படுகிறாய்?’ என்று எதிர்கேள்வி கேட்காத இறைவன், கேட்பது சரியா தவறா என்று எதுவுமே சொல்லாத இறைவன், ‘செய்து தருவேனா? செய்து தர மாட்டேனா?’ என்று பதில் சொல்லாமல், ‘இது சாத்தியமா? சாத்தியமில்லையா?’ என்றும்கூட உடனடியாக ஏதும் சொல்லாமல், அமைதியாகக் கேட்டுக்கொள்ளும் பரம்பொருள்.

‘எனக்கு ஏன் இப்படி?’ என்று புலம்புபவர்களை ஆழமாகப் பார்ப்பது போல் காட்சியளிக்கும் இறைவன். ‘சரி, நீதான் இனி துணை’ என்று சொல்லிவிட்டு அவர்கள் நகரும்பொழுது, ‘நீ போ. நான் பார்த்துக் கொள்கிறேன்’ என்பதுபோலப் பார்க்கும் தெய்வம். நடந்து முடிந்த பிறகு, ‘ஆகா, எல்லாம் உன் திருவிளை யாடலப்பா’ என்று திரும்ப வந்து நன்றி பாராட்டும்போதும், மாறாத அதே புன்னகை காட்டும் இறைவன்.

‘நான் கேட்டது நடக்கவில்லையே!’ என்று கலக்கத்துடன் வந்து சிலர், தன் காலடியில் விழும்பொழுதும் அதே புன்னகை காட்டும் தெய்வம். ‘ஓகோ இதுதான் காரணமா?’ என்று அவர்களே ஒரு முடிவுக்கு வந்து மீண்டும் பிரார்த்திக்கும்போதும் தொடர்ந்து மௌனம் காக்கும் இறைவன்.

காணிக்கை செலுத்தினாலும் சரி, இல்லாவிட்டாலும் சரி, வாயைத் திறப்பது இல்லை. மலர்கள் கொண்டு அர்ச்சனை செய்தாலும், பாராமுகமாகப் போனாலும் அல்லது வருத்தப் பட்டுப் பேசினாலும், தான் என்ன நினைக்கிறேன் என்று ஒருபோதும் வாய் திறந்து சொல்லாத தெய்வம்.

ஏழை, பணக்காரன், படித்தவன், புத்திசாலி, முட்டாள் என்ற எந்தப் பாகுபாடுமின்றி எவரிடமும் எப்பொழுதும் ஒரே முகபாவம் காட்டும் இறைவன்.

வழிபாட்டு இடங்களில் மக்கள் கூட்டம் அலை மோதுகிறது. பல மைல்கள் பிரயாணம் செய்துபோய், பல நாட்கள் கூடக் காத்திருந்து பார்க்கிறார்கள். முழுமையாக நம்புகிறார்கள். கெஞ்சுகிறார்கள். வழிபடுகிறார்கள். சுற்றிச் சுற்றி வருகிறார்கள். போற்றுகிறார்கள்.

இறைவன் ஒருபுறம் இருக்கட்டும். அடுத்து வீட்டில் வளர்க்கும் ஒரு ஜீவன்.

வீட்டில் உள்ளவர்கள் அனைவருடனும் குடும்பத் தலைவருக்கு மன வருத்தம். மனைவி, மக்கள், மற்ற உறவினர்கள் என்று

எல்லோருடனும் பிணக்கு. ஆனால், அந்த ஒரே ஒரு ஜீவனுடன் மட்டும் இணக்கம். தன் வருத்தங்களைத் தைரியமாக, எந்தவிதச் சந்தேகமும், பயமும் இல்லாமல் அவரால், அந்த ஜீவனிடம் சொல்ல முடிகிறது. எத்தனை வருடங்கள் ஆனாலும் அந்த ஜீவனுடன் பிரச்னை வந்ததேயில்லை.

அந்த ஜீவன், வாயில்லா ஜீவன் அது. அவர் வளர்க்கும் நாய், மிருகங்கள் பேசுவதில்லை. தங்கள் மேதாவித்தனத்தைப் பேசிக் காட்டுவதில்லை. குற்றம் குறை சொல்லுவதில்லை.

பேசவேண்டாம். அதிகம் பேசவேண்டாம். எல்லாவற்றையும் பற்றியும் கருத்துச் சொல்லிக்கொண்டிருக்க வேண்டாம். எல்லா வற்றையும் சொல்ல வேண்டுமென்பதில்லை; அவ்வப்பொழுதே அப்பொழுதே சொல்லவேண்டும் என்பதும் இல்லை.

அமைதியும் மௌனமும் பல சமயங்களில் பலம்.

அடக்கமும் ஆழமும் மதிக்கப்படும்.

மௌனம்.

மகா மௌனம்.

கடவுளாக மதிக்கப்படும் புத்தர், சில கேள்விகளுக்குக் கொடுத்த விடை மௌனம்.

பேச்சைக் குறைத்துக் கேட்பதையும் கவனிப்பதையும் அதிகப் படுத்துபவர்கள் வெற்றி பெறுகிறார்கள்.

நாமும், வெற்றி பெறுவோம்.

26 பார்வைகள் பலவிதம்...

சென்னை. மைலாப்பூர். நண்பருடன் வீதியில் நடந்து கொண்டிருந்தேன். அது அவ்வளவாக அகலமில்லாத, இரண்டு பக்கமும் கடைகள் அதிகமிருக்கும் குறுகிய தெரு. அந்தத் தெருவில் கடைகளைப் பார்க்காமல் எவரும் நடக்க முடியாது.

அப்பொழுது விமானம் ஒன்று, அதிக சத்தத்துடன் கொஞ்சம் தாழப் பறந்து சென்றது. அதைப் பார்ப்பதற் காக அண்ணாந்தேன். அப்பொழுதுதான் சில கடைகளின் மாடியில் இருந்த அழுக்கு வராண்டாக்களையும், அதில் தொய்வாகத் தொங்கிய கொடிக் கயிறுகளில் கிடந்த அழுக்குத் துணிகளையும் தற்செயலாகப் பார்த்தேன்.

அட! எத்தனையோ வருடங்களாக அந்தத் தெருவின் ஊடே நடந்திருக்கிறேன். அந்த மாடிகளைப் பார்த்ததே இல்லையே! அவை அங்கேயேதான் இருந்திருக் கின்றன. ஆனால், என் கண்ணில் அவை படவேயில்லை! கொஞ்சம் வியப்பாகவே இருந்தது.

யோசித்துப் பார்த்தேன். இதுபோல, இருந்தும் நாம் கவனித்துப் பார்த்திராத எத்தனையோ சின்னச் சின்ன விஷயங்கள் வீடுகளில், கடை மற்றும் அலுவலகங் களில் என எல்லா இடங்களிலும் இருக்கலாம்!

அவை இருக்கின்றன. ஆனால் நாம் பார்த்ததே இல்லை. இருப்பவற்றைப் பார்க்காமலேயே விடுவது ஒரு புறம். இது

தவிர, நாம் பார்க்கிற/கவனிக்கிற அத்தனையையும் சரியாகப் புரிந்து கொள்கிறோமா? அல்லது தவறாக, இல்லை நமக்குச் சொல்லிக் கொடுக்கப்பட்ட விதத்தில்தான் புரிந்து கொள்கிறோமா? இது இரண்டாவது கேள்வி. இன்னும் ஒரு யோசிக்க வேண்டிய விஷயம்.

ஒரு வருடத்துக்கு முன்பு நடந்தது இது. ஆட்கள் அதிக நடமாட்ட மில்லாத குடியிருப்புப் பகுதியொன்றில் காலையில் நடக்கப் (Walking) போவதுண்டு. ஒரு நாள், மறு பக்கம், எதிரில் எங்கள் வீட்டுக்குப் பக்கத்தில் குடியிருப்பவர் நடந்து வருவதைப் பார்த்தேன். இந்தப் பக்கத்தில் நடந்தபடியே அவரைப் பார்த்து, மரியாதை நிமித்தம் கையை உயர்த்தி 'வணக்கம்' என்று சைகை செய்தேன். அதற்கு அவரிடம் எந்தச் சலனமும் இல்லை. அவர் என் பக்கம்கூடத் திரும்பவில்லை. நேராகத் தன் பாட்டுக்கு நடந்து போய்விட்டார். உள்ளுக்குள் எனக்குக் கொஞ்சம் சங்கடமாகி விட்டது.

அடுத்த நாளும் அவரைப் பார்த்தேன். அவரைக் கொஞ்சம் தூரத்தில் பார்த்த உடனேயே, விடாமல் கையை உயர்த்தி 'ஹாய்' என்பதுபோல நான் பலமாக சைகை செய்ய... இந்தமுறையும் அவர் கண்டு கொள்ளாமலே போய்விட்டார். என் வீட்டுக்குப் பக்கத்தில் குடியிருப்பவர். அவர் வீட்டுக்குக்கூட அவர் மகன் பிறந்த நாளுக்கு ஒரு முறை போயிருக்கிறேன். 'மனிதர் கொஞ்சம் வசதி படைத்தவர்தான். அதற்காக இப்படியா?' என்ற எண்ணம் ஓடியதைத் தவிர்க்க முடியவில்லை.

ஒரு வாரமிருக்கும். ஒரு கடையருகில் நின்றிருந்தார். நான் அருகில் போனேன். அவரை நெருங்கியதும் என்னைப் பார்த்தவர், சினேகமாகச் சிரித்துப் பேசினார், விசாரித்தார். ஒன்றும் புரியவில்லை. சில நாட்களுக்கு முன்பெல்லாம் நடந்து போகும் போது தூரத்திலிருந்து கையசைத்தால், பார்த்தும் பார்க்காதது போல போனவரா இவர்? இப்போது இவ்வளவு சகஜமாகப் பேசுகிறாரே என்று ஆச்சரியமாக இருந்தது.

இவற்றைப் பற்றி வீட்டில் வந்து விவரம் சொல்ல, 'அவருக்குப் பார்வை குறைபாடு, வெகு அருகில் வந்தால்தான் தெரியும்' என்றார் என் தந்தை. நல்லவேளை; கேட்டுத் தெரிந்துகொண்டேன். இல்லாவிட்டால், தொடர்ந்து அவரைப்பற்றித் தவறாகவே நினைத்திருப்பேன். அந்தத் தவறான 'கண்ணாடி' வழியாகவே அவரைத் தொடர்ந்து பார்த்திருப்பேன்.

இதுபோல நாமாய் நினைத்துக்கொள்வது போக, வேறு சிலர் நமக்கு 'மாட்டி விடும்' கண்ணாடிகளும் உண்டு. அதுவும் வெவ்வேறு வண்ணங்களில்.

'உடம்புக்கு நல்லது.'

'மிகவும் நல்லவர்.'

'அவுங்களெல்லாம் கூடச் செய்யறாங்க.'

'பொது நன்மைக்குத்தானே.'

'யார்தான் குடிக்கலை?'

'எல்லாம் நடிப்பு!'

'தொடர்பு வைத்திருக்கிறார்.'

'லஞ்சம் வாங்குவார்.'

'கெட்டுப் போனவள்.'

இன்னும் எத்தனை எத்தனையோ விதமான வண்ணக் கண்ணாடிகள். அதுவும் ஒன்றின், ஒருவரின்மீது நமக்கு எந்த அபிப்பிராயமும் இல்லாத பொழுது, அறிமுகப்படுத்துபவர்கள் சுலபமாகச் செய்யும் வேலையிது. தெளிந்த தண்ணீரில் வண்ணம் கலப்பதுபோல.

என்ன செய்ய? பெரும்பாலும் அப்படியேதான் எடுத்துக் கொள்கிறோம். மாட்டிவிடப்பட்ட கண்ணாடிகள் வழியாகத்தான் அதன்பிறகு பார்க்கிறோம். அறிமுகப்படுத்தியவர்களின் அனுபவம் அல்லது பார்வை வேறாக இருக்கலாம். ஏன் சமயத்தில் அவர்களின் நோக்கமேகூடத் தவறாக இருக்கலாம். பெரியவர்களுக்கே இப்படியென்றால், சிறியவர்களைப் பற்றிக் கேட்கவே வேண்டாம்.

நாம் என்பது, நம் நம்பிக்கைகள், எண்ணங்கள், சித்தாந்தம், பார்வை, அணுகுமுறை, பழக்க வழக்கங்கள் போன்றவற்றின் கூட்டுதான். இவற்றின் வேர் எது? இவை எங்கிருந்து வந்தன? இவற்றை நமக்குக் கொடுத்தவர் எவர் அல்லது எவை? அவை சரியானதாகவும் இருக்கலாம். அவற்றில் சில சரியில்லாமலும் இருக்கலாம். மனது வெள்ளையாக, சுத்தமாக இருந்தபொழுது எவரோ எழுதிய அல்லது நாமாக எழுதிக்கொண்டது.

பெரும்பாலானவர்கள் அவர்கள் நம்பும் பலவற்றின்மீது ஒரு மறு பார்வையினை, மாற்றுக் கருத்தினை அனுமதிப்பதேயில்லை. விடாப்பிடியாக எப்பொழுதும் ஒரே கோணம், ஒரே பார்வை, ஒரே அபிப்பிராயம்தான்.

வண்ண வண்ணப் பொருள்கள் நிறைந்த கடைகளையே பார்த்து நடந்த எனக்கு, திடீரென ஒருநாள் தற்செயலாக அந்தக் கடைகளுக்கு மேலே மாடிகள் இருப்பதும், அங்கு பலர் வறுமை நிலையில் வாழ்வதும் மனத்தில் உறைத்தது.

வாழ்க்கையில் இது போல சில 'திடீர்கள்' ஏற்பட்டு, நம் வண்ணக் கண்ணாடிகள் (Colour glasses) உடையலாம். அன்று கண்ணுக்குத் தெரிவது வித்தியாசமாக இருக்கலாம். அதனால் புது அபிப்பிராயங் கள் வரலாம். சில பழைய அபிப்பிராயங்கள் மாறலாம்.

அப்படிப்பட்ட திட்டமிடாத (By default) 'திடீர்'களுக்காகக் காத்திருக்க வேண்டுமா என்ன? ஏன் நாமாகத் திட்டமிட்டு (By Design) பார்வையைக் கொஞ்சம் மாற்றி, மறு பக்கம் ஏதும் இருக்கிறதா? என்று கவனிக்கக் கூடாது.

நல்லவர்கள் என்று நினைத்துக்கொண்டிருப்பவர்களைக் கூட, அப்படியே விட்டுவிடலாம். தவறாக நினைத்துக் கொண்டிருப்பவர் களை, குற்றம் செய்பவர்களாக, கெடுதல் செய்பவர்களாக, துரோகம் செய்பவர்களாக நாம் நினைத்துக் கொண்டிருப்பவர் களை, ஒரு மாற்றுப் பார்வை பார்த்தால் என்ன, மறு பார்வை (Revisit) செய்தால் என்ன?

அதனால் பல பிரச்னைகள் குறையலாம். மனம் இலகுவாகலாம். அதன் கனம் குறையலாம்.

ஸ்டீபன் கோவே (Stephen Covey) ஒரு சம்பவம் சொல்லுவார். அதன் மூலம் 'பார்வை மாற்றம் (Paradigm shift)' எவ்வளவு முக்கியம் என்று விளக்குவார்.

அது ஓர் ஆற்றுப் பாலம். கீழே மணல் வெளி. ஒரு வயதான தம்பதியினர் பெஞ்சில் அமர்ந்து தினசரி செய்தித்தாள் படித்துக் கொண்டிருக்கிறார்கள். அப்பொழுது அங்கே ஒரு பெண், கையில் ஒரு மூன்று வயதுச் சிறுவனைப் பிடித்தபடி வருகிறாள்.

அந்தச் சிறுவன் திடீரென, அந்தப் பெண்ணின் பிடியிலிருந்து தன்னை விடுவித்துக்கொண்டு மணல் வெளியில் அங்கும் இங்கும் ஓடுகிறான். கீழே குனிந்து மண்ணை அள்ளி வீசுகிறான். சத்தமாகச் சிரிக்கிறான். விளையாடுகிறான்.

அமைதியாகச் செய்தித்தாள் படித்துக்கொண்டிருந்த அந்த வயோதிகத் தம்பதியினருக்குக் கோபம் வருகிறது, 'என்ன இப்படி பொது இடத்தில் விளையாடி தொந்தரவு செய்கிறானே!' என்று.

அவன் சேட்டை அதிகமாகி, இப்பொழுது மண்ணை அந்தத் தம்பதியினர் மீதே படுமாறு வீசுகிறான். அந்தப் பெண் பார்க்கிறாள். ஆனால், சிறுவனைக் கட்டுப்படுத்த ஏதும் முயற்சி செய்யவில்லை. இப்போது தம்பதியரின் கோபம் அந்தப் பெண் மீது திரும்புகிறது.

'ஏன் இப்படிச் செய்ய விடுகிறீர்கள்?' என்று கேட்கிறார்கள்.

அந்தப் பெண்மணி சொல்கிறார்: 'காலையில்தான் இவனுடைய பெற்றோர் இருவருமே, கோரமானதொரு சாலை விபத்தில் இறந்து விட்டார்கள். சற்று முன்புதான் அடக்கம் செய்துவிட்டு வருகிறோம். காலையில் இருந்து இவன் தொடர்ந்து அழுது கொண்டிருந்தான். இப்பொழுதுதான் தன்னை மறந்து கொஞ்சம் விளையாடுகிறான். அதனால்தான் அவனைக் கண்டிக்கவில்லை.'

இதைக் கேட்ட பிறகு அந்தத் தம்பதியினரின் கோபம் என்னவாகி யிருக்கும்? அதன் பிறகு அவர்கள் அந்தக் குழந்தையைப் பார்த்த விதம்! அதில்தான் எவ்வளவு பெரிய மாற்றம் வந்திருக்கும்! இதுதான் பார்வையில் வரும் மிகப் பெரிய மாற்றம் என்பது. இது போன்றவற்றைத்தான் (Paradigm shift) என்பது.

வாழ்க்கையில் பலவற்றைப் பார்க்கத் தவறுகிறோம். வேறு சிலவற்றைப் பார்க்கும்போது ஏதேதோ வண்ணக் கண்ணாடிகள் வழியாகப் பார்க்கிறோம். இன்னும் சிலவற்றை முழு விவரமும் தெரியாமல் பார்க்கிறோம்.

இந்த 'ராஜ பார்வை'யை வைத்துக்கொண்டுதான் எவ்வளவு வசனங்கள் பேசுகிறோம்! எவ்வளவு முடிவுகள் எடுக்கிறோம்! தீர்மானங்கள் செய்கிறோம்! தீர்ப்புகள் எழுதுகிறோம்!

27 நம்பிக்கை வேண்டும்...

இது நடந்தது 2002ஆம் வருடம். நண்பர்கள் சிலர் ஒன்றாகச் சேர்ந்து குடும்பங்களுடன் சென்னை 'கிஷ்கிந்தா தீம் பார்க்' சென்றிருந்தோம். அவர்களுள் கிருஷ்ணன் என்பவரும், அவருடைய ஒன்பது வயது மகள் திவ்யாவும் அடக்கம்.

மற்றவர்கள் முன்னே சென்றுவிட, நானும் கிருஷ்ணனு மாக நடந்தோம். அப்பொழுது அவருடைய செல்போன் மணியடித்தது. அழைப்பு வந்தது. அவருக்கு அல்ல. அவருடன் வந்த அவருடைய மகளுக்கு.

மகளை அருகில் அழைத்து, 'உன் தோழி' என்று சொல்லிப் போனைக் கொடுத்தார். அந்தச் சிறுமி, தந்தைக்கு நன்றி சொல்லிவிட்டு, 'செல்'லில் பேசினாள். அது ஒரு 'தீம் பார்க்' என்பதால், அங்கு இரைச்சல் அதிகமிருந்தது. முயன்று சத்தமாகப் பேசினாள். இறுதியாக, தன் வீட்டுத் தொலைபேசி எண்ணைத் தன் தோழிக்குத் தெரியப்படுத்தினாள். எண்களைச் சத்தமாக மீண்டும் மீண்டும் கூறினாள்.

மறுமுனையில் இருந்த பெண்ணுக்குக் கேட்கவில்லை போலும். ஆயிற்று மூன்றாவது, நாலாவது, ஐந்தாவது முறையும் கூட!

எனக்கு ஆச்சரியமாக இருந்தது. அவளது தந்தை அருகி லேயே பேசாமல் அமைதியாக நின்றுகொண்டிருந்தார்.

'இது செல்போன், காசாகிறது' என்றோ, (அப்போதெல்லாம் வரும் கால்களுக்கும் நிறைய கட்டணமாகும்) 'நேரமாகிறது. போதும் வா' என்றோ அவர் சொல்லவில்லை. அதைவிட ஆச்சரியம், 'நம்ம வீட்டு போன் நம்பர்தானே, தா, நான் உன் சினேகிதியிடம் சொல்லுகிறேன்' என்று பொறுமையிழந்து சொல்லாமல் அவளே சொல்லட்டும் என்று புன்னகையுடன் காத்திருந்தார்.

மேலும் சில முயற்சிகளுக்குப் பின்பு அந்தச் சிறுமியே, 'என்ன இது? சொல்லி விளங்க வைக்க முடியவில்லையே!' என்பது போல தந்தையை நிமிர்ந்து பார்க்க, அப்பொழுதும்கூட அவர் போனை வாங்கிக் கொள்ளவில்லை.

தொலைபேசி எண்களை எவ்விதம் பிரித்துச் சொல்லவேண்டும். வாயை எப்படிப் போன் அருகில் முனைந்து நெருக்கிச் சொல்லலாம் என்று யோசனை (மட்டும்) சொல்லிவிட்டு மீண்டும் காத்திருந்தார்.

இந்தமுறை வெற்றிகரமாக அவள் சொல்லிவிட, விஷயம் முடிந்தது, நடந்தோம்.

கவனித்ததில் அந்தச் சிறுமி நடந்துகொள்ளும் விதத்தில் ஒரு கண்ணியம், தன்னம்பிக்கை இருப்பதாகத் தெரிந்த அதே சமயம், இவள் வருங்காலத்தில் எவ்வளவு சிறப்பாகத் தன்னம்பிக்கையுடனும் இருப்பாள் என்றும் யோசனை ஓடியது.

இந்தச் சிறு வயதிலேயே இவ்வளவு தன்னம்பிக்கையுடன், பெரிய மனுஷி (Adult) போல நடந்துகொள்ள யார் காரணம்?

'உன்னால் முடியும், நீயே செய்துவிடுவாய்... செய்துவிடு' என்று ஒவ்வொருமுறையும் எதிர்பார்க்கும் அவளுடைய தந்தைதான் காரணம். அவளிடம் காட்டப்படும் நம்பிக்கைக்கு ஏற்றாற்போல நடந்துகொள்கிறாள் திவ்யா.

இதனை J.ஸ்டெர்லிங் லிவிங்டன் என்ற பேராசிரியர் (1969) 'பிக்மாலியன் எஃபெக்ட்' (Pygmalion Effect) என்கிறார். 'நாம் ஒருவரை எப்படி எதிர்பார்த்து நடத்துகிறோமா, அவருடைய செயல்பாடுகள் அப்படியே அமையும்.'

ஓர் ஆசிரியர், தம் மாணவ மாணவியரை, எதையும் கற்றுக் கொள்ளக் கூடியவர்கள் என்று நம்பினால், அவர்களிடம் அந்த நம்பிக்கையைக் காட்டினால், எதிர்பார்த்தால், அவர்கள் நன்கு வேகமாகக் கற்றுக் கொள்வார்கள். அதேபோல், 'ம்ஹூம்... இவனால் முடியாது' என்று ஆசிரியர் ஒரு மாணவனைப்பற்றி

நினைத்துவிட்டால், அவனை நடத்தும் முறையில் அதைக் காட்டிவிட்டால், அந்த மாணவனின் முயற்சி குறைந்து விடும். இதனை Self fulfilling Prophecy என்கின்றனர். 'என்ன எதிர்பார்ப்போ, அதை நிறைவேற்றுவது' என்பதுதான் அந்தக் கோட்பாடு.

இது கதையல்ல, நிஜம். பல ஆண்டுகளுக்கு முன்பு இஸ்ரேல் நாட்டில் இதைப் பரிசோதித்துப் பார்ப்பதற்காகவே ஒரு சோதனை செய்திருக்கிறார்கள். சில மாணவர்களை திறமையானவர்கள் என்று நம்பி, அப்படி எதிர்பார்த்து, அதன்படி நடத்தினால் அவர்கள் திறமையானவர்களாகி விடுவார்கள் என்பது சரிதானா என்று பார்ப்பதற்காகச் செய்த ஆராய்ச்சி அது.

ராணுவத்திற்கு ஆள் எடுத்தார்கள். 15 வார சண்டைப் பயிற்சி. அப்படி தேர்வு செய்யப்படுபவர்களுக்குத் தொடக்கத்தில் 15 வார போர்ப் பயிற்சி கொடுக்க வேண்டும். அதிகம் சோதிக்காமல் கிடைத்தவர்களையெல்லாம் சேர்த்து மொத்தம் 100 நபர்களை எடுத்தார்கள்.

மொத்த நபர்களையும் எந்த அடிப்படையும் இன்றி (Random) தாறுமாறாக மூன்று குழுக்களாகப் பிரித்தார்கள். ஒவ்வொரு குழுவிலும் மிகத் திறமையானவர்களும் இருந்தார்கள். சாதாரண மானவர்களும் இருந்தார்கள்.

இந்த மூன்று குழு உறுப்பினர்களையும் குழுக்களின் ஆசிரியர் களுக்கு அறிமுகப்படுத்தினார்கள். அப்பொழுது வேண்டுமென்றே ஆராய்ச்சிக்காக, முதல் குழுவில் இருந்து மொத்த நபர்களையும் மிகத் திறமையானவர்கள், புத்திசாலிகள் என்றும், மற்ற குழுக்களில் இருந்தவர்களை சராசரிகள் என்றும் அழுத்திச் சொன்னார்கள். மூன்று குழுக்களின் ஆசிரியர்களுமே தங்கள் குழுவில் இருப்பவர்கள் எப்படி என்பதை அவற்றைக் கவனமாகக் கேட்டுக்கொண்டார்கள்.

15 வாரப் பயிற்சி முடிந்தது. தேர்வுகள் நடைபெற்றன. முடிவுகள் எப்படியிருந்தன தெரியுமா? புத்திசாலிகள், திறமையானவர்கள் என்று அறிமுகப்படுத்தப்பட்ட முதல் குழுவினர், மற்ற இரு குழுக்களைக் காட்டிலும் பெரிய வித்தியாசத்தில் தேர்வுகளில் சாதனை புரிந்திருந்தார்கள். மேலும் அவர்களிடம் மற்ற இரண்டு குழுக்களைக் காட்டிலும் 'எதையும் முடிக்கலாம்' என்ற நேர்மறை (பாசிட்டிவ்) மனோபாவமும் அதிகமிருந்தது.

முதல் குழுவில் உள்ளோரை 'அப்படி' அறிவித்ததனால், அதன் ஆசிரியர் அவர்களை, திறமையானவர்களாகவே பார்த்திருக்கிறார். அவர்களில் எந்த நபரும் பயிற்சி கொஞ்சமும் புரியாமல் விழித்தாலும் ஆசிரியர், அவர்களுக்குத் தெரியும் என்பது போன்றே அவர்களை நடத்தியிருக்கிறார். குழுவினரும், ஆசிரியர் தொடர்ந்து அப்படி எதிர்பார்க்க, தங்களின் முழுத் திறனையும் காட்டியிருக்கிறார்கள். நடந்தது மாயம். சாதாரணர்களும் எதிர்பார்ப்புக்கு ஏற்ப தங்களை மேம்படுத்திக் கொண்டே, திறமையை வளர்த்துக்கொள்ள முடிந்த அதிசயம்.

இது போன்ற ஒரு சம்பவம் கிரேக்க புராணத்திலும் வருகிறது. அந்தப் புராண கதைப்படி, பிக்மேலியன் என்று ஒரு சிற்பி இருந்தானாம். அவன் முழு ஈடுபாட்டுடன் ஒரு பெண் சிலையினை செதுக்கினானாம். உருகி உருகி அவன் செதுக்கியபோது, இந்தச் சிலை நிச்சயமாக உயிர் பெற்று வந்து தன்னையே மணக்கும் என்று ஆழமாக நம்பினானாம். இறுதியாக அது நடந்ததாம்.

மேன்மையாகவோ, மட்டமாகவோ ஒருவரை எப்படி நடத்துகிறோமோ, அவர் அப்படியே மாறிவிடுவார் என்பதுதான் 'பிக்மாலியன் எஃபெக்ட்' அல்லது 'பிக்மாலியன் விளைவு'.

இந்தக் கருத்தின் அடிப்படையில் பெர்னாட்ஷா, பிக்மேனியன் என்றொரு நாடகம் எழுதியிருக்கிறார்.

ஆசிரியர்களின் எதிர்பார்ப்பின்படி மாணவர்களின் திறன் வளரும் என்பதை ஹார்வேர்டு பல்கலைக் கழகத்தைச் சேர்ந்த ராபர்ட் ரோசன்தால் என்பவரும் தன் தொடர் ஆராய்ச்சிகள் மூலம் நிரூபித்திருக்கிறார்.

ஆம்... ஆரம்பப் பள்ளி ஆசிரியர்களின் பங்கு இதில் முக்கியமானது. முதன்முதலில் ஒவ்வொரு குழந்தைக்கும், 'தன்னால் முடியும், தன் மீது மற்றவர்கள் நம்பிக்கை கொண்டிருக்கிறார்கள், தன்னை எதிர்பார்க்கிறார்கள்' என்ற செய்திகள் போகவேண்டும்.

அத்தகைய நம்பிக்கை காட்டுதலும், எதிர்பார்த்தலும், இளம் பிராயத்தாரிடம் மிகப் பெரிய மாறுதலை ஏற்படுத்தும். அதேபோல அவர்களிடம் மற்றவர் காட்டும் அவநம்பிக்கையும், எதிர்பார்ப்பின்றி இருத்தலும் இளந்தளிர்களைப் பட்டுப்போகச் செய்துவிடும்.

பள்ளி, கல்லூரிகளுக்கு மட்டுமா?... பணியிடங்களுக்கும் இது பொருந்தும். முதன்முதலாக ஒருவர் வேலைக்குச்

செல்லும்பொழுது அவருடைய நேரடி மேலதிகாரி அவரிடம் காட்டும், 'உன்னால் முடியும்; நீ திறமையானவன், உழைப்பாளி' போன்ற நம்பிக்கைகளும், எதிர்பார்ப்புகளும் மிக முக்கியம். அவை வேலை செய்பவரிடம் மிகப் பெரிய ஆவலைத் தூண்டும், செயலாற்றத் தூண்டும், செயல்பட வைக்கும். பணியிடத்தில் செய்யவேண்டிய நீண்ட பயணத்திற்கான சரியான அடித்தளமாக அத்தகைய எதிர்பார்ப்புகள் அமையும்.

ஆசிரியர் - மாணவர், மேலதிகாரி - பணி புரிவோர்போலவே இந்த எதிர்பார்ப்புகளை நிறைவேற்றும் self fulfilling prophecy எல்லா உறவுகளிலும் பெற்றோர் - குழந்தைகள், தலைவர் - தொண்டர், அரசு - மக்கள், மருத்துவர் - நோயாளி, நண்பர்கள் என்று எல்லா இடங்களிலுமே உண்டு. நம்பிக்கைகள் செய்யும் மாயம் என்பது இதுதான்.

28 அனுபவங்கள் என்ற ஆசான்

நான்கு வருடங்களுக்கு முன்பு நடந்த ஒரு நிகழ்ச்சி. என்னைப் பார்ப்பதற்காக ஒரு வயதான தம்பதியர் எங்கள் அலுவலகத்திற்கு வந்திருந்தார்கள். பணியாளர் ஒருவரின் பெற்றோர் அவர்கள். இருவருக்கும் வயது அறுபதுக்கும் மேலிருக்கும். உள்ளூர்தான். ஆனால், வெகு தூரத்தில் இருந்து இரண்டு பேருந்துகள் மாறி வந்திருந்தார்கள். 'எதற்காக இவ்வளவு தூரம் கிளம்பி வந்திருப்பார்கள்?' என்று எண்ணியபடியே அவர்களை அழைத்தேன். ஆறிக்கொண்டிருந்த காப்பியைச் சாப்பிடாமல், சொல்ல வந்ததைத் தயங்கிச் சொன்னார்கள்.

அவர்கள் மகன் வேலை செய்யும் 'சீட்'டை அது தற்சமயம் இருக்குமிடத்திலிருந்து வேறு இடத்திற்கு மாற்றவேண்டும் என்றார்கள். காரணம் கேட்டதற்கு, அவன் அருகில் அமர்ந்திருக்கும் மற்றோர் ஊழியரின் தொல்லைதான் என்று விளக்கினார்கள். பேசினோம். முடிவு செய்தோம். திருப்தியாகக் கிளம்பிப் போய் விட்டார்கள்.

யோசித்துப் பார்த்தபொழுது முதலில் வேடிக்கை யாகவும் பின்பு ஆச்சரியமாகவும் இருந்தது. முப்பது வயதாகும் மகன், தான் அலுவலகத்தில் அமர்ந்திருக்கும் இருக்கையிடத்தை மாற்றுவதற்காகத் தன் பெற்றோரின் உதவியை எதிர்பார்க்கிறார். அவர்களும் அதற்காகக்

கிளம்பிவந்து நிர்வாகத்திடம் கேட்கிறார்கள். தேவையை விளக்குகிறார்கள். முடிக்கிறார்கள்.

இத்தனைக்கும், பணியாளரின் படிப்பு பி.காம். அவர்கள் கேட்டுவந்த இடமாற்றம் என்பது 'டிரான்ஸ்பர்' போன்ற அலுவலக அல்லது ஊர் மாற்றமல்ல. வேலை செய்யும் அலுவலகத்திலேயே ஓரிடத்தில் இருந்து இன்னோர் இடத்திற்கு சீட் மாற்றம். அவ்வளவுதான். இதைக் கேட்க, பெற்றோர்.

அந்த ஊழியரை எனக்குத் தெரியும். நல்ல ஊழியர். அமைதியானவர். ஒரு மகனைப் பெற்றவர்களாக அவர்கள் காட்டும் அன்பை, அக்கறையை அவனுடைய பிரச்னையை முடிவுக்குக் கொண்டுவர எடுக்கும் முயற்சியைக் கவனித்தேன். ஆனால் என்னால் அதனைப் பாராட்ட முடியவில்லை. மாறாக, அவர்கள்மீது வருத்தம்தான் வந்தது. இவ்வளவு வயதான பின்பும், மகனை இப்படிக் குழந்தை யாகவே நடத்துகிறார்களே என்று! ஊழியர் மீதும் வருத்தமே மிஞ்சியது. தானே முயன்று இதை முடித்துக்கொள்ளாமல் தன் வயதான பெற்றோரை இன்னும் எதிர்பார்த்து நிற்கிறாரே என்று!

ஒரு கதை சொல்லுவார்கள். இரண்டு வெவ்வேறு நாட்டுப் பெண்கள். அவர்களிருவருக்கும் ஒரு வயது குழந்தை இருக்கிறது. அந்த இரண்டு குழந்தைகளுக்கும் ஒரு போட்டி வைக்கிறார்கள். போட்டி என்ன என்றால் ஓர் அறையின் ஒரு பக்கத்திலிருந்து இன்னொரு பக்கத்திற்குக் குழந்தைகள் தானாக நடந்து வரவேண்டும். ஒவ்வொரு குழந்தையையும் தனித்தனியே நடக்க விடுவார்கள். எந்தக் குழந்தை குறுகிய நேரத்தில் அந்தத் தூரத்தினைக் கடக்கிறது. இதுதான் போட்டி.

முதல் போட்டியாளர், சுவரோரம் நிற்க வைக்கப்பட்டார். தடுமாறியபடி நின்ற அவரை, கூட இருந்தவர்கள் பிடித்துக் கொண்டார்கள். விசில் அடித்தவுடன் அவரை விட்டுவிட வேண்டும். பின்பு அவரே தத்தித் தத்தி, அறையின் குறுக்கே நடந்து, எதிர்ப் பக்கத்துக்குப் போக வேண்டும். அறை முழுவதும் கடந்து எதிர்ப்பக்கம் போக அவருக்கு எவ்வளவு நேரம் ஆகிறது? இது கணக்கு.

குழந்தையின் தாய், குழந்தை, வந்து அடைய வேண்டிய எதிர்ப்பக்கம் நிற்பார்கள். அம்மா, 'வா, வா' என்று அழைத்தால் தானே, குழந்தை ஓடி வரும். அதற்காகத்தான் இந்த ஏற்பாடு. அப்பொழுது 'பிர்ர்' என்ற விசில் சத்தம் கேட்டதும் குழந்தையைப்

பிடித்திருந்தவர்கள் மெதுவாகக் கைகளை எடுக்க, அம்மா, 'ஓடி வா, அம்மாகிட்ட வா, வா, வா' என்று அழைக்க, பிஞ்சுக் கால்களை எட்டி எட்டி வைத்து, கண்கள் அம்மாவையே பார்த்தபடி வாய் முழுக்கச் சிரிப்புடன் வேகமாய் நடக்கிறது குழந்தை. பாதி தூரம் வந்ததும், தடுமாறி விழுந்து விடுகிறது.

உடன், குழந்தையின் முகம் மாறுகிறது. வாய் கோணுகிறது. அழுகை வரலாமா என்று பார்க்கிறது. சுற்றியிருந்தவர்கள் உரக்கக் கொட்டுகிறார்கள். அந்தக் குழந்தையின் அம்மா பதறி விடுகிறார். ஓடிப் போய் குழந்தையைத் தூக்கிக்கொள்கிறார். 'வேண்டாண்டா செல்லம், கீழே விழுந்திட்டியா, அடி பட்டுடுச்சா? அய்யோ பாவம். வலிக்குதா? வேணாண்டா? நீ அழாத இந்தத் தரைதானே உன்னை கீழே தள்ளுச்சு! அத அடிச்சிலாம்' என்று அம்மா சொல்லவும், குழந்தை தீர்மானமாய் அழ ஆரம்பிக்கிறது.

அடுத்த போட்டியாளர் மற்றொரு ஒரு வயதுக் குழந்தை. குழந்தையின் தாயை எதிர்ப் பக்கம் நிற்க வைக்கிறார்கள். விசில் ஊதுகிறார்கள். விட்டு விடல், தத்தித் தடுமாறிய நடை மட்டு மல்ல, பாதியில் கீழே விழுந்ததுவரை எல்லாம் முன்பு நடந்தது போலவேதான் இப்பொழுதும், இந்தக் குழந்தைக்கும் நடந்தது. வித்தியாசம் இல்லாமல் இல்லை. ஒரே ஒரு வேறுபாடு. அந்த வேறுபாடு, இந்தத் தாயின் அணுகுமுறையில் இருந்தது.

குழந்தை தடுமாறி கீழே விழுந்ததும், முன் போலவே விழுந்ததற்கு உச்சுக் கொட்டியவர்களை அப்படிச் செய்ய வேண்டாமென்றார் அந்தத் தாய். அவரும் இருந்த இடத்தை விட்டு நகரவில்லை.

விழுந்து விட்ட குழந்தையைப் பார்த்து, தீர்மானமான குரலில், 'எழுந்திரு... சீக்கிரம். ம்ம்... அப்படித்தான் ஒண்ணும் ஆகலை. வா, வா வா, அம்மாகிட்ட வா, பார்க்கலாம்' என்று உறுதியாகச் சொல்ல, குழந்தை நிமிர்ந்து அம்மாவைப் பார்த்தது. பின்பு சுற்றி முற்றியும் இருப்பவர்களைப் பார்த்தது.

எந்தப் பரிதாபப் பார்வையும் கிடைக்கவில்லை. தொடர்ந்து 'வா, சீக்கிரம் எழு, நட' என்று அம்மா அழைக்க, தடுமாறி எழுந்து, மிச்ச தூரத்தினையும் நடந்து, கடந்து, அம்மாவின் கால்களைச் சந்தோஷமாகக் கட்டிக்கொண்டது. அம்மா தூக்கி கன்னத்தில் அழுந்த முத்தம் கொடுத்துப் பாராட்ட, அப்போது தனக்கு அடிபட்டு விட்டதாக முட்டிக் காலைக் காட்டியது. 'அது

ஒண்ணுமில்லைடா...' என்று அம்மா சொல்ல, குழந்தையும் அதை மறந்துவிட்டு உடனே சிரித்தது.

செய்து பார்க்க வேண்டும். அதற்குப் பெற்றோர் விட வேண்டும். தன் பிள்ளைதான். அதற்காக எவ்வளவு நாள்தான் தாங்கிப் பிடிக்க, அவன் அல்லது அவளுக்காகப் பெற்றோர் செய்துகொண்டிருக்க முடியும்? கூடாது. 'உன்னால் முடியும்'. 'போ', 'பார்', 'செய்', 'நீயே முடி' போன்ற அணுகுமுறைகள் கொடுக்கும் தன்னம்பிக்கையே தனி. எங்கும் அனுப்பாமல் தன்னுடனே வைத்துக்கொள்வது. 'குடு நான் செய்து தருகிறேன்' என்று எல்லாவற்றையும் தாங்களே செய்து தருவது போன்றவை, சுய முயற்சியை முடக்கிவிடும். செய்யும் தைரியத்தையும், எதிர்கொள்ளும் மனோபாவத்தையும் வளரவிடாமல் அழித்துவிடும்.

மனோஜ் என்றோர் இளைஞரைச் சந்தித்தேன். ஆஸ்திரேலிய நாட்டிற்குப்போய், பொறியியல் படித்த சாதாரண வீட்டுப் பையன். பலரையும் போலவே பள்ளிப் படிப்பு முடிந்த சமயம் திக்குத் தெரியாமல்தான் இருந்திருக்கிறார்.

படிக்கும்பொழுதே ஆஸ்திரேலியாவில் அவர் தங்கியிருந்த இடத்தில் கௌரவம் பார்க்காமல் எல்லாவிதமான வேலை களுக்கும் மாணவர்கள் போவதைப் பார்த்திருக்கிறார். கல்லூரிப் படிப்பு முடிக்கும்போதே, பல்வேறு நிறுவனங்களில் பகுதி நேர வேலை பார்த்த அனுபவங்களுடன், மற்றவர்களுடன் பழகத் தெரிந்தவர்களாக, எடுத்ததை முடிக்கத் தெரிந்தவர்களாக வேலை இட அனுபவம் உள்ளவர்களாக அங்கிருந்தவர்கள் ஆகியிருப்பதைப் பார்த்திருக்கிறார்.

அதன் மூலம் ஊக்கம் பெற்று அவரும் அவர்களைப்போலவே ஒவ்வொரு ஆண்டும் மாலை நேரங்களில் சிறு சிறு வேலை களுக்குப் போயிருக்கிறார். கற்றுக் கொண்டிருக்கிறார். அதன் காரணமாக மிகவும் தைரியமானவராக ஆகிவிட்டார். படிப்பை முடிக்கும் முன்னரே திரும்ப இந்தியா வந்து இப்படிப்பட்ட அனுபவங்களைக் கொடுக்கக்கூடிய வேலைகளை மாணவர்களுக்குப் பெற்றுத் தர அமைப்பு ஒன்றினைத் (www.studentconcepts.com) தொடங்கி 2006ஆம் வருடத்திற்குள் 20,000 மாணவர்களை அதில் சேர்த்திருக்கிறார்.

பெற்றவர்கள் குழந்தைகளை, மிகவும் பொத்திப் பொத்தி வளர்க்க வேண்டாம். அவர்கள் பெறவேண்டிய அனுபவங்களைப் பெற,

அவர்களே செய்து பார்த்து அனுபவப்பட, தேவையான வாய்ப்பு களை அவர்களுக்கு மறுக்கக்கூடாது.

'கப்பல்கள் கரையில் மிகவும் பாதுகாப்பாகத்தான் இருக்கும். ஆனால், அவை கட்டப்படுவது அதற்காக அல்ல' என்று ஓர் ஆங்கிலப் பழமொழி சொல்லுகிறது. 'கிரிட்டிகல் எக்ஸ்பீரியன்ஸ்' என்கிறார்கள். அனுபவங்கள் கொடுக்கும் தன்னம்பிக்கைக்கு ஈடேயில்லை.

29 தனித்தனி

மனித வளம் (HR) படிக்கும் மாணவர்களுக்கான பயிற்சி வகுப்பு அது. நேர்முகத் தேர்வுக்கு வருபவர்களிடமிருந்து தேவையான தகவல்களைப் பெற்று, வேலைகளுக்குப் பொருத்தமானவர்களைத் தேர்வு செய்வது எப்படி? என்பது பற்றிய வகுப்பு. நேர்முகங்கள் பற்றிய பொது விபரங்கள் தந்த பிறகு, மாதிரி நேர்முகங்களையே வகுப்பினில் நடத்திக் காட்டி சில விளக்கங்கள் கொடுக்க முடிவு செய்தேன்.

ஒரு மாணவனையும் மாணவியையும் அழைத்து, விபரம் சொல்லி, ஒரு ஜோடனை நேர்முகம் (Mock Interview) நடத்தச் சொன்னேன். அதிலிருந்து கிடைக்கும் தகவல்களை வைத்து அனைவருக்கும் கூடுதலாக சொல்லிக் கொடுக்கலாம் என்பது திட்டம்.

அவர்கள் அனைவரும் சென்னையில் அமைந்திருக்கும் ஒரு புகழ் பெற்ற மேலாண்மை நிறுவனத்தில் எம்.பி.ஏ. படிக்கும் மாணவர்கள். ஜோடனை நேர்முகத்துக்கு இருவர் ஆர்வத்துடன் முன்வந்தார்கள். ஒருவர், வேலைக்கு விண்ணப்பித்திருப்பவராக நடந்துகொள்ள வேண்டும். அவர் நேர்முகம் கொடுப்பவர். மற்றவர் நேர்முகம் செய்பவராக, நிறுவனத்தைச் சார்ந்தவராக கற்பனை செய்துகொண்டு பேச வேண்டும்.

மற்ற மாணவர்கள் சுவாரசியத்துடன் நிமிர்ந்து உட்கார்ந்து கொண்டார்கள்.

ஆரம்ப அறிமுக சம்பிரதாயங்கள் முடிந்து, தகவல் சேகரிக்கும், விசாரிக்கும் தருணம் வந்தது. இரண்டாவது கேள்வியிலேயே சுவாரஸ்யம் கூடிவிட்டது. பதில் சொல்பவர், முதல் கேள்விக்குப் பதில் சொன்னதும் மறு கேள்விக்குப் பதில் சொன்னதும் ஒன்றுக்கு ஒன்று ஒத்துப் போகவில்லை. இதை எதிரில் பார்வையாளர்களாக அமர்ந்திருந்த மாணவர்களே சுலபமாகக் கவனித்துவிட்டார்கள். நேர்முகம் செய்பவரா விடுவார்? பதில் சொன்னவரைத் திரும்பத் திரும்ப அதில் மாட்டினார்.

பதில் சொல்பவர் திணறிப் போனார். தான் முன்பு சொன்னது சரியில்லை என்பதை ஒரு கட்டத்தில் அவரே ஒப்புக்கொண்டும் கூட, நேர்முகம் எடுப்பவர் விடுவதாக இல்லை. ஒரு வழக்குரைஞருக்கு உரிய திறமையுடன், 'அப்போது அப்படிச் சொன்னீர்களே, இப்போது இப்படிச் சொல்கிறீர்களே? கேட்டால் முன்பு சொன்னது தவறு என்கிறீர்கள்! அப்படிப் பார்த்தால், இப்போது சொல்லுவதையும் தவறு என்று பின்னால் சொல்ல மாட்டீர்கள் என்று என்ன நிச்சயம்?' என்று மடக்கு மடக்கு என்று மடக்கினார். பதில் சொல்பவரைப் பார்க்கப் பரிதாபமாக இருந்தது. மற்ற மாணவர்கள் அனைவரும் நடப்பதைக் கவனமாகப் பார்த்துக் கொண்டிருந்தார்கள்.

இந்த விவாதத்திலேயே அதிக நேரம் போய்விட, ஜோடனை நேர்முகத்துக்கு என்று கொடுக்கப்பட்டிருந்த நேரம் முடிந்தது. இருவருக்கும் நன்றி சொல்லி, அவர்களின் இருக்கைகளுக்குப் போகச் சொல்லிவிட்டேன். பின்பு நேர்முகம் செய்தவரிடம், 'நீங்கள் அவரை நேர்முகம் செய்து முடித்தாயிற்று அல்லவா?' என்று கேட்டேன்.

'ஆமாம்.'

'அந்த விண்ணப்பதாரர் பற்றி உங்கள் முடிவு என்ன? அவரைத் தேர்வு செய்கிறீர்களா? உங்கள் பார்வையில் 'கேண்டிடேட்' தேறினாரா, தேறவில்லையா?'

பெருமிதமாக சுற்றும் முற்றும் பார்த்தபடி, 'இல்லை' என்றார் அந்த வழக்குரைஞர் மாணவர். பார்வையாளர்கள் வரிசையில் முன்னால் இருந்த ஒரு மாணவரை எழுப்பி, 'நீங்களும் நடந்ததைப் பார்த்து, கேட்டுக்கொண்டிருந்தீர்கள். நீங்கள் நிறுவனத்தைச் சேர்ந்தவராக இருந்தால், அந்த வண்ணம் நேர்முகம் கொடுத்த வரைப் பற்றி உங்கள் முடிவு என்ன? நீங்கள் அவரைத் தேர்வு செய்வீர்களா?' என்று கேட்டேன்.

அவர் முகத்தில் தயக்கம். 'முடிவு செய்வது சிரமம். காரணம், நேர்முகத்துக்கு நேரம் போதவில்லை' என்றார். அடுத்து, பார்வை யாளர்களாகக் கவனித்த மற்ற மாணவர்களைப் பொதுவாகப் பார்த்து, அதே கேள்வியைக் கேட்டேன்.

சிலர், 'தேறவில்லை' என்றும், வேறு சிலர், 'நேர்முகம் நடந்த விதம் சரியில்லை' என்றும் சொன்னார்கள்.

பிரச்னை இதுதான். நேர்முகம் என்பது ஒருவரைப் பற்றிச் சரியாகத் தெரிந்துகொள்ள ஏற்படுத்திக்கொள்ளும் ஒரு வாய்ப்பு. 'அவரிடம் விசாரித்தும், அவரைக் கவனித்தும் தெரிந்துகொள்ள வேண்டிய விஷயங்கள் அந்த நேர்முகத்தில் எவ்வளவோ இருந்தும், அவற்றையெல்லாம் விட்டுவிட்டு ஏன் ஒரே விஷயத்தைப் பற்றியே கேட்டுக் கொண்டிருந்தீர்கள்?' என்று அந்த மாணவரைக் கேட்டேன்.

'முன்னுக்குப் பின் முரணாகப் பேசினாரே, அதனால்தான்.'

'ஒப்புக்கொள்கிறேன். அதுவும் கவனிக்கப்பட வேண்டியதுதான். ஆனால், அதற்காக அதையே பேசி, மற்றவற்றைத் தெரிந்து கொள்ளும் வாய்ப்பை நீங்கள் ஒரு நேர்முகம் நடத்துபவராக, தேர்வாளராகத் தவற விட்டு விடவில்லையா?' என்று கேட்டேன். ஒப்புக்கொண்டார்.

அதன் பின்பு அனைவருமாகச் சேர்ந்து சிறிது நேரம் அதைப் பற்றி வகுப்பில் விவாதித்தோம்.

நேர்முகம் கொடுத்தவர் அப்படி முரணாகப் பேசியது தவறுதான். அதனைத் தவறு என்று குறித்துக் கொண்டுவிட்டு, உடனடியாக அடுத்த விஷயத்திற்குப் போயிருக்க வேண்டும். ஒரு விண்ணப்பதாரருக்கு பன்முகங்கள் உண்டே! எத்தனையோ பலங்கள், பலவீனங்கள் இருக்கும். அவற்றையும் கிடைத்த நேரத்தில் முயன்று தேடியிருக்க வேண்டாமா? பார்க்கப் போனால் ஒவ்வொரு கேள்வியுமே தனித் தனிதான். ஒன்றுக்கு மோசமான பதில் வந்தால்கூட, அடுத்த கேள்வியைக் கொஞ்சமும் ஆர்வம் குறையாமலும், பதில் எதிர்பார்க்கும் விதமாகவும் கேட்பதுதான் நல்ல நேர்முகம். அப்படிச் செய்யப்படும் நேர்முகம்தான் வந்திருப்பவர்களைச் சரியாக மதிப்பீடு செய்ய உதவும்.

பதிலை எழுத வேண்டிய கேள்வித் தாள்களில் அந்த (Written Examination) சிறப்பு உண்டு. ஒரு கேள்விக்கு முழுவதும்

தப்பாகவே விடையளித்துவிட்டாலும், அடுத்த கேள்வியில் மாற்றமோ, வேறு பிரச்னைகளோ இல்லை. நேருக்கு நேர் உறவாடுகையில்தான் இந்தப் பிரச்னை வந்துவிடுகிறது.

'ஜட்ஜ்மெண்டல்' என்கிறார்கள். முடிவான முடிவு செய்து கொள்வது. தீர்ப்பு எழுதிவிடுவது. ஒருவரைப் பற்றி, ஒன்றிரண்டு தகவல்கள் மட்டும் கிடைத்ததுமே, ஒரு தீர்மானத்திற்கு வந்து விடுவது. அதன்பின் அதே வண்ணக் கண்ணாடி வழியாகவே, அடுத்து வரும் அனைத்தையும் பார்ப்பது; அதன் தாக்கத்துடனேயே பேசுவது.

யோசித்துப் பார்த்தால் நடைமுறை வாழ்க்கையில்கூட இப்படி நிறைய நடக்கிறது அல்லவா? ஒருவர் ஒன்றை மறந்துவிட்டால், ஒரு விஷயத்தில் நமக்குப் பிடிக்காதவற்றைச் சொல்லிவிட்டால், பின் எப்பொழுது அவரோடு பேசினாலும் அதுவே நம் நினைவுக்கு வருகிறது.

அதன் தாக்கம், நெடி சுலபத்தில் போவதில்லை.

எதையும் தொடர்புடைய சங்கிலிகளாகத்தான் பார்க்கிறோம். நன்றல்லதை அன்றே மறப்பதில்லை. ஒன்றோடு ஒன்றைத் தொடர்புபடுத்திக் கொள்கிறோம். கசப்பான பேச்சுக்களை, அனுபவங்களை மறப்பதற்குச் சிலருக்கு சில நாட்கள் ஆகின்றன. வேறு சிலருக்கு மாதங்கள். இன்னும் சிலருக்கு வருடங்களே ஆனாலும் கூட அவற்றை மறக்க முடியாது.

காயத்தினைச் சொறிந்து சொறிந்து, ரணமாகவே வைத்திருப்பார் கள். தங்களுக்கு இழைக்கப்பட்ட தீங்கினை மறக்க விரும்ப மாட்டார்கள். உள்ளே பத்திரமாகப் பூட்டி வைத்துக்கொண்டு, எடுத்து எடுத்துப் பார்த்துக்கொள்வார்கள். எல்லாத் தொடர்பு களிலும், எல்லாக் கருத்துப் பரிமாற்றங்களிலும் அதன் தயக்கம் இருந்துகொண்டே இருக்கும்.

முன் நடந்ததையும் அடுத்து நடப்பதையும் தொடர்புபடுத்திப் பார்ப்பது ஒரு திறன்தான். அதே சமயம், சில விஷயங்களில் தொடர்பில்லாமல் பார்ப்பதும் சாதகமாக அமைந்துவிடும். ஒருமுறை தப்பு செய்தவர் திரும்பவும் எப்பொழுதும் அப்படியே தான் இருப்பார். நடந்து கொள்வார் என்று நினைப்பது சரியில்லையே!

'நேற்றுத் திட்டி விட்டார்தான். ஆனால், இன்று சாதாரணமாகச் சிரித்துப் பேசுவார்' சிலருடைய குணாதிசயத்தினைப் பற்றி இப்படிச் சொல்வார்கள்.

நேற்று வேறு, இன்று வேறு. அந்தச் சம்பவம் வேறு, இந்தச் சம்பவம் வேறு. அது பிரச்னை. அதனால் எல்லாமே பிரச்னையா என்ன? இப்படி எதையும் பார்க்க, செய்துவிட்டுப் போக, நம் மனது லேசாகிறது. நம்முடன் பழகுபவர்களுக்கும் பரசவம். 'அவர் எதையும் மனசுல வைக்கமாட்டார்' அன்று பூத்த மலர்களைப்போல உறவுகள் பொலிவாக இருக்கும்.

வீட்டில் புளிக்கும் பழைய மோர் வைத்திருந்து, அதைக்கொண்டே புரை ஊற்றினால், புதிதாக உறையும் தயிரிலும் அதே ஊளை நாற்றம் வரத்தான் செய்யும். விடாமல் அந்த ஊளை நாற்ற மடிக்கும் மோரைத் தொடர வேண்டுமா என்ன?

ஒவ்வொரு தினமும் புதிது, ஒவ்வொரு கணமும் புதியது. இவர் இப்பொழுது சொல்வதற்கு, அவர் இப்பொழுது சொல்வது மட்டுமே பொருள்.

எல்லோரும் நல்லவரே, உலகம் ஆனந்தமானது. என்ன சொல்கிறீர்கள்?

30 நம் பொறுப்பும் கூட...

அது சென்னையில் இயங்கும் அலுவலகம். அங்கே சுமார் 150 பேர் வேலை செய்கிறார்கள். பெரும்பாலும் இள வயதினர். எப்பொழுதும் பரபரப்பாக இயங்கும் ஒரு BPO அலுவலகம். அன்றைக்குக் கூடுதல் பரபரப்பாக இருந்தது. காரணம், அந்த நிறுவனத்தின் மும்பைத் தலைமை அலுவலகத்தில் இருந்து உயரதிகாரி வருகிறார் என்பதுதான்.

உயரதிகாரி எனக்குத் தெரிந்தவர். அவர் பெயர் மகாதேவன். அன்றைக்கு மதியம், மகாதேவனுடன் ஓர் ஓட்டலில் உணவு அருந்தினேன். அப்பொழுது பேச்சு அவர்களின் சென்னை அலுவலகம் பற்றித் திரும்பியது. அந்த அலுவலகத்தில் சில விஷயங்கள் சரியில்லை என்று மகாதேவ் சலித்துக்கொண்டார். குறிப்பாக, அந்த அலுவலகத்தில் வேலையை ராஜிநாமா செய்பவர்கள் எண்ணிக்கை (Attrition Rate) அதிகமாக இருக்கிற தென்றும், அதனால் வியாபாரத்தில் சில சிரமங்கள் ஏற்படுகின்றன என்றும் வருத்தப்பட்டார்.

'என்ன செய்யலாம்?' என்று நட்பு முறையில் என்னிடம் ஆலோசனையும் கேட்டார்.

அவரையே, 'என்ன காரணத்தினால் இவ்வளவு பேர் ராஜிநாமா செய்கிறார்கள்?' என்று கேட்டேன்.

இன்னும் சில காரணங்கள் இருந்தாலும், முக்கிய காரணம் என்று அவர் நினைப்பது, அந்த அலுவலகத்தின் மேலாளரான பிரசாத்தின் அணுகுமுறைதான் என்றார்.

பிரசாத்துக்கு வயது 30 தானாம். பிரசாத் ஊழியர்களிடம் மிகவும் கெடுபிடியாக நடந்துகொள்வதால் இன்று மகாதேவனைச் சந்தித்த பல ஊழியர்களும் புகார் செய்ததாகவும் சொன்னார். பிரசாத்துக்கு ஊழியர்களிடம் பழகத் தெரியவில்லையாம். ஊழியர்கள் சொல்லும் பிரச்னைகளை அவர் காது கொடுத்துக்கூட கேட்பதில்லையாம். எப்பொழுதும் ஏதாவது வேலையை 'செய்து முடி', 'செய்து முடி' என்று மிக அதிகமாகக் கடுகடுக்கிறாராம், விரட்டுகிறாராம்.

சிறிய இடைவெளிக்குப் பின், அவரே தொடர்ந்தார். 'வேலை வாங்க வேண்டியதுதான். அதே சமயம் ஊழியர்களிடம் கனிவாகவும் நடந்து கொள்ள வேண்டும் அல்லவா?' என்றார்.

'சென்னை அலுவலகத்தில் வேலை செய்பவர்களுக்குப் பிரசாத்தான் அதிகாரி என்பது சரி, பிரசாத்துக்கு யார் மேலதிகாரி?'

நிமிர்ந்து பார்த்து, 'நான்தான்' என்றார் மகாதேவன்.

'நீங்கள் எத்தனை நாளுக்கு ஒருமுறை பிரசாத்துடன் பேசுவீர்கள்?'

'எத்தனை நாளுக்கு ஒருமுறை என்றல்ல. தினம் தினம் பேசுவேன். பிரசாத்துடன் நான் பேசியாக வேண்டும். வேலை அப்படி. குறைந்தபட்சம் தினம் இரண்டு முறையாவது பேசுவேன்.'

'சரி. அப்பொழுதெல்லாம் இதைப் பற்றி உங்களுக்குத் தெரிய வரவில்லையா?'

'அதிகமானவர்கள் வேலையை விட்டுவிட்டுப் போய்விடுகிறார்கள் என்பது தெரியும். ஆனால், காரணம் எதுவென்று தெரியாது. இப்பொழுது நேரில் வந்து ஊழியர்களைச் சந்தித்தபோதுதான் பிரசாத்தின் கெடுபிடி பற்றிக் கேள்விப்பட்டேன்.'

'சரி. நீங்கள் தினசரி பிரசாத்திடம் பேசும்போது எவற்றைப் பற்றியெல்லாம் விசாரிப்பீர்கள்?'

'விசாரிப்பது என்றால்?'

'நீங்கள் தொலைபேசியிலோ, ஈ-மெயிலிலோ, பிரசாத்துடன் உரையாடுவீர்கள் அல்லவா? அப்பொழுது அவரிடம் நீங்கள் அவரிடம் கேட்கும் கேள்விகள், எவற்றைப் பற்றி இருக்கும்?'

அவர் முகத்தில் சிரிப்பு. 'வேறு என்ன? எல்லாம் மேலதிகாரிகளும் கேட்கும் அதே கேள்விகள்தான். எவ்வளவு வேலை முடிந்திருக்கிறது? செய்த வேலையின் தரம் பற்றி வாடிக்கையாளர்கள் என்ன சொன்னார்கள்? மேலும் முடிய வேண்டிய வேலைகள் எவ்வளவு இருக்கின்றன? இப்படிப்பட்ட கேள்விகள்தான் கேட்பேன்.'

பிரசாத்திடமிருந்து இந்தக் கேள்விகளுக்குச் சாதகமான பதில்கள் வரா விட்டால் என்ன ஆகும்?'

மகாதேவன் இப்பொழுது இன்னும் சத்தமாகச் சிரித்தார். 'பிரசாத்துக்கு நேரம் சரியில்லை என்று அர்த்தம். நான் கொஞ்சம் அதிகமாகவே கோபிக்கிறவன். எனக்கு எல்லாம் சரியாக இருக்க வேண்டும்.'

'அப்படியென்றால், பிரசாத் உங்களுக்குப் பயப்படுவார்.'

'ஒரு விதத்தில் ஆமாம்.'

சாப்பிட்டு முடித்துவிட்டு எழுந்தோம். 'நீங்கள் எப்பொழுதாவது பிரசாத் தன்னுடைய ஊழியர்களுடன் எப்படி நடந்துகொள்கிறார் என்று அவரிடமே கேட்டுத் தெரிந்துகொண்டிருக்கிறீர்களா? ஊழியர் நலன், அவர்களின் மன நிலை (Morale) முதலியன பற்றி பிரசாத்திடம் பேசியிருக்கிறீர்களா? விசாரித்திருக்கிறீர்களா?'

மகாதேவன் கண்கள் சற்று மேலே குத்திட்டு நின்றன. யோசித்தார். முதலில், 'இல்லை' என்றார்.

பின்பு பட்டென்று, 'நான் ஏன் அதை விசாரிக்க வேண்டும்? எனக்கு வேலை முடிய வேண்டும். அவ்வளவுதானே! அப்படி ஊழியர் களிடம் நல்லபடியாக நடந்துகொள்ள வேண்டியது அவருடைய வேலைதானே. இதை எதற்கு நான் விசாரித்துக்கொண்டு...'

வண்டி ஏறினோம். மேலும் அரை மணி நேரம் பேசினோம். என்னை என் அலுவலக வாசலில் இறக்கி விட்டுவிட்டு மகாதேவன் போய் விட்டார். எங்கள் பேச்சின் சாரம் இதுதான்.

எது கவனிக்கப்படுகிறதோ, அது வளர்கிறது. எது கேட்கப் படுகிறதோ அது கொடுக்கப்படுகிறது.

மகாதேவன் பிரசாத்தின் மேலதிகாரி. முக்கியமானவர், சர்வ வல்லமை பொருந்தியவர். அவருடைய நன்மதிப்பைப் பெறுவது பிரசாத்துக்கு முக்கியம். மகாதேவன் தினம் தினம் தொடர்பு கொண்டு அலுவலகத்தில் வேலை முடிந்தது பற்றியும் அதன் தரம்

பற்றியும், அது பற்றி வாடிக்கையாளர்கள் கொள்ளும் திருப்தி பற்றியும் பேசுகிறார், கேட்கிறார்.

இதனால் என்ன ஆகிறது? பிரசாத்தையும் அறியலாம், பிரசாத்திடம், 'வேலை முடிய வேண்டியதுதான் முக்கியம்' என்கிற எண்ணம் அழுத்தப்படுகிறது. மேலதிகாரி முக்கியத்துவம் கொடுத்து விசாரிக்கும் அந்த வேலைகளைச் செய்யவே பிரசாத்துக்கு நேரம் போதவில்லை. அல்லது அதைக் கவனிக்கும் பொழுது மற்றவை அடிபடுகின்றன. அவற்றில் ஒன்றுதான் ஊழியர் மீது, பிரசாத் காட்டும் அக்கறை. நாளடைவில் அது போய்விட்டது. மகாதேவன் அது பற்றி பிரசாத்திடம் அடிக்கடிப் பேசியிருந்தால் அல்லது அதைப் பற்றியும் விசாரித்திருந்தால், அதன் மீதும் பிரசாத் கவனம் செலுத்தியிருப்பார்.

அவை எதையுமே செய்யாமல், இப்பொழுது ஊழியர்கள் புகார் செய்வதால் மட்டுமே பிரசாத்தைக் கண்டிப்பது என்ன நியாயம்? மகாதேவனிடமிருந்து மறைமுகமாக பிரசாத்துக்குக் கிடைத்த செய்தி. 'வேலை மட்டுமே முக்கியம்' என்பதுதானே!

ஆகவே, பேசும்போதும், விசாரிக்கும்போதும், தகவல் கேட்கும் போதும், எது வர வேண்டுமோ, எவையெல்லாம் செழிக்க வேண்டும் என்று எதிர்பார்க்கிறோமோ, அவை பற்றியெல்லாம் முதலில் கேட்க வேண்டும். கேட்பது மட்டுமல்ல. அவற்றை அழுந்தச் (Stressing) சொல்ல வேண்டும். மேலும் தேவைப் படுவது, நன்றாகச் செய்யப்பட்டிருந்தால், பாராட்டவும் வேண்டும்.

எது கவனிக்கப்படுகிறதோ, அது வளர்வதுபோல, எது பாராட்டப் படுகிறதோ அதுவும் வளரும்.

அலுவலகங்களில் மட்டும்தான் என்றில்லை. வீடுகள், அமைப்புகள் போன்ற மற்ற இடங்களிலும் சரி, இது பொருந்தக்கூடிய அணுகுமுறைதான். மனிதர்கள் எல்லாரும் ஒன்றுதான். பிள்ளைகள் என்ன செய்யவேண்டும் என்று எதிர்பார்க் கிறோமோ, அதைப் பற்றி அவர்களிடம் பேசும்பொழுது தவறாமல் விசாரிக்க வேண்டும். அதற்கு முக்கியத்துவம் கொடுக்க வேண்டும். பாராட்டுகளும், தண்டனைகளும் அந்தச் செயல்பாட்டினை ஒட்டி இருக்க வேண்டும். Sending right signals முக்கியம்.

நல்ல மதிப்பெண் வாங்கிய அன்று அனுசரணை. பண்பில்லாமல் நடந்து கொண்டபொழுது அழுத்தமான கூடுதல் கண்டிப்பு. தவறு செய்வதைப் பார்த்த உடனேயே, கண்டிப்பு. அதுவும் தேவையான

அளவு வீரியத்துடன் (‘அப்பாவுக்கே தெரியுமே! அவர் ஒண்ணும் சொல்லலையே’) உகந்ததைச் செய்ததற்கு கவனிப்பும் பாராட்டும் அவையும் சரியான அளவில், உணரக்கூடிய அளவில் செய்ய வேண்டும்.

எது முக்கியம்? எது முக்கியமில்லை? என்று நாம் நினைக்கிறோம் என்பதைச் சுற்றியுள்ளவர்கள் சரியாகப் புரிந்துகொள்வது, சில சமயங்களில் சிரமமாகப் போவதற்கு நாமும்தான் காரணம். Confusing Signals அனுப்புகிறோம். பிடிக்கிறதா? இல்லையா? அங்கீகரிக்கிறோமோ? இல்லையா? தெளிவாகத் தெரிவிக்க வேண்டும். வெறும் வாய்மொழியால் மட்டுமல்ல, உரையாடல்கள், உடல் மொழி மூலமும் தெளிவாகச் செய்ய வேண்டியது நம் பொறுப்பு.

31 அதிகாரம் அல்ல, அன்பு!

ரஞ்சனா ஒரு நிறுவனத்தில் புதியதாக வேலைக்குச் சேர்ந்தார். வேலையில் சேர்ந்ததுமே நல்ல ஆர்வமும், கெட்டிக்காரத்தனமும், சுறுசுறுப்பும் காட்டினார். தற்செயலாக ரஞ்சனாவின் மேலதிகாரியும் ஒரு பெண். அவர் பெயர் சுமதி.

சுமதி ஒரு சிறந்த தலைமைப் பண்புள்ள அதிகாரி. மனிதர்களை நேசிப்பவர். மதிப்பவர். சக ஊழியர்கள் அவர் சொல்லுவதைத் தட்டுவதேயில்லை. புதியதாகச் சேர்ந்திருந்த ரஞ்சனாவுடன், மற்ற யாவருடனும் செய்வதுபோலவே, நேரம் செலவழித்தார், சுமதி. வாய்ப்பு கிடைக்கும் போதெல்லாம், வேலை தவிர, ரஞ்சனாவின் வாழ்க்கை ஆர்வங்கள், ரசனைகள் பற்றியும் கேட்டுத் தெரிந்து கொண்டார்.

ரஞ்சனாவிற்குப் பாடுவதில் ஆர்வம் உண்டு. அவர் முறையாக வாய்ப்பாட்டு கற்றுக்கொண்டவர். எப்படி யாகிலும் தன்னுடைய பாடும் திறமையை வெளிக்காட்ட வேண்டும் என்பது ரஞ்சனாவின் லட்சியம் என்று சுமதிக்குப் புரிந்தது.

சில நாட்கள் ஆகியிருக்கும். ரஞ்சனாவை மேலதிகாரி சுமதி அழைத்தார். வேலை பற்றிய விவரங்கள் கேட்டு விட்டு, தினசரி பேப்பரில் இருந்து வெட்டிய சிறு தாள் ஒன்றினைக் கொடுத்தார். அது ஒரு விளம்பரம். ஒரு

தொலைக்காட்சி நிறுவனம் நடத்தும் பாட்டுப் போட்டிக்கான தேர்வு பற்றியது.

ரஞ்சனா அந்த விளம்பரத்தினைக் கவனித்திருக்கவில்லை. மேலதிகாரி கொடுத்ததும், அதைப் பார்த்து மிகவும் சந்தோஷமாகிப் போனார். 'ஆஹா... என்ன ஓர் அருமையான வாய்ப்பு! நாம் இந்த விளம்பரத்தினைப் பார்க்கத் தவறி விட்டோமே.'

ரஞ்சனா கண்களில் தெரிந்த மகிழ்ச்சியை மேலதிகாரியும் கவனித்தார். 'சரி, இதை வைத்துக்கொள். நாம் இதைப் பற்றி உணவு இடைவேளையில் பேசலாம்.'

உணவு இடைவேளை. 'இதற்கு நீ விண்ணப்பித்து விடு. அவசியம் கலந்துகொள். நீ தேர்வாக முடியும். உனக்கு வெற்றி கிடைக்கும்.' விளம்பரத் தாளையே ஊன்றிப் பார்த்துக்கொண்டிருந்த ரஞ்சனா கலங்குவதைக் கவனித்த சுமதி விவரம் கேட்க, 'மேடம் நீங்க கவனிச்சீங்களான்னு தெரியலை. இந்தத் தேர்வினை வரும் சனிக் கிழமை நடத்துகிறார்கள். நான் இப்போதுதானே வேலையில் சேர்ந்திருக்கிறேன். சனிக்கிழமை வேலை நாள் ஆயிற்றே! எனக்கு லீவு கிடைக்காதே!'

'உண்மைதான். நானும் அதைப் பார்த்தேன். யோசித்தேன். ஆனால், இந்த வாய்ப்பு மிகவும் அரிய வாய்ப்பு அல்லவா? நீ தவற விடக் கூடாது. உன்னை எப்படி அனுப்புவது என்று யோசித்தேன். நமக்கு ஞாயிற்றுக் கிழமை அலுவலகத்தில் கொஞ்சம் வேலை இருக்கிறது. சிலர் வந்தால்தான் அதைச் செய்து முடிக்க முடியும். சிலர் வருகிறார்கள். அவர்களுடன் நீயும் வந்து வேலை செய்யலாம். சனிக் கிழமைக்குப் பதிலாக ஞாயிறன்று வேலை. நான் என் மேலதிகாரியிடம் இதைப் பற்றிச் சொல்லி அனுமதி வாங்கிவிட்டேன்.'

ரஞ்சனாவிற்கு என்ன சொல்லுவதென்றே தெரியவில்லை. 'அட, என்ன மாதிரி மேலதிகாரி இவர்! நமக்காக இவ்வளவு யோசித்திருக்கிறாரே! நம்முடைய ஆசை நிறைவேற வேண்டும் என்பதற்காக அவர் ரிஸ்க் எடுக்கிறாரே!'

வேலை போய்க்கொண்டிருந்தது. சனிக்கிழமைக்கு இன்னும் இரண்டு நாள்கள்தான் இருந்தன. உணவு இடைவேளையின் போது, ரஞ்சனா சுமதியின் மேசைக்கு வந்தார். 'எல்லாம் போச்சு மேடம். எங்க அம்மாவே எனக்கு வில்லி ஆகிட்டாங்க. பாட்டு எல்லாம் போதும், தேர்வுக்குப் போக வேண்டாம்' என்கிறார்கள்.

அன்று மாலை ரஞ்சனாவின் அம்மாவிடம், சுமதியே செல்போனில் பேசினார். தன்னை இன்னார் என்று அறிமுகப்படுத்திக்கொண்டு, நன்றாகப் பாட்டுப் பாட முடிவது, எப்படிப்பட்ட சிறப்பு! இந்தத் தேர்வில் தேறினால் அது எப்படிப்பட்ட அங்கீகாரம். மற்றும் முக்கியமாக ரஞ்சனா இதனை எவ்வளவு விரும்புகிறாள் என்பதையெல்லாம் பத்து நிமிடங்களுக்கும் மேலாக பொறுமையாக எடுத்துக் கூறினார்கள். எதிரில் அமர்ந்து இவற்றை எல்லாம் கேட்டுக் கொண்டிருந்த ரஞ்சனாவிற்கு கண்களில் கண்ணீரே வந்து விட்டது.

சனிக் கிழமை, காலையில் ரஞ்சனாவிற்குப் போன். பேசியது சுமதி, 'தேர்வாக வாழ்த்துக்கள்' சொன்னார். மாலையில் ரஞ்சனா போன் செய்து தான் முதல் கட்டத் தேர்வில் வெற்றி பெற்றதைச் சொல்ல, சுமதி சந்தோஷமாக வாழ்த்தினார்கள்.

திங்கள்கிழமை மதியம், அலுவலகக் கேண்டீனில் சாப்பிடப் போன ரஞ்சனாவிற்கு ஏகப்பட்ட வாழ்த்துகள். சாப்பிட்டு விட்டு எதிரில் வந்த சக ஊழியர்கள் பலரும் வாழ்த்து சொன்னார்கள். 'நாம் தேர்வானது இவர்களுக்கெல்லாம் எப்படித் தெரியும்?' என்று யோசித்தபடியே உணவகத்தினுள் போன ரஞ்சனாவிற்கு ஓர் இன்ப அதிர்ச்சி. அங்கே அறிவிப்புப் பலகையில், ஒரு வெள்ளைத் தாளில் நடுவில் ரஞ்சனாவின் வண்ணப் புகைப்படம் ஒட்டி, அதன் அடியில் அவர் தேர்வான தகவல். பெரிய வண்ண எழுத்துக்களில் எழுதப்பட்டிருந்தது. இதை யார் செய்திருப்பார்கள் என்ற ரஞ்சனாவால் யூகிக்க முடியாதா என்ன?

ரஞ்சனா பாடகியாய்த் தேர்வாகப் போன கதை இருக்கட்டும். இதன் மூலம் சொல்ல வருவதல்ல... கேட்க வருவது என்ன?

சுமதி எப்படிப்பட்ட மேலதிகாரி? அவரை ரஞ்சனா எப்படிப் பார்ப்பார்? எப்படி மதிப்பார்? சுமதிக்கும் ரஞ்சனா என்ற ஊழியருக்கும் இடையே உறவு நிலை எப்படியிருக்கும்? பிரச்னைகள் ஏதும் வருமா? வேலை சம்பந்தமாகவே பிரச்னை வந்தாலும்கூட அவை எப்படி தீர்க்கப்படும்? இருவரிடையே பரஸ்பரம் நம்பிக்கை எப்படி இருக்கும்?

அற்புதமாக இருக்கும். ரஞ்சனாவிற்கு சுமதி மேல் மிகப் பெரிய மதிப்பு. அதைவிட அதிகமாக அன்பு, பிரியம் போன்றவை உருவாகும், வளரும், ஓங்கும்.

மேலதிகாரி என்றால் கடுகடுவென்று ஊழியரை மனிதராகப் பார்க்காதவராக, வேலை பற்றி மட்டுமே பேசுபவராக, விரட்டுபவராக இருக்க வேண்டுமா என்ன? அப்படி இருப்பவர்களைக் கண்டு ஊழியர்கள் பயப்படலாம். ஆனால், அவர்கள் சொல்லுவதை எல்லாம் செய்யவேண்டும் என்று அவசியமில்லை. ரிஸ்க் எடுத்து வேலை செய்ய மாட்டார்கள். Work to Rule (விதிப்படி வேலை) தான் நடக்கும். அனுசரித்து வேலை செய்ய மாட்டார்கள். தவிர மேலதிகாரி எப்போதும் விழிப்புணர்வுடன் இருக்க வேண்டிய கட்டாயமும் வரும். காரணம், அங்கே மிரட்டலும் விதிகளும்தான் பேசப்படுகின்றன. ஒருவர்மீது ஒருவருக்கு பிரியமோ நம்பிக்கையோ கிடையாது.

வெற்றி பெற்றவர்களின் செயல்பாடுகள், அவர் குழுவினரின் முழு அன்பை, நம்பிக்கையைப் பெற்றதாக இருக்கும். அன்பும், நம்பிக்கையும் ஒருவழிச் செயல்பாடு அல்ல. கொடுத்தால்(தான்) திரும்பக் கிடைக்கும். கொடுப்பதைவிட கூடுதலாகவே கிடைக்கும்.

எல்லோரும் மனிதர்கள். ஆசாபாசங்கள் உள்ளவர்கள். அவர்களை அவர்களாகவே பார்ப்பவர்களிடம், அவர்களைப் புரிந்து கொள்பவர்களிடம், எவருக்கும் அன்பு பிறக்கிறது. அவர்களின் ஆசைகளை நிறைவேற்ற முயற்சிப்பவர்களிடம் பாசம் வருகிறது. தன் தரப்பு நியாயத்தினை உணர்பவர்களுக்காக எதையும் செய்யலாம் என்கிற எண்ணம் வருகிறது. தன் எண்ணத்தினைச் செயல்படுத்த உதவுபவர்களுக்கு, எந்தவிதத்திலாவது பிரதிபலன் செய்ய வேண்டும் என்கிற வேட்கை வருகிறது.

ஒருவருடைய ஆசை, அடுத்தவருக்கு முக்கியமில்லாமல் தோன்றலாம். அதற்காக விட்டுவிட முடியாது. நாம் எல்லோரும் ஒன்று போலத் தெரிந்தாலும் ஒரே மாதிரியானவர்கள் அல்ல. நமது திறன்கள், ஆசைகள், பயங்கள், லட்சியங்கள் எல்லாம் வேறு வேறு.

ரஞ்சனாவோ அல்லது நாம் பெற்ற பிள்ளையோ, அவர் எதையோ ஆழமாக விரும்புகிறார் என்றால், அது சரியா, பெறுமா? என்றெல்லாம் நாம் யோசித்தால் நடக்காது. அதை நாம் புரிந்து கொள்ள வேண்டும் என்று அவர்கள் எதிர்பார்க்கிறார்கள். அவர்களுடைய விருப்பங்கள் நிறைவேற, நாம் உதவினால், ஆதரவு தெரிவித்தால், அவர்களுக்காக வாதாடினால், நிறைவேறியதைக் கொண்டாடினால், உளம் மகிழ்ந்து போகிறார்கள்.

மேலதிகாரிகள் மற்றும் பெற்றோர்கள் மட்டும்தான் இப்படி இருக்க வேண்டுமா என்ன?

எல்லா உறவுகளிலும் இந்த எதிர்பார்ப்பு, பிரதி அன்னியோன்னியம் மற்றும் பரஸ்பர நம்பிக்கை தேவைகள் உண்டு. மனைவியை, கணவனை அவர்களுடைய உள்ளார்ந்த ஆசைகளைச் சரியாகப் புரிந்து கொள்கிற உறவினர்கள், வாழ்க்கையில் ஜெயிக்கிறார்கள். தங்கள் வாழ்க்கைத் துணையின் லட்சியங்களை, தங்கள் மாமியார் களின் விருப்பங்களை, மருமகன்களின் கனவுகளை, தங்கள் மாணவர்களின் ஈடுபாடுகளைப் புரிந்துகொள்கிறவர்கள், அவர்களின் முழு நம்பிக்கைக்குப் பாத்திரமாகிறார்கள்.

அதிகாரம் அல்ல, அன்பு. விரட்டுதல் அல்ல, புரிந்து கொள்ளுதல். இவை ஒத்துழைப்பையும் அதன் மூலம் வெற்றியையும் நிச்சயப் படுத்தும்.

32 ஒன்றல்ல, பல!

நண்பரின் அலுவலகம். பேசிக்கொண்டிருந்தோம். ஒரு ஊழியர் ஒரு கோப்பினை (File) கொண்டு வந்தார். அவரிடம் பேசிய என் நண்பர், அந்த ஊழியர் அன்றே செய்யவேண்டிய வேறு சில வேலைகளைப் பற்றிச் சொன்னார். அப்பொழுது மணி மாலை ஏழு இருபது. அந்த ஊழியரும் வேறு ஏதும் சொல்லாமல் 'சரி' என்று தலையாட்டி விட்டுப் போனார். 'இதையெல்லாம் இவரால் இனிமேல் தொடங்கி இன்றைக்கு வீட்டிற்குப் போவதற்கு முன் செய்து முடிக்க முடியுமா? நேரமாகி விட்டதே!' என்று கேட்டேன்.

நண்பர் முகத்தில் பெருமிதம். 'மனுஷன் எத்தனை மணியானாலும் யோசிக்கமாட்டார். கொடுத்த வேலையைச் செய்துவிட்டுத்தான் போவார். கணேசனைப் போலப் பார்க்கவே முடியாது. மிகச் சிறந்த ஊழியர்.'

நான் கேட்டேன். 'அப்படியென்றால் இவர்தான் உங்கள் அலுவலகத்திலேயே மிகச் சிறந்த ஊழியரா?'

'ஆமா. இதிலென்ன சந்தேகம்?' நண்பர் முகத்தில் வியப்பு.

'இவருக்குக் கொடுக்கப்படும் வெகுமதிகளில்....' நான் முடிக்கக் கூட இல்லை. அதற்குள் நண்பரே முந்திக் கொண்டு சொன்னார். 'ஆமாம், இந்த வருடம் மிக அதிகபட்ச ஊதிய உயர்வு (இன்கிரிமெண்ட்) பெற்றவர் கணேசன்தான். 17%'

பேசியபடியே நண்பரின் அலுவலக அறையைவிட்டு வெளியே வந்தோம். அலுவலக ஹால் காலியாக இருந்தது. கணேசன் மட்டும், தன் இடத்தில் அமர்ந்து கம்ப்யூட்டரில் ஏதோ செய்து கொண்டிருந்தார். 'பாருங்க, எல்லாரும் போயாச்சு. மணி ஏழரை. நான் டைம் எல்லாம் பார்க்கிறவனல்ல. என்னை மாதிரியேதான் கணேசனும்.'

'மீண்டும் கேட்கிறேன் என்று தப்பாக நினைத்துக்கொள்ள வேண்டாம். உங்கள் அலுவலகத்திலேயே மிகவும் திறமையானவர் கணேசன்தானா?' திறமையானவர் என்ற வார்த்தையில் கூடுதல் அழுத்தம் கொடுத்திருந்தேன். நண்பரிடமிருந்து எனக்கு உடனடி யாக பதில் வரவில்லை. யோசித்தபடியே நடந்தார்.

'திறமையின்னா?'

'திறமையின்னா, புத்திசாலித்தனம் Efficiency.'

சிறிது நேர யோசனைக்குப் பிறகு 'இல்லை. அப்படிச் சொல்ல முடியாது. திறமை என்ற பார்த்தால், இவரை விட மேலானவர்கள் வேறு நான்கு ஐந்து நபர்கள் இருக்கிறார்கள்தான்.'

தொடர்ந்து எனது அடுத்த கேள்வியையும் கேட்டேன். 'உங்கள் அலுவலகத்திலேயே அதிக 'இனிஷியேட்டிவ்' எடுத்துக்கொள்பவர் (எவரும் சொல்லாமல் தானே எடுத்துப் போட்டுச் செய்பவர்) கணேசன்தானா?'

நண்பர் மீண்டும் கொஞ்சம் யோசித்தார். 'அப்படிச் சொல்ல முடியாது. கணேசன் சொன்னதைத் தட்டாமல் செய்வார்தான். ஆனால், அவருக்கு எதையும் சொல்ல வேண்டும். அவராகச் செய்ததாகத் தெரியவில்லை.'

அடுத்து, 'முடிவுகள் எடுப்பது', 'புதுமையாகச் சிந்தித்துச் செய்வது' போன்றவற்றிலும் கணேசனைக் காட்டிலும் மேலானவர்கள் அதே அலுவலகத்தில் இருக்கிறார்கள் என்பதை நண்பர் பதில்களாகத் தந்தார். நண்பர் கிளம்பிப் போய்விட்டார். ஆனால், அந்த உரையாடல் என் சிந்தனையை விட்டுப் போகவில்லை.

போற்றத்தக்க தேவையான குணாதிசயங்கள் எத்தனையோ அந்த ஊழியரிடம் இல்லாவிட்டாலும், 'எதைச் சொன்னாலும் நேரம் பார்க்காமல் செய்வார்' என்ற அந்த ஒன்றை மட்டும் வைத்து, கணேசன் தான் மிகச் சிறந்த ஊழியர், அதிகமான ஊதிய உயர்வு (increment) பெறத் தகுதியானவர் என்று முடிவு செய்திருக்கிறார்

என் நண்பர். ஏன் அப்படிச் செய்தார்? அந்த ஊழியர் தன்னைப் போல (Like me) என்ற எண்ணம் நண்பருக்கு வந்திருக்கிறது. அதனால் வந்த தாக்கம்.

இதனை 'ஹாலோ எஃபெக்ட்' (Halo Effect) என்றழைக்கிறார்கள். முக்கியம் என்று தான் நினைப்பதைக் கொண்டிருப்பவரே 'சிறந்தவர்' என்று நினைப்பது மட்டுமல்ல, தான் 'கூடாது' என்ற நினைப்பைக் கொண்டிருப்பவர், 'எல்லாவற்றிலுமே சரியில்லை' என்று நினைப்பதுவும்கூட 'ஹாலோ எஃபெக்ட்'தான்.

ஏதோ ஒன்றுக்கு முக்கியத்துவம். அதனால் மற்றது எதுவுமே கண்ணுக்குத் தெரியாத நிலை.

இது சரியா? தவறா? நிச்சயமாகத் தவறுதான். இதனால், ஏனைய, சிறந்த குணங்களைப் பெற்றவர்கள் சரியாக மதிக்கப்படாமல் போய் விடுகிறார்கள். அவர்களுடைய வருத்தம் நிறுவனத்தினைப் பல விதத்திலும் பாதிக்கும்.

நிறுவனங்களில் தனி நபர் பற்றிய முடிவுகளில் மட்டுமல்ல, இந்த ஓர வஞ்சனை. மொத்த நிறுவனமுமேகூட இப்படிப்பட்ட பாதைகளில் போவதுண்டு. 1980களில் ராபர்ட் கேப்லான் மற்றும் டேவிட் நார்ட்டன் இருவரும் இந்த விஷயம் பற்றி ஒரு புதிய பார்வையினை உருவாக்கினார்கள். அவர்கள் சொன்னது இதைத்தான்.

ஏன் எல்லா நிறுவனங்களும் ஒரேயடியாகத் தங்களுக்கு வரும் (பண) லாபத்தினை மட்டுமே பார்க்கின்றன? அது மட்டுமா முக்கியம்? இதை மட்டும் பார்க்கும் நிறுவனங்கள் குறுகிய காலத்தில் வெற்றி பெறலாம். ஆனால், தொடர்ந்து வெற்றி பெற இன்னும் சிலவற்றிலும் அவை கவனம் செலுத்த வேண்டும் என்றார்கள். அவர்கள் சொன்ன நான்கு விஷயங்கள்.

1. வாடிக்கையாளர்கள் நிறுவனத்தினை எப்படிப் பார்க்கிறார்கள்? (customers).

2. எந்தச் செயல்பாட்டில் நிறுவனம் கவனம் செலுத்த வேண்டும். எது நிறுவனத்திற்கு மிக முக்கியமானது? உற்பத்தி செய்ய ஆகும் நேரமா? அல்லது தரமா? அல்லது தொழிலாளர்களின் திறமை அல்லது உற்பத்தித் திறனா? எது முக்கியமான Process?

3. நிறுவனத்தினால் தொடர்ந்து முன்னேறி தொய்வின்றித் தொடர்ந்து வளம் உண்டாக்க முடியுமா? (Prospects).

4. நிறுவனம் முதல் போட்டவர்களுக்குத் தரும் பயன் என்ன? (Share holders interest).

அவர்களும் பணம் பற்றிப் பார்க்கத்தான் சொல்லுகிறார்கள். அதற்காக பணம் மட்டுமே முக்கியம் என்று அவர்கள் சொல்ல வில்லை. இப்படி ஒன்றை மட்டுமின்றி வேறு சிலவற்றையும் அளவுகோல்களாக பார்ப்பதற்கு அவர்கள் வைத்த பெயர், 'பேலன்ஸ்டு ஸ்கோர் கார்டு'.

இந்த 'பேலன்ஸ்டு'தான் சரிவிகிதம். ஏதோ ஒன்று மட்டுமல்ல. இன்னும் பலவும் முக்கியம்தான். நிறுவனங்களைப்போலவே, வெளியிலும்கூட பலரும் வாழ்க்கையில் தாங்கள் முக்கியம் என்று கருதும் ஏதோ ஒன்றுக்குத்தான், மிக அதிக மதிப்பளித்து, அது, அது மட்டுமேதான் முக்கியம் என்று அலைகிறார்கள். பணம் அல்லது புகழ் அல்லது பதவி அல்லது அதிகாரம் அல்லது வேறெதுவோ ஒன்று, 'ஹாலோ எஃபெக்ட்' செய்யும் மாயம்.

சற்று முன்தான் பார்த்தோம். பெரியவர்கள் ஆசி கூறும்பொழுது 'பதினாறும் பெற்று பெரு வாழ்வு வாழ்க' என்று சொல்லுவார்கள் என்பதை வெறும் பணத்துடன் வாழ முடியும் என்று அவர்கள் நினைக்கவில்லை.

1. கல்வி, 2. அறிவு, 3. ஆயுள், 4. ஆற்றல், 5. இளமை, 6. துணிவு, 7. பெருமை, 8. பொன், 9. பொருள், 10. புகழ், 11. நிலம், 12. நன்மக்கள், 13. நல்லொழுக்கம், 14. நோயின்மை, 15. முயற்சி, 16. வெற்றி என்கிற பதினாறையும் பெறுவது, பெற்று வாழ்வதுதான் பெருவாழ்வு என்கிறார்கள்.

இனிப்பு மட்டுமேவா சுவை? சுவைகளில் இனிப்பு, காரம், புளிப்பு, உவர்ப்பு, துவர்ப்பு, கசப்பு என்று ஆறு விதங்கள் இருக்கின்றனவே! சரிவிகித உணவு உண்ண வேண்டும் என்கிறார்கள். நார்ச் சத்து, மாவுச் சத்து, புரதம், கொழுப்புச் சத்து, தாது உப்புகள் என்று பலவற்றையும் சேர்த்துச் சாப்பிட்டால்தான், உடல் ஆரோக்கிய மாக இருக்குமாம். செல்வங்கள் தரும் லட்சுமிகள் எட்டு (தனம், தான்யம், வீரம், சந்தானம், வித்வம், சொர்ணம் என்பதுபோல), சுரங்கள், பாவங்கள் (நவ) ரசங்கள் என்பதெல்லாம்கூட ஒன்றுக்கும் மேற்பட்டவையாகத்தானே இருக்கின்றன.

வாழ்க்கையில் மட்டும் நிறைவு என்பது எப்படி ஒன்றே ஒன்றிலிருந்து கிடைத்து விடும்? சிலர் நினைப்பதுபோல பணம் மட்டுமே வெற்றியின் அடையாளமா? ஆரோக்கியம், குடும்பம், உறவுகள், நட்பு, நிம்மதி, மற்றவர்களின் வாழ்த்து, மற்றும் பணம், புகழ் என்ற பலவும் தேவைப்படுகின்றனவே.

வாழ்க்கையில் ‘ஹாலோ எஃபெக்ட்’ இல்லாமல், சரிவிகித (Balanced) அணுகுமுறையுடன் வாழ்கிறவர்கள், இவற்றில் பெரும்பாலானவற்றைப் பெற்று நிறைவாக வாழ்கிறார்கள் என்றே தோன்றுகிறது.

33 சரியான விமர்சனம்

எனக்கு வேண்டியவர் ஒருவர், கடந்த சில நாள்களாக மிகவும் மகிழ்ச்சியாக இருந்ததாக எனக்குப்பட்டது. அது சமயம் அவருடைய தன்னிறைவும், தன்னம்பிக்கையும் அதிகமாயிருப்பதாகக் கூடத் தெரிந்தது.

விசாரித்தேன். விவரம் சொன்னார். கடந்த ஆண்டில் அவருடைய செயல்பாடுகள் எப்படியிருந்தன என்பதை, அவருடைய மேலதிகாரி, அவரிடம் எடுத்துச் சொல்லும் 'ஃபெர்பாமன்ஸ் அப்ரைசல்' (செயல்பாடு பற்றிய மதிப்பீட்டு உரையாடல்) முடித்திருக்கிறது என்று. அதன் விளைவுதான் அவருடைய மகிழ்ச்சி.

இந்த மதிப்பீட்டு உரையாடலுக்கு (Performance Appraisal) பிறகு அவருக்குக் கிடைக்கக்கூடிய 'இன்கிரிமென்ட்' கூடுதலோ, குறைவோ அவர் அதை மட்டுமே எதிர்பார்க்கவில்லை. அவர் மட்டுமின்றில்லை. எந்த ஊழியரும் அதை மட்டும் எதிர்பார்ப்பதில்லை.

தன்னுடைய செயல்பாடுகளை, சம்பந்தப்பட்டவர்கள் எப்படிப் பார்க்கிறார்கள்? அதன் சிறப்பு மற்றும் முக்கியத்துவத்தைப் பாராட்டுகிறார்களா? இவற்றையும் யோசிக்கிறார்கள். தங்கள் பணி பற்றிய Feedback எனப்படும் நேரடியாகத் தரப்படும் 'மதிப்புரை' அல்லது 'விமர்சனம்' அவர்களுக்கு மிக மிக அவசியமாகிறது.

யோசித்துப் பார்த்தால் புரிகிறது. அலுவலகம், தொழிற்சாலை போன்றவற்றில் பணி செய்பவர்கள் மட்டும் என்றில்லை. அனைவருமே அப்படித்தான் எதிர்பார்க்கிறார்கள் என்று.

எங்கேயிருந்தாலும், என்ன செய்துகொண்டிருந்தோம், தாங்கள் செய்வது எப்படி ரசிக்கப்படுகிறது, விரும்பப்படுகிறது, உணரப் படுகிறது, மதிப்பளிக்கப்படுகிறது என்பனவற்றை, செய்பவர்கள் எவருமே தெரிந்துகொள்ள உள்ளூர விழைகிறார்கள்.

செயல்பாடுகள் கூடுதலாய் சிறக்க, முறையான Feedback பெரிதும் உதவும். அப்படி அவருடைய மேலதிகாரியிடம் இருந்து முறையாய்ப் பெற்றதனால்தான் நண்பர் தன்னிறைவும், தன்னம்பிக்கையும் பெற்று மகிழ்வாக இருந்தார், தெரிந்தார்.

நம்மில் பலர் இந்த Feedback கொடுக்கும் நிலையில் இருக்கிறோம். பலரும் இவ்வளவு தூரம் எதிர்பார்க்கும் முக்கியத்துவம் கொடுக்கும் விமரிசனத்தினை Feedbackகினை, சிலர் தங்களின் தீர்ப்பு (Judgement) போலவே ஒற்றைச் சொல் அல்லது ஒற்றை வரியில் அநியாயமாக முடித்துக் கொள்கிறார்கள்.

'என் ஓவியம் எப்படியிருக்கிறது?'

'மோசம்....'

இதைக் கேட்ட படைப்பாளியின் மனம் என்னாகும்? மேலும் 'மோசம்' என்றால், அதிலிருந்து படைப்பாளிக்கு, செய்தவனுக்கு என்ன செய்தி கிடைக்கிறது? எதை மாற்ற வேண்டும்? எது சரியில்லை? அதில் எதுவுமே சரியில்லையா? முழுவதுமே அப்படித்தானா?

இதற்கெல்லாம் விடை அவர் விமர்சனத்தில் இல்லை.

நல்ல Feedbackக்கிற்கான அடையாளங்களாகக் கீழ்க்கண்டவற்றைச் சொல்லலாம்.

1. செயல்பாடு எப்படியிருக்கிறது, இருந்தது என்பதைப் பற்றிய விவரித்தலாக (Description) இருக்க வேண்டும். தீர்ப்புபோல் இருக்கக் கூடாது. ('உன் விடைத் தாளில் நிறைய இலக்கணம்) பிழைகள் உள்ளன. குறிப்பாக, பொதுக் கட்டுரையில் மனனம் செய்யாமல் சொந்தமாக எழுதும்பொழுது இது வெளிப் படுகிறது. உடன் 'ஸ்பெல்லிங்கி'லும் கவனம் வேண்டும்.')

2. விமரிசனம் என்பது கூடுமானவரை விரிவாக இருத்தல் வேண்டும். ஓராண்டு முழுவதும் செயலாற்றிய ஒருவர்

அல்லது தன்னிடம் ஓராண்டு படித்த மாணவன் அல்லது பெற்றோர் பிள்ளைகளுக்குச் சொல்வது என்று அது எதுவாகவும் இருக்கலாம். அது போதுமான அளவு, நிறைவாக, விரிவாக (Adequate) இருக்க வேண்டும்.

3. கொடுக்கப்படும் விமர்சனத்தில் நல்லது கெட்டது இரண்டும் இருக்க வேண்டும். இதனை Balanced Feedback என்பார்கள். வெறும் சிறப்பானவற்றை மட்டுமோ அல்லது சரியில்லாத வற்றை மட்டுமே சொல்வது முழுமையான விமரிசனமாகாது.

பெரும்பாலும் 'வெள்ளைத் தாளில் கரும்புள்ளி' என்பதைப் போல், நூற்றுக்கு 98 வாங்கியும், விட்டுப் போன 2 மதிப்பெண் களைப் பற்றியே சிலர் பேசுவார்கள்.

அவையும் சொல்லப்பட வேண்டியவைதான். ஆனால், அதைவிட அதிகமாய் இருப்பதை விட்டுவிடக்கூடாது. குறைத்து விடக்கூடாது.

'சாதாரணம்', 'வழக்கம்தானே' என்று எதையுமே விட்டுவிட வேண்டாம். முக்கியமாக நல்லனவற்றைக் கண்டிப்பாக, சொல்லத்தான் வேண்டும். Catch them right என்பார்கள். அவற்றைப் பற்றி அவசியம் தேவையான அளவு சொல்ல வேண்டும். எதிர்பார்க்கிறார்களோ, இல்லையோ, சுருக்கமாகவேனும் நாம் சொல்ல வேண்டும்.

4. சொல்லும்போது, நல்லவற்றுடன் தொடங்க வேண்டும். மனித மனம் அனிச்ச மலரையும்விட மென்மையானது. எல்லாம் செய்துவிட்டு, 'என்ன சொல்லப் போகிறார்கள்?' என்று தெரிந்துகொள்ளக் காத்திருக்கும் ஒருவருடைய மனநிலை நாம் அனுபவித்திராத ஒன்றில்லை.

நல்லது, கெட்டது இரண்டையும் சொல்ல வேண்டும் என்று பார்த்தோம். சிலர் குற்றங் கண்டுபிடிப்பதில் சூரர்கள். அதையே தான் எதிலும் எப்போதும் காண்பார்கள். சொல்வார்கள். நல்லதே அவர்கள் கண்ணில் படாது.

மனவுறுதி மிக்கவர்கள், தன்னம்பிக்கை மிக்கவர்கள். 'அடுத்தவர் களின் அங்கீகாரத்தில் நான் நிற்கவில்லை' என்று நினைப்பவர்கள், அதனைச் சமாளிப்பார்கள்தான்.

ஆனால், யதார்த்தத்தில் பெரும்பாலானவர்கள் அப்படியில்லை. முதலில் வரும் கூரிய, சொல் அம்புகள் குத்தி, அடிபட்ட

புறாக்களாகத் துடிப்பார்கள். அவர்களின் இதயத்திலிருந்து ரத்தம் கசியும். அதன் பின்பு பாராட்டுச் சொற்கள் ஏதும் வந்தால்கூட அதை வாங்கிக்கொள்ளும் நிலையில் அவர்கள் இருக்க மாட்டார்கள். காயப்பட்டுப் போயிருப்பார்கள். முதலில் நல்ல விஷயங்களை அழகாக, விரிவாக, உண்மையாகச் சொல்ல, பின்னால் சொல்லக்கூடிய குறைகளும் சரியான முறையில் வாங்கிக் கொள்ளப்படும்; ஏற்றுக்கொள்ளப்படும்.

5. ஒருவரைப் பற்றியோ, அவருடைய செயல்பாடுகள், படைப்புகள் பற்றியோ விமர்சிக்கும்பொழுது, சமீபத்திய ஒரு நிகழ்வையோ, செயல்பாட்டையோ மட்டும் வைத்துச் சொல்வது சரியில்லை.

அவர் செய்தது முழுவதையும் வைத்துத்தான் விமர்சிக்க வேண்டும். அவர் தொடக்கம் முதல் செய்தனவற்றைக் கவனத்தில் கொள்ள வேண்டும்.

6. ஒருவரிடம் நல்ல குணங்களும், மாற்றிக்கொள்ள வேண்டிய குணங்களும் (Areas for improvement) கலந்திருக்கும். பலரும் ஒரு Mixed bagதான். 'இரண்டும் கலந்து செய்த...' கலவைதான் நாம் அனைவருமே. அவற்றில் நமக்கு முக்கியம் என்று படும் அல்லது நம்மிடம் மிகுந்துள்ள ஒரு குணம், அவரிடம் இருப்பதால் மட்டும் அவருடைய மொத்தச் செயல்பாடுகளும் சிறந்ததெனவோ அல்லது அவை இல்லாததால் மோசமானவை என்றோ முடிவுக்கு வந்து, முன்பு பார்த்த ஹாலோ எஃபெக்ட்' Feedback கொடுக்கக் கூடாது.

7. இதையெல்லாம், இப்படி முறைப்படிச் செய்ய, நிறையத் தகவல்கள் தேவை. தகவல்கள் விபரங்கள் (Data) இல்லாமல் ஒருவரைப் பற்றி முடிவு செய்வது அபத்தம், அநியாயம்.

ஒரு குதிரை வண்டி. அதில் பூட்டப்பட்ட நான்கு குதிரைகள். வண்டி, இரவு முழுக்க ஓடி, காலையில் நகரத்தில் இருக்கும் காய்கறி மந்தையை அடைய வேண்டும். வண்டியோட்டி ஏறினான். 'ஹாய் ஹாய்' என்று இரண்டு அதட்டு அதட்டிவிட்டு, கொஞ்ச நேரத்தில் கண் அயர்ந்து விட்டான். தினம் போகும் அதே பழகிய பாதைதான். குதிரைகள் போய்ச் சேர்ந்து விடும் என்று அவனுக்குத் தெரியும்.

பூட்டப்பட்ட நாலு குதிரைகளில், ஒரு குதிரை விளையாட்டுத் தனம் மிக்கது. பாதி தூரம்வரை ஒழுங்காகத்தான் இருந்தது. அதன்

பிறகு வண்டிக்காரர் விரட்டும் சத்தம் கேட்காததால் அது விளையாட ஆரம்பித்துவிட்டது. மற்றொன்றுக்கு ஏதோ கோபம். நடுநடுவே கால்களை, சாலையில் ஊன்றி நின்றுகொண்டு சண்டித்தனம் செய்தது.

மீதம் இருந்த இரண்டு குதிரைகளும்தான் வண்டியைச் சிரமப்பட்டு இழுத்தன. அதிலும் ஒன்று கொஞ்ச நேரத்தில் சோர்ந்தே போனது. ஒரே ஒரு குதிரை மட்டும் கடைசிவரை விடாமல் சிரமப்பட்டு வண்டியை இழுத்துச் சென்று சந்தையை அடைந்தது.

பொழுது புலர்ந்தது. வண்டிக்காரன் கண் விழித்தான். அடைய வேண்டிய சந்தைக்கு வண்டி சரியாக வந்து சேர்ந்துவிட்டது பற்றி அவனுக்கு மகிழ்ச்சி. வண்டியில் இருந்து குதித்து இறங்கினான். எல்லா குதிரைகளையும் சந்தோஷமாக ஒரு சுற்று சுற்றி வந்தான். பிறகு அவற்றைப் பார்த்து மொத்தமாக ஒரு 'சபாஷ்' போட்டான். அவற்றின் முதுகுகளில் ஒரு தட்டு தட்டினான். பின்பு ஒவ்வொரு குதிரைக்கும் ஒரு பசும்புல் கட்டினை எடுத்துப் போட்டான்.

எல்லாக் குதிரைகளுக்கும் ஒரே அளவு பாராட்டும், புல் கட்டும்! இழுத்த குதிரைக்கு எப்படி இருந்திருக்கும்? அவனுடைய பாராட்டு இனித்திருக்குமா? 'போய்யா... நீயும் உன் புல்லுக் கட்டும்' என்ற சாப்பிடாமலேயே, அறுத்துக்கொண்டு ஓடிவிட்டதாம் அந்தக் குதிரை. செய்யாதா பின்னே! இழுத்த குதிரைக்கும் விளையாண்ட, பிரச்னை செய்த குதிரைகளுக்கும் ஒரே மாதிரி பாராட்டும் வெகுமதியுமா? என்ன வண்டிக்காரன் இவன்!

தெரிந்துகொள்ளாமல் செய்யும் பாராட்டோ, விமர்சனமோ சரியில்லை. Feedback ஒரு பொறுப்பான செயல். அதைச் சரியாகச் செய்வது கடமை. தனிப்பட்ட விருப்பம் அல்ல.

34 பதவியும் பொறுப்பும்

அந்த அலுவலகத்தில் பலருக்கும் அந்தச் செய்தி அதிர்ச்சியைக் கொடுத்தது. 'யார் குமாரா? குமாரா இப்படிச் செய்தார்?' என்று ஆச்சரியப்பட்டார்கள். சிலர், 'இருக்காது. இது குமாருக்கு வேண்டாதவர்கள் யாரோ செய்யும் வேலையாக இருக்கும்' என்றார்கள்.

குமார்தான் அந்த அலுவலகத்தின் நிர்வாகத் துறை அலுவலர். மொத்த அட்மினிஸ்ட்ரேஷனும் அவர் பொறுப்பு. அவர் வேலை செய்த அலுவலகத்தில் ஒரு டீசல் ஜெனரேட்டர் உண்டு. கோடைக்காலத்தில் மின்தடை ஏற்படும்போது, குளிர்சாதனப் பெட்டிகளை ஓடவைக்க, ஜெனரேட்டரை இயக்குவார்கள். அதற்கு டீசல் வாங்கியதில் தில்லு முல்லு நடந்திருக்கிறது என்பது தான் பரபரப்பினை ஏற்படுத்திய அந்தச் செய்தி.

என்ன? ஏது? என்று விசாரிக்கப்படுவதற்காக குமார் அழைக்கப்பட்டார். ஜெனரேட்டருக்கு எவ்வெப்போது எவ்வளவு டீசல் போடப்பட்டது என்கிற கணக்கினை எழுதும் 'லாக் புக்'(Log Book)கை எடுத்து வர வேண்டும் என்று அவரிடம் சொல்லப்பட்டது. தேதி வாரியாக, டீசல் ஊற்றப்பட்ட நேரம், அளவு முதலியனவற்றை லாக் புத்தகத்தில் எழுதி வைத்திருக்க வேண்டும். அதைப் பார்த்தால் விபரம் தெரிந்துவிடும்.

குமார் லாக் புத்தகத்துடன் வந்தார். லாக் புத்தகத்தில் வரிசையாக பல மாதங்களுக்கு எதையுமே

எழுதியிருக்கவில்லை! கடைசியாய் எழுதப்பட்டிருந்தவை, சென்ற கோடைக் காலத்தில் எழுதியவை. ஆக கிட்டத்தட்ட ஒரு வருட காலமாக பதிவே இல்லை! விசாரிப்பவருடன் சேர்ந்து கொண்டு, குமாரும் காலியாக இருந்து பக்கங்களை திகைப்புடன் திரும்பத் திரும்பப் புரட்டினார்.

'அதை எலக்ட்ரீஷியன் மணி எழுதியிருக்க வேண்டும். மணி எழுதவில்லை போலும்' என்று சொல்லிவிட்டு, மேலும் மணி பல விதங்களிலும் இப்படித்தான் பொறுப்பில்லாமல் நடந்துகொள் கிறார் என்றும் வருத்தத்துடன் சொன்னார் குமார்.

ஜெனரேட்டருக்கு எப்போது எவ்வளவு டீசல் போட்டார்கள் என்பதைக் குறித்து வைத்திருக்கவில்லை. தவிர, இப்படி குறித்து வைக்கப்பட வில்லை என்பதையும், இப்படி ஒரு பிரச்னை வரும் வரை அந்த அலுவலகத்தில் குமார் உட்பட எவரும் கவனித்திருக்க வில்லை.

அடுத்து, அந்தக் குறிப்பிட்ட மாதத்தில், குமாரால் சமர்ப்பிக்கப் பட்ட அனைத்து டீசல் பில்களையும் சேர்த்து, மொத்தம் அவர் எவ்வளவு லிட்டர் டீசலுக்கு நிறுவனத்தில் இருந்த பணம் பெற்றிருக்கிறார் என்று பார்க்க முடிவு செய்யப்பட்டது. கூட்டிப் பார்த்ததில் ஒரு மிகப் பெரிய தொகை வந்து நின்றது.

மாதத்தில் பத்து நாட்களுக்கு மேல், பல மணி நேரங்கள் ஜெனரேட்டர் ஓடியிருந்தால்கூட அவ்வளவு டீசல் செலவாகி யிருக்கவே முடியாது. ஆக, அவ்வளவு டீசல் வாங்கியிருக்கவே முடியாது என்பது தெளிவானது. அப்படியானால் அவர் சமர்ப்பித்த பில்கள்? அந்த பில்கள் பெறப்பட்ட இடத்தில் விசாரிக்கப் பட்டது. பில்கள் போலியானவை என்பதைக் கண்டுபிடித்தார்கள்.

குமார் சொன்னார். 'எப்போதுமே மணிதான் டீசல் வாங்கி வருவார். நான் அந்த டீசல் பங்கினைப் பார்த்ததுகூடக் கிடையாது. மின்சாரம் தடைப்பட்டு, அனைவரும் தவித்துக்கொண்டிருக்கும் நேரம், அவசரம் என்று கேட்பார். உடனடியாக 'வவுச்சர்' போட்டு கேஷியரிடம் பணம் வாங்கிக் கொடுத்து விடுவேன்.'

பில்களைப் புரட்டிப் புரட்டிப் பார்த்த அதிகாரி கேட்டார்.

'பில்களில் இருக்கும் இந்தக் கையெழுத்து யாருடையது?'

குனிந்து பார்த்த குமார் தயங்கியபடி சொன்னார்.

'என்னுடையதுதான்.'

'பார்த்துத்தானே கையெழுத்துப் போட்டிருப்பீர்கள்?'

'உங்களுக்கே தெரியும். எனக்கு இன்னும் எவ்வளவு வேலைகள் இருக்கின்றன என்று. எல்லாம் சரியாகத்தான் இருக்கும் என்று நம்பித்தான் கையெழுத்துப் போட்டேன்.'

'என்ன குமார் இது? உங்களுக்குக் கீழ் வேலை செய்பவர் அவர். பெரிய தொகைகளுக்குப் பில்கள் கொடுத்திருக்கிறார். நீங்கள் பரிசோதித்துத் தானே கையெழுத்துப் போட்டிருக்க வேண்டும். இதற்கு நீங்களும்தான் பொறுப்பு.'

விசாரணை தொடர்ந்தது. குமார் கேட்டார்: 'அப்படிப் பார்த்தால், நான் மட்டுமா சார் இந்த 'பில்'களில் கையெழுத்து போட்டிருக்கேன்? இதோ பாருங்க. இதுல என்னோட மேனேஜரும் தான் போட்டிருக்கிறார். அப்ப அவரும் பொறுப்புதானே?'

மேனேஜரை அழைத்துக் கேட்டதற்கு, அவர் குமாரை நம்பியதாகவும், குமார் கையெழுத்து இருந்ததால், உடனே தானும் கையெழுத்துப் போட்டு விடுவதாகவும் சொன்னார். ஆக அவரும் என்ன எது என்று ஊன்றிப் பார்த்து பில் பாஸ் பண்ணவில்லை. நீட்டிய இடங்களில் கையெழுத்துப் போட்டிருக்கிறார். எல்லாம் வெற்றுக் கையெழுத்துக்கள்!

மொத்தத்தில் கிட்டத்தட்ட நாற்பதாயிரம் ரூபாய்க்குக் கணக்கு இல்லை. விசாரிக்க, விசாரிக்க நீண்டு கொண்டே போனது. முடிவில் மூவருக்கும் வேலை போனது.

குமாரின் நிலைமை என்ன? கிட்டத்தட்ட ஆறு வருட சர்வீஸ் போய், கெட்ட பெயர் வேறு. வேலை தேட வேண்டிய நிலை. சிரமமான தேடுதலுக்குப் பிறகு தாமதமாகக் கிடைத்த அடுத்த வேலை. அதிலும் முன்பு வாங்கிக் கொண்டிருந்ததை விடக் குறைவான சம்பளம்.

கவனிக்காமல் விட்டதால் வந்த வினை. பாராமல், கேட்காமல் அல்லது மேம்போக்காக மட்டுமே கேட்டுவிட்டு, கையெழுத்துப் போட்டதால் விளைந்த கேடு. பணம் கையாடல் செய்தவருக்கு தண்டனை உடன் பணம் கையால் செய்யாதவர்களுக்கும் தண்டனை. காரணம், தவறு நடப்பதைக் கனியாமல் விட்டதற்காக மற்றும் தவறு நடக்காமல் பார்த்துக்கொள்ளத் தவறியதற்காக.

ஒரு பெரிய தொழிலகம். அதில் ஒரு உணவகம். தினசரி ஆயிரக்கணக்கான ஊழியர்களுக்கு இரண்டு வேளை உணவு

தயாரித்து, எந்தவிதப் பிரச்னையோ தாமதமோ இன்றி, சுத்தமாக வழங்க வேண்டிய இடம். அதனால் உணவக மேற்பார்வை யாளர்கள் எப்போதும் பரபரப்பாகவே இருப்பார்கள்.

திடீரென்று ஒரு நாள், மேற்பார்வையாளர்களில் ஒருவரும், இன்னும் இரண்டு உணவக ஊழியர்களும் வேலையில் இருந்து இடை நீக்கம் (சஸ்பெண்ட்) செய்யப்பட்டார்கள். உணவகத்திற்குள் வராத சர்க்கரை, அரிசி முதலியவற்றுக்கு அவர்கள் பில் பாஸ் செய்திருக்கிறார்கள் என்பதுதான் அவர்கள்மீது சுமத்தப்பட்ட குற்றச்சாட்டு.

மளிகைப் பொருள்கள் வாங்கிய அளவிற்கும், அவை பயன் பட்டிருக்கக் கூடிய அளவிற்கும் இடையே பெரிய வித்தியாசம் இருந்ததை, கணக்கு தணிக்கை செய்தவர்கள் கண்டுபிடித்திருக் கிறார்கள். அப்படியென்றால் வராத பொருட்களுக்கு நிறுவனத்தில் பணம் கொடுக்கப்பட்டிருக்கிறது. அப்படியென்றால் என்ன பொருள்? பொருள்கள் கொடுக்கும் ஒப்பந்தக்காரருடன் எவருக்கோ வேறு ஒரு (கள்ள) ஒப்பந்தம் இருந்திருக்கிறது! அதனால் நிறுவனத்திற்கு பல ஆயிரம் ரூபாய்கள் நட்டம்.

அந்த மேற்பார்வையாளர் நல்ல நேர்மையான மனிதர் என்பது அங்கே பணி செய்யும் பலருக்கும் தெரியும். ஆனால், எல்லா 'பில்'களிலும் அவரது கையெழுத்து இருக்கிறதே!

அவர் செய்ததும் முன்பு பார்த்த குமார் செய்த அதே தவறுதான். கிடங்கிற்கு (ஸ்டோர்ஸ்) வந்து இறங்கியதாகப் போடப்பட்ட 'பில்'களை, சரியாகக் கவனிக்காமல், முழுவதும் சோதிக்காமல், அவர் 'பாஸ்' செய்ததுதான். தன் வேலை பரபரப்பு காரணமாக, ஒவ்வொரு பில்லையும் சோதித்துக்கொண்டிருக்க முடியாது என்று உள்ளிருப்பு விசாரணையில் அவர் வாதாடினார். ஆனாலும் பலனில்லை.

அவர் மீது சொல்லப்பட்ட குற்றங்களுக்காக அவர் தண்டிக்கப் பட்டார். அவருக்குத் தரப்பட வேண்டிய பதவி உயர்வுகள் நிறுத்தப் பட்டன. தொழிலகத்தின் குடியிருப்பில்தான் வாசம் என்பதால், அந்தப் பிரச்னை பற்றிக் கேள்விப்பட்டிருந்த அக்கம் பக்கத்தில் குடியிருந்தவர்கள், அவரைச் சுட்டிக் காட்டி வேடிக்கை பேசினர். குடும்பமும் அவமானப்பட்டது. மனமுடைந்து போனார் அவர்.

பணம் கையாடவில்லைதான். ஆனாலும், எவரையோ நம்பி அல்லது எதில் கையெழுத்துப் போடுகிறோம் என்கிற கவனமின்றி போட்ட கையெழுத்துக்கள் தந்த 'பரிசு'?

நடக்கும் நேரம் வெளியில் அதிகம் தெரியாது. எல்லாம் பிரச்னை இல்லாமல் போவதுபோலவேதான் இருக்கும். திடீரென ஒருநாள் வெடித்துக் கிளம்பும். 'பில்'கள், 'செக்'குகள், 'வவுச்சர்'கள் எல்லாம் ஒன்றும் 'ஆட்டோகிராப்' இல்லை. நிறைய கையெழுத்துக்கள் போடுவதில் பெருமை ஒன்றும் கிடையாது.

அது ஒரு பொறுப்பு. நம்மிடம் ஒரு கையெழுத்து (கொக்கி, இனிஷியல்) கேட்கிறார்கள் என்றால், அதில் நாமும் போடுகிறோம் என்றால், நிறுவனத்தைப் பொறுத்தவரை அதை நாம் பார்த்தாகிவிட்டது என்றுதான் பொருள். அதன்பின் அதற்கு, அதில் உள்ள விபரங்களுக்கு (விவகாரங்களுக்கும் சேர்த்து) நாமும்தான் பொறுப்பு.

தன் வேலைக்குப் பொறுப்பு என்பது ஒரு நிலை. அடுத்தவர் வேலைக்கும் பொறுப்பு என்பது மற்றொரு நிலை. அதிலும் பலருடைய வேலைகளுக்குப் பொறுப்பு என்பது இன்னும் கூடுதல் கவனமாகச் செய்யவேண்டிய வேலை. அதற்காகத்தான் அதனைச் செய்பவர்களுக்குப் பதவியும், கூடுதல் ஊதியமும், அதிகாரங்களும் கொடுக்கப்படுகிறது.

35 எது வாழ்க்கை?

மகேந்திரனின் சொந்த ஊர் நாமக்கல். சென்னையில் உள்ள ஒரு தனியார் நிறுவனத்தில் வேலை கிடைத்திருந்தது. வேலைக்கான ஆர்டர் வந்து ஒரு மாதம் ஆகிறது. ஆர்டர் வந்ததிலிருந்தே, மகேந்திரன் மிகவும் மகிழ்ச்சியாக இருந்தான். அவன் விரும்பிய வேலை, கூடுதல் ஊதியம். மேலும் சென்னை செல்லும் சந்தோஷம். நண்பர்களிடமெல்லாம் சொல்லிச் சொல்லி, அவனுக்கு வாய் வலித்துப் போனது. பெற்றவர்களுக்கும் மகிழ்ச்சி தான். ஆனாலும், மகன் தங்களை விட்டுவிட்டுத் தனியே வெளியூர் போகிறானே, அவனைப் பிரிந்து இருக்க வேண்டுமே என்று உள்ளுக்குள் கொஞ்சம் கவலை. அதிலும் அவனுடைய அம்மா இனம் தெரியாததொரு கலக்கத்துடன் இருந்தார்கள்.

சட்டை வாங்குவது, எடுத்து வைப்பது, முகவரி மாற்றங்கள் செய்வது, தெரிந்தவர்களிடமெல்லாம் சொல்லிக்கொள்வது என்று மகேந்திரன் துள்ளித் திரிந்து கொண்டிருந்தான். நாட்கள் நெருங்கிக் கொண்டிருந்தன. ரயிலில் கிளம்பும் நாளும் வந்தது.

வீட்டில் இருந்து ரயிலடி போகவேண்டிய நேரம். கிளம்ப வேண்டும். வாசலில் நண்பன் 'பைக்'குடன் தயார். பெட்டி பைகள் தயார். 'பார்த்துப் போடா. பார்த்து இருந்துக்கோ' என்று திரும்பத் திரும்பப் பெற்றவர்கள் அவன் பின்னாலேயே நடந்தபடி

சொல்லிக்கொண்டிருக்க, மகேந்திரன், நினைவாக அவன் எடுத்துக்கொள்ள வேண்டியவை, தகவல் தரவேண்டிய முகவரி முதலியவை பற்றியே பேசிக் கொண்டிருந்தான். பெற்றவர் களிடம் நெருக்கமாக உணர்வுபூர்வமாகப் பேசவில்லை.

'வருகிறேன்' என்று வேகமாகச் சொல்லிக்கொண்டு கிளம்பினான். அம்மா கண் கலங்கினார்கள். அதுவரை மகேந்திரன் அவர்களைப் பிரிந்து இருந்ததேயில்லை. பெட்டி பைகளுடன் வெளியேறிய மகேந்திரன், தயாராக உறுமிக்கொண்டிருந்த நண்பனின் 'பைக்'கில் காலைத் தூக்கிப்போட்டு ஏறப்போனான்.

திடீரென்று என்ன நினைத்தானோ, பைக்கில் ஏறவில்லை. தூக்கிய காலை இறக்கினான். பைகளை நண்பனிடம் கொடுத்தான். மெதுவாகத் திரும்பி வந்தான். நின்று அம்மா முகத்தினை ஆழமாகப் பார்த்தான். பின் அம்மாவின் தாடையைப் பிடித்து, 'போய் விட்டு வர்றேன். உடம்பைப் பார்த்துக்கம்மா...' என்றான். சொல்லும்போது அவன் குரல் கரகரத்தது. கண்கள் கலங்கியது.

அப்போதுதான், அந்தக் கணத்தில்தான், அவன் மனது அவன் அம்மாவைப் பிரிந்துபோகிறோம் என்பதை உணர்ந்தது போலும். அது வரை எல்லாமே மேலோட்டமாக யோசித்தவை. பிரிவு என்பதை அது வரை, அவன் மனது உணரவேயில்லை. உள்ளார்ந்து யோசிக்கவே யில்லை.

அதன் பின்பு ரயிலுக்கு நேரமாகிறது என்று பைக்கில் ஏறி, ரயிலடிக்குப் போகும் மகேந்திரனின் மனது கிடந்து தவியாகத் தவித்தது. வழியில் பார்த்தது எதுவும் மனதில் பதியவில்லை. ரயில் ஏறியது, உட்கார்ந்தது எதுவும் அவனால் உணரப்படவில்லை. மனம் முழுக்க அம்மாவும் அப்பாவும்தான்.

மகேந்திரன் போன்றவர்களுக்கு எப்போதாவது கடைசி நிமிடத்திலாவது, மனது வேலை செய்கிறது, செய்வது மனதில் விழுகிறது. மனது சொல்வது காதுகளில் கேட்கிறது.

வேறு சிலருக்கு எப்போதுமே, எல்லாமே மேலோட்டம்தான். உணர்வுகள் குறைந்து, செயல்கள்தான் அவர்களிடம் ஆதிக்கம் செய்யும். அடுத்தது, அடுத்தது என்று ஓடிக்கொண்டே இருப்பார் கள். கடைசியில் எதைச் சாதித்திருக்கிறார்கள் என்று கணக்குப் பார்க்கும் போது அவர்களுக்குச் சில அதிர்ச்சிகள் காத்திருக்கலாம்.

இந்த அவசர உலகிலும் இன்னும் சிலர் இருக்கிறார்கள். வித்தியாசமானவர்கள்.

அவர் தலைமுறை வேறு. இப்போது அவர் ஓய்வு பெற்று விட்டார். அவர் பெயர் PL. இராமநாதன்.

இராமநாதன் நிறுவனத்தின் மேலதிகாரியாக இருந்தபோது அவரை வீட்டுக்குச் சாப்பிடக் கூப்பிட்டிருந்தோம். ஒரு ஞாயிற்றுக் கிழமை மதியம், சாவதானமாக வந்தார். என் மகன்களை அருகில் அழைத்து, அவர்களின் படிப்பு, அவர்களின் மற்ற ஈடுபாடுகள் பற்றி விசாரித்தார். எங்களுடன் ஊர் விஷயங்கள் பேசினார். அவரிடம் எந்தப் பரபரப்பும் இல்லை.

சாப்பிட அமர்ந்தோம். வாழை இலை. 'தோட்டத்தில் வெட்டியதா?' என்றார்.

காய்கறிகள் பரிமாறப்பட்டன. பொரியலை வாயில் போட்டு விட்டு 'பீன்ஸ் இளசு' என்றார். முட்டைக்கோஸ் நறுக்கியிருந்த விதத்தினை வியந்தார். மாங்காய்ப் பச்சடியில் வெல்லம் சேர்ந்திருந்ததை விசாரித்துக்கொண்டு, மெதுவாகச் சுட்டு விரலால் தொட்டு, நடு நாக்கில் தடவி, கண்களை மூடி, உணர்ந்து சுவைத்துப் பாராட்டினார். தயிர்ப் பச்சடியில் பெருங்காய வாசனை வந்ததைக் கண்டுபிடித்தார். கேட்டு வாங்கி, மோர் குடித்தார். மொத்தத்தில் மிகவும் நிதானமாக ஆற அமரச் சாப்பிட்டார்.

'வந்தோம் போனோம்' என்று வேலையை முடித்துவிட்டு ஓடவில்லை. சாப்பிடும்போது சாப்பாடு பற்றி மட்டுமே பேசினார். அழைத்த எனக்கும், சமைத்த என் மனைவிக்கும் பெருமை யாகவும் நிறைவாகவும் இருந்தது. அழைப்பினை ஏற்று, சாப்பிட வந்தவர், அதனை நிறைவாகச் செய்துவிட்டுப் போனார். வந்த இடத்தில் அந்த வேலையை மட்டுமே செய்தார். முழு மனதோடு, முழு ஈடுபாட்டுடன் கவனச் சிதறலின்றிச் செய்தார். எங்கள் எல்லோர் மனதிலும் இடம் பிடித்தார்.

சாப்பிட வந்தது ஒரு சம்பிரதாயத்துக்காக, சாப்பிடுவது என்பது ஒரு வேலை என்பதுபோல் இல்லாமல், வந்த நோக்கத்தைப் பாங்காக முடித்தார்.

விழுங்குவதற்கு வாய் போதும், வாய்தான் சாப்பிடுகிறது என்று விடவில்லை அவர். அவரது கண்கள், மூக்கு, மனது என்று சாப்பிடும்போது, அவருடைய பல புலன்களையும் அதில் ஈடுபடுத்தினார். சாப்பிடும்போது அவற்றுக்கும் வேலை கொடுத்தார். பல புலன்களும் இணைந்து செயல்பட்டன. அதனால்தான் சன்னமாய் நறுக்கிய கோஸ் அவர் கண்ணில் பட்டது. பெருங்காய

வாசனையை மூக்கு உணர்ந்தது. மாங்காயும் வெல்லமும் சேர்ந்த மாங்காய் இனிப்புப் பச்சடியின் வினோத சுவை நாக்கில் ஊறியது. எல்லாம் மனதில் பதிந்து நெடு நாட்களுக்கு, சாப்பிட்ட அவருக்கும், அழைத்த எங்களுக்கும் அந்த நாளை மறக்கவே மறக்காது.

'என்ன! இப்படியெல்லாமா செய்வது? பலவற்றையும் நிறுத்தி நிதானமாக, மனதில் வாங்கித்தான் செய்ய வேண்டுமா? அதற்கெல்லாம் ஏது நேரம்?' என்று சிலர் கேட்கலாம்.

உண்மைதான். பரபரப்பு வாழ்க்கையில் எதுதான் மனதில் ஒட்டுகிறது. எல்லாம் மேலோட்டமாகப் போகிறது. எதையும் ரசித்து யோசித்து உணர்ந்து செய்யமுடிவதில்லை. வாழ்க்கையே ஏதும் புரியாமல் 'கீச்சு கீச்சு' என்று 'டேப்பில்', 'பாஸ்ட் பார்வர்ட்' செய்யப்பட்ட திரைப்படம் போலத்தான் சில சமயங்களில் ஓடுகிறது.

பலவற்றையும் அவசரம் அவசரமாகச் செய்வதா? அல்லது ஒன்றிரண்டினை மட்டும் நிதானமாகச் செய்வதா? மனதில் வாங்காமல் மேலோட்டமாகச் செய்வதா? அல்லது உள்ளார்ந்து, உணர்ந்து செய்வதா? ரசிப்பது அல்லது எதையும் வேகமாகச் செய்து முடிப்பதா?

எது வாழ்க்கை?

செல்வராஜ் என்ற நண்பர் ஒருவர் தாம்பரத்தில் அடுக்ககம் ஒன்றில் குடியிருக்கிறார். அது கட்டடத்தில் கீழ் பிளாட்டில் வசிக்கும் ஒருவருக்கு மூன்று வயது மகன் இருக்கிறான். அவன் அடிக்கடி தானே மாடியேறி, செல்வராஜ் வீட்டுக்கு வந்துவிடுவான்.

அவர் செய்வதையெல்லாம் பார்த்துக்கொண்டேயிருப்பான். அவர் சாப்பிடும்போது சாப்பாட்டு மேஜைக்கு வந்துவிடுவான். அவர் மனைவி அவனுக்கும் ஒரு தட்டு வைப்பார்கள். உடன் சாப்பிட ஆரம்பிக்க மாட்டான். நண்பர் சாப்பிடுவதைப் பார்ப்பான். உணவில் கிடக்கும் கறிவேப்பிலையை அவர் ஒதுக்காமல் சாப்பிடுவதையும், மிளகாயை எடுத்து, தட்டின் ஓர் ஓரத்தில் வைப்பதையும் ஆச்சரியத்துடன் பார்ப்பான். அதேபோல் தானும் செய்ய முயல்வான்.

36 இரண்டு கேள்விகள்

இந்தக் கட்டுரையை எழுதும் நேரம், நான் பணி புரியும் நிறுவனத்திலிருந்து விலகிக்கொள்வதாகக் கடிதம் கொடுத்து விட்டேன். வேறு நிறுவனத்திலிருந்து வேலையில் சேர்வதற்கான கடிதமும் பெற்று விட்டேன்.

சில ஆண்டுகள் பணிபுரிந்த நிறுவனம், பெரிய நிறுவனம். பலருடன் இணைந்து சில ஆண்டுகள் பணியாற்றியுள்ளேன். அது சமயம் பல முக்கிய முடிவுகள் எடுத்துள்ளேன். அவற்றில் பல நிறுவன ஊழியர்கள் தொடர்புடையவை.

ஒருவர், தான் சில ஆண்டுகள் பணி புரிந்த நிறுவனத்திலிருந்து விலகிக் கொள்கிறார். அதன் காரணமாக அவர், அந்த நிறுவனத்தை இழக்கிறார். அதே சமயம் அந்த நிறுவனமும் அவரை இழக்கிறது. இந்த ஒரு முடிவால் ஏற்படும் தாக்கங்கள் என்ன?

1. விலகும் நபருக்கு என்ன இழப்பு?

2. நிறுவனத்திற்கும் அதன் ஊழியர்களுக்கும் என்ன இழப்பு?

முதல் கேள்விக்கான பதிலை முதலில் பார்க்கலாம். ஒரு நிறுவனம் என்பது பல வாய்ப்புகளைக் கொண்டது. அங்கு ஒருவர் கற்றுக்கொள்ள ஏராளமான விஷயங்கள்

உள்ளன. பல்வேறு மனிதர்கள், நிறுவனத்தின் பணிக் கலாசாரம், தொழில் நுட்பம், வியாபார அணுகுமுறை, தலைமைப் பண்பு என்று சொல்லிக்கொண்டே போகலாம்.

ஒரு குறிப்பிட்ட காலம் நிறுவனத்தில் பணி புரிகிறோம். அதை விட்டு விலகியபிறகு நிறுவனத்திற்குள் மீண்டும் போய்க் கற்றுக் கொள்ள முடியாது. அதற்கான காலம், வாய்ப்பு போன்றவை அதோடு முடிந்து விடுகின்றன. அவ்வளவுதான்.

இது நிறுவனங்களில் பணி புரிந்துவிட்டு விலகுவதற்கு மட்டுமே பொருந்துகிற நிலையா என்ன? இல்லையே!

ஒரு சிறந்த திரைப்பட இயக்குநரிடம் உதவியாளராக ஒருவர் சேருகிறார். அவரிடம் பணியாற்றும்வரைதானே நேரிடையாகக் கற்றுக் கொள்ள முடியும்! அதன் பிறகு?

வீடுகளில் பெரியவர்கள் இருக்கிறார்கள். விஷயப் பெட்டகங்கள், அனுபவக் களஞ்சியங்கள். அவர்களோடு ஒன்றாக இருக்கும் வரைதானே கற்க முடியும்? அதன் பிறகு?

ஒரு சுற்றுலா போகிறோம். அல்லது ஒரு குறிப்பிட்ட ஊரில் வசிக்கிறோம். அல்லது முன்பு சொன்னதைப்போல் ஒரு பதவி, ஒரு பொறுப்பில் இருக்கிறோம். அதேபோல் ஒரு பிரயாணம். ஓர் அனுபவம். ஒரு வாசிப்பு. அது எதுவாக இருந்தாலும் அதற்குக் கால வரையறை உண்டே? முடிவில்லாதது ஏதுமில்லையே!

அவரவர் வேலை, வயது, வாய்ப்புகளைப் பொறுத்து ஏதோ ஒரு நேரம் எவையுமே தகர்ந்துவிடுமே? ஆக, எதுவுமே நிரந்தரமில்லை. எல்லாவற்றுக்குமே கால அளவு உண்டு.

கேள்வி என்ன என்றால், குறிப்பிட்ட காலம் மட்டுமே நமக்குக் கிடைக்கிற எல்லா வாய்ப்புகளையும் நாம் முழுமையாகப் பயன்படுத்திக் கொள்கிறோமா?

ஒரு குடும்பத்தினர் திரைப்படம் பார்க்கத் திரையரங்கத்துக்குச் செல்கிறார்கள். நுழைவுச் சீட்டு வாங்கி அமர்கிறார்கள். திரைப்படம் தொடங்குகிறது.

குடும்பத்தினரில் ஒருவர் பாட்டி. அவருக்குத் தொடர் இருமல், இருமுவதும், வாயைத் துடைத்துக்கொள்வதுமாக இருக்கிறார். மற்றொருவர் இரண்டு வயது குழந்தை. படம் தொடங்கியதும், அம்மா மடியில் தூங்கி விடுகிறது. குடும்பத் தலைவர் மனத்தில்,

தான் வாங்கிய கடனைத் திருப்பிக் கேட்க, அன்று இரவு வருவதாகச் சொல்லியிருக்கும் நபர் பற்றிய கவலை. அதன் காரணமாக அவர் மனதும் படத்தில் ஒட்டவில்லை.

குடும்பத் தலைவிக்குப் படம் பிடித்திருந்தது. ரசித்துப் பார்த்தார்.

அவர்களுடைய 16 வயது மகளுக்குப் படம் பிடித்திருந்தது. இருந்த போதிலும் அவராலும் நிம்மதியாகப் படம் பார்க்க முடியவில்லை. காரணம், பின் சீட்டில் அமர்ந்திருந்த ஓர் இளைஞன் தெரியாமல் படுவதுபோல தன் காலை, அந்தப் பெண்ணின் கால்மீது உரசியபடி இருந்தான்.

இவர்கள் அனைவருமே தங்களுக்குக் கிடைத்த நல்ல திரைப்படம் பார்க்கும் சந்தர்ப்பத்தை முழுமையாகப் பயன்படுத்திக் கொண்டார்களா?

குடும்பத்தினர் எல்லோருக்குமே அந்த வாய்ப்பு இருந்தது. ஆனால், ஒருவர் தான் முழுமையாகப் பயன்படுத்திக் கொண்டார். பல்வேறு காரணங்களினால் மற்றவர்கள் தவறவிட்டார்கள்.

வாழ்க்கைக்கும் இந்தத் திரைப்பட அனுபவத்திற்கும் என்ன வித்தியாசம்? திரைப்படம் இரண்டரை மணி நேரம். வாழ்க்கை எழுபது எண்பது ஆண்டுகள். அவ்வளவே! மற்றபடி ஒற்றுமைகள் தான் அதிகம்.

'டிக்கெட்' கிடைத்து இந்த உலகத்திற்கு வந்தாயிற்று. துண்டு துண்டாக எத்தனை எத்தனை சந்தர்ப்பங்கள், வாய்ப்புகள், அனுபவங்கள் நமக்குக் கிடைக்கின்றன. அவற்றையெல்லாம் கவனிக்கிறோமோ, புரிந்து கொள்கிறோமா, முழுவதும் பயன்படுத்திக் கொள்கிறோமா? அனுபவிக்கிறோமா? சிலர் செய்யவில்லை.

நான் ஒரு நிறுவனத்தில் இருந்து விலகுகிறேன். அந்த நிறுவனத்தில் இருந்த காலகட்டத்தில் விழித்திருந்தேனா? தூங்கினேனா? கற்றுக் கொண்டேனா? தெரிந்துகொள்ளக் கூடியவற்றையெல்லாம் தெரிந்து கொண்டேனா? இந்தக் கேள்விகள் முக்கியமானவை.

வாய்ப்புகளும் சந்தர்ப்பங்களும் கொட்டிக் கிடக்கும் சந்தைதான் வாழ்க்கை. அதனூடே நடக்கிறோம். பார்க்க வேண்டும், வாங்க வேண்டும், வெளிவந்த பிறகு அதெல்லாம் செய்ய முடியாது.

இப்பொழுது இரண்டாவது கேள்வி. நிறுவனத்தை விட்டு விலகும் நபருக்கு என்ன இழப்பு? விலகுகிறேன் என்று

சொன்னதும், 'நல்லது; இவர் போகிறார்' என்று நிறுவனம் நினைக்குமா? அல்லது 'அடா! இவர் விட்டு விட்டுப் போகிறாரே' என்று வருத்தப்படுமா?

நிறுவனத்தில் பணியாற்றிய பொழுது, பணியாற்றியது எப்படி, நடந்து கொண்டது எப்படி என்பதைப் பொறுத்தல்லவா இந்தக் கேள்விகளுக்கான பதில்கள் அமையும்!

உடன் பணியாற்றுபவர்கள் வருத்தப்படுவார்களா? மகிழ்வார்களா? அல்லது இரண்டுமின்றி, 'இவர் இருந்தால் என்ன? போனால் என்ன?' என்று விருப்பு வெறுப்பின்றி (indifferent) ஆக இருப்பார்களா?

நம் ஒவ்வொருவருடைய இருக்கை பற்றி, நோக்கம் பற்றி, செயல்பாடுகள் பற்றி எல்லாம் மற்றவர்கள் ஒரு கணிப்பு வைத்திருப்பார்கள். அவற்றைப் பொறுத்துத்தான் அவர்களுடைய வெளிப்பாடு இருக்கும்.

நிறுவனத்தை விட்டு விலகுவதற்கே இப்படியெல்லாம் என்றால் ஒருவர் நிரந்தரமாய்ப் பிரிவதற்கு எப்படிப்பட்ட உணர்ச்சிகள் வரும்? வர வேண்டும்?

பெருந்தலைவர் காமராஜர் இறந்துவிட்டார். இறுதி ஊர்வலத்துக்கான ஏற்பாடுகள் நடந்துகொண்டிருந்தன. அப்போது நான் கல்லூரியில் இளங்கலை படித்துக் கொண்டிருந்தேன். அவர் உடல் ராஜாஜி ஹாலில் வைக்கப்பட்டிருந்தது. சென்னை தெருக்களில் எல்லாம் கூட்டம் முண்டியடித்தது.

தேனாம்பேட்டை SIET கல்லூரி அருகில் வந்து அண்ணா சாலையில் குவிந்திருந்த மக்களைப் பார்த்தேன். காமராஜர் உடல் வந்த வண்டியைப் பார்த்ததும், தலையில் அடித்துக்கொண்டு அழுதவர்களை, தரையில் விழுந்து புரண்டு கதறியவர்களைப் பார்த்தேன். உறவினர்கள் அல்லர் அவர்கள். ஜாதி, இன, மத பேதமின்றி லட்சக் கணக்கானவர்கள் உண்மையாய் வருத்தப் பட்டதைக் கண்டேன்.

ஒரு மனிதன் உலகத்தைவிட்டுப் போவது, இத்தனை மக்களைப் பாதிக்க முடியுமா? இப்படியெல்லாம் கூடவா அழுவார்கள், கதறுவார்கள், தலையில் அடித்துக் கொள்வார்கள்! அந்தக் காட்சி என்னைப் பெரிதும் பாதித்தது.

வாழ்க்கையில் கற்க வேண்டும்; கிடைக்கும் சந்தர்ப்பங்களை யெல்லாம் பயன்படுத்திக்கொள்ள வேண்டும். எல்லாம் முக்கியம் தான். உடன் சக மனிதர்களோடு வாழ வேண்டும். அவர்கள் வாழ உதவவும் வேண்டும்.

நம் வெற்றியில் நியாயம் இருக்க வேண்டும். அடுத்தவர்களை மதிக்கும், உதவும், அவர்களுக்கும் இடமளிக்கும் வகையில் நடந்து கொள்ள வேண்டும். வாழ்க்கையில் இதுவும் முக்கியமில்லையா?

மற்றவர்களின் மதிப்பையும் அன்பையும் பாராட்டையும் வேண்டாதவர்கள் எவருமில்லை. அது சும்மா வருமா? அந்த விதம் நடந்துகொள்ளவேண்டும். வாழ்க்கையில் இதுவும் முக்கிய மில்லையா?

வேலை மாற்றத்திற்கு மட்டுமில்லையே இந்த இரண்டு கேள்விகளும், பதில்களும். 'தக்கார் தகவிலர் என்பது அவரவர் எச்சத்தால் காணப்படும்' என்று வள்ளுவர் சொல்லுகிறாரே! அப்படிப் பார்த்தால் வாழ்க்கைக்கும் இவை பொருந்தும் போலிருக் கிறதல்லவா?

ஆக, இறுதிக் காலத்தில் அனைவருமே கேட்டுக்கொள்ளக்கூடிய இரண்டு கேள்விகள்:

1. நான் இந்த உலகத்தை இழக்கிறேனா?
2. இந்த உலகம் என்னை இழக்கிறதா?

கேள்விகளை வேண்டுமானால் இறுதிக் காலத்தில் கேட்டுக் கொள்ளலாம். பதில்களை இப்போதே அல்லவா தீர்மானம் செய்ய வேண்டும்!

37 மனசு சுத்தம்

அவர் பெயர் கிங்ஸ்டன். அவருக்கு வயது 23 இருக்கலாம். வேலைக்குப் புதியவர். சொன்ன வேலையில், சிறியதும் பெரியதுமாகத் தவறுகள் செய்வார். சமயத்தில் கோபிப்பேன். கேட்டுக்கொள்வார். போய்விடுவார். பின்பு வேறு நேரம், வேறு வேலை, மீண்டும் வருவார். அதே சிரித்த முகத்துடன்.

ஒரு முறை, செய்த தப்பையே மீண்டும் செய்ய கொஞ்சம் அதிகமாக சத்தம் போட்டுவிட்டேன். அவர் போன பிறகு எனக்கேகூட கொஞ்சம் வருத்தமாக இருந்தது.

சிறிது நேரம் கழித்து வேறு விஷயமாக அவர் வந்தார். என் மனது, 'அவரைச் சத்தம் போட்டுவிட்டோமே' என்கிற வருத்தத்தில் இருந்தாலும், முகத்தில் எந்த வித்தியாசமும் காட்டாமல் வேலை பற்றிப் பேசினேன். உரையாடலின்போது, இடையே அவர் குறிப்பிட்டவை என்னை மிகவும் ஆச்சரியத்தில் ஆழ்த்தின. முழுக்க முழுக்க, என் நலன் சம்பந்தமாகப் பேசினார்.

சாதாரணமாக இயல்பாகப் பேசினார். சொன்னதை முழு ஆர்வத்துடன் கேட்டுக்கொண்டார். எனக்கு வியப்பும் அதைவிட அவர் மீது கரிசனமும் வந்தது. கேட்டே விட்டேன். 'என்னங்க, கிங்க்ஸ்டன், சற்று முன்தான் அப்படி சத்தம் போட்டேன். உங்களுக்கு என்மேல அந்த வருத்தம் கொஞ்சம்கூட இல்லையா?'

‘அதெல்லாம் இல்லை சார்.’

‘என்ன? கோபித்துக் கொண்டதைப் பற்றி வருத்தம் இல்லையா?’

‘இருக்கத்தான் செய்தது...’

‘உம்...ம்... அப்படி ஒப்புக்கொள்ளுங்கள். ஆனால், எப்படி முகத்தை சாதாரணமாக வைத்துக்கொண்டு... அதுகூடப் பரவாயில்லை. மனதில் வருத்தம் இல்லாத மாதிரி...’

‘இல்லை சார். உண்மையிலேயே வருத்தம் இல்லாமல்தான் இருக்கிறேன். நீங்கள் சத்தம்போட்ட சமயம் வருத்தப்பட்டது உண்மைதான். ஆனால், அது அப்போதே போய்விட்டது.’

அதெப்படி? சத்தம் போட்டதன் பாதிப்பு இல்லாமல் சாதாரண மாகப் பேச முடியும்? கிங்ஸ்டன் போன்ற சிலரால் முடிகிறது.

மனது சங்கிலி போன்றதுதான். ஒன்றோடு ஒன்றைத் தொடர்பு படுத்த, சங்கிலி வளையங்கள் அதிகமாகி, அவை ஒன்றோடு ஒன்று பின்னிப் பிணைந்து, அதனால் சிக்கலாகிவிடுகிறது. ஆனால், இவர் சொல்லியது, வித்தியாசமானது.

உரையாடல், சம்பவங்கள் போன்ற பல்வேறு விதமான தொடர்புகள், ‘பரிவர்த்தனைகள்’ (Transactions) ஒவ்வொன்றும் தனித்தனி. வேறு வேறு. முன் நடந்ததற்கும், அடுத்ததற்கும் தொடர்பில்லை.

அட! இது நல்ல அணுகுமுறையாக இருக்கிறதே! இப்படி அணுகினால், சங்கடம், வன்மம் போன்றவற்றையெல்லாம் இல்லாமல் செய்துவிடலாம் போலிருக்கிறதே என்று தோன்றுகிறதா?

சரிதான். இந்த அணுகுமுறை சிலவற்றிற்கு மட்டும் பொருந்தாது. நமக்கு நன்மை செய்தவர்களை, இப்படி அணுக வேண்டாம். அங்கு மட்டும் தொடர்புபடுத்திக் கொள்வதுதான் நல்ல பண்பு என்பதைச் சொல்லத் தேவையில்லை. ஆனால், நமக்குச் சிரமம், சங்கடம் கொடுப்பவர்களிடம் இப்படி நடந்தால், இந்தத் தொடர்பின்றி, புதியதாய்ப் பார்ப்பதுபோல் ஒவ்வொரு முறையும் நடந்துகொண்டால் நிறைய நன்மைகள்.

வாழ்க்கையில் அதிகம் ஏமாற்றங்களையும், தோல்விகளையும், துரோகங்களையும் சந்தித்தவர்களைக் கேட்டால் சொல்வார்கள். அவற்றையெல்லாம் மறக்கவே முடியவில்லை. மறக்க

முடிந்தால் எவ்வளவோ நன்றாக இருக்கும். ஆனால், அவை மனத்தில் மாட்டிக் கொண்ட முள்ளாக, சதையினைக் குத்திக் கிழித்து, வதைக்கும் உள்ளுக்குள் உடைந்த எலும்புபோல் விடாமல் கொல்லுகிறது என்று. அப்படிப் பார்த்தால், மறதி சில சமயங்களில் வரம்.

இயல்பாக, தன்னால் முடியாவிட்டாலும்கூட, முனைந்து செய்ய வேண்டியது, எதைத் தெரியுமா? மறப்பதைத்தான். கெட்டவை களை மறக்க வேண்டும். நமக்கு வேண்டாத பொருள்களைத் தூக்கிப் போட்டு விடுவதுபோல.

ஓர் ஆசிரியை, மாணவர்களுக்கு இப்படிப்பட்ட ஒரு செய்தியினை விளக்க விரும்பினார். வகுப்பில் இருந்த அத்தனை மாணவ மாணவியர்களையும் ஆளுக்கு ஒரு பையை எடுத்து வரச் சொல்லி, பின்பு அதற்குள் தக்காளி, வெங்காயம் போன்ற சில காய்களையும் போட்டுக்கொள்ளச் சொன்னார். மாணவர்கள் அப்படியே செய்தார்கள்.

'அடுத்து என்ன செய்யவேண்டும் டீச்சர்?'

'ஒன்றும் செய்யவேண்டாம். அப்படியே அந்தப் பையினை உங்கள் பக்கத்தில் வைத்துக்கொண்டு உட்கார்ந்துகொள்ளுங்கள். ஆனால், உங்கள் இடது கை எப்போதும் பையினைப் பிடித்தபடியே இருக்க வேண்டும்.'

'சரி டீச்சர்.'

சற்று நேரம் போனது. இடைவேளை.

'பாத்ரூம் டீச்சர்.'

'தாராளமாகப் போய்வாருங்கள். ஆனால், போகும்பொழுது மறக்காமல் உங்கள் காய்கறிப் பையையும் எடுத்துப் போங்கள்.'

'அங்கேயுமா மிஸ்.'

'ஆமாம். அங்கே மட்டுமல்ல. எப்பொழுது, எங்கே போனாலும் பையை மட்டும் விடவே கூடாது.'

குழந்தைகளுக்கு வியப்பு. என்ன இது? டீச்சர் இப்படிச் சொல்கிறார்களே என்று. 'ஆகட்டும் மிஸ்'.

மாலை வீடு கிளம்பும்பொழுது, 'யாரும் மறக்க வேண்டாம். வீட்டிற்குப் போன பிறகும் பையை ஒரு கையால் பிடித்தபடியே

தான் இருக்க வேண்டும். மறுநாள் அப்படியே பையோடு வாருங்கள்.'

சொன்னபடியே செய்தார்கள். ஓடின, நாள்கள் ஒன்று, இரண்டு, மூன்றும்கூட.

'முடியலை மிஸ்...'

'ஏன் முடியலை?'

'இதைத் தூக்கிக்கிட்டே இருக்க வேண்டியிருப்பதால், எதையுமே நிம்மதியாகச் செய்யமுடியவில்லை.'

இன்னொரு மாணவன் அவசரமாகச் சொன்னான். 'என்ன கனம் டீச்சர்!'

மற்றவர்களைத் தள்ளி விட்டுவிட்டு முண்டியடித்து வந்த மற்றொரு பொடியன் மூக்கைப் பிடித்தபடியே சொன்னான்: 'பைக்குள் எல்லாம் அழுகிப்போய், பயங்கர நாத்தம் வேற மிஸ்...!'

கற்பனைக் கதைதான். சரி இந்தக் கதை எதற்கு?

நமது மனதுதான் அந்தப் பை. அதில் போட்டுக்கொள்ளும் பலவிதக் காய்களும் சங்கடம் தரும் சம்பவங்கள், உரையாடல்கள். மொத்தத்தில் வருத்தங்கள், கோபங்கள், பொறாமைகள். அவற்றை எப்பொழுதும் விடாமல் மனத்திலேயே சுமந்தால் சிரமம் கொடுக்கும் சுமை. அழுத்தும் சுமை. உடன் சங்கடம், துர்நாற்றம் போன்றவை வேறு. பேச்சிலும், செயல்களிலும் அந்த நெடி வீசும்.

குழந்தைகள் கெஞ்சினார்கள். 'இந்தப் பிரச்னை போதும் டீச்சர்?' ஆசிரியை ஒப்புக்கொண்டார்.

'சரி... இனி இந்தப் பையை, கனத்தினைத் தூக்கிக்கொண்டு அலைய வேண்டாம். பையைக் காலி செய்யுங்கள்.' அப்பாடா என்றிருந்தது மாணவர்களுக்கு. பயம் இறங்கியது. காணாமல் போனது.

மனிதனையும் இப்படி இலகுவாக்கலாம், சுத்தப்படுத்தலாம்.

எல்லாம் வள்ளுவர் சொன்னதுதான். நன்றல்லது அன்றே மறப்பது. அவ்வளவுதான். அன்றேகூட அல்ல, அப்பொழுதே!

பழைய கெடுதல்களையும், துரோகங்களையும், ஏமாற்றங்களை யும் நினைத்துக்கொண்டே இருக்கலாம். அதனால் ஏற்படும் விளைவு தொந்தரவுதான். அடுத்தடுத்து நடக்கும் சம்பவங்களிலும் அதன் தாக்கம் இருக்கும்.

கெடுதல் சொன்னோரும் கெடுதல் செய்தோரும், செய்தார்கள் என்பதை மறந்து, அவற்றை விடுத்து, புதியதாக அவர்களுடன் உரையாட, உறவாட, அவரிடமும் மாற்றம் வராமலா போய்விடும்?

கம்ப்யூட்டர் பயன்படுத்துவோருக்கு ‘பிளாப்பி’கள் பற்றித் தெரியும். தகவல்கள் சேமிக்கும் சிறிய தகடுகள். சதுரமான கருப்பு நிற, பிளாஸ்டிக் தகடுகள். அப்படிப்பட்ட பிளாப்பிகளில் நமக்குச் சிறு தகவல்கள் வரும். அப்படிப் பெறும் சில பிளாப்பிகளை நாம் அதில் உள்ள தகவல்களைப் பார்ப்பதற்காக கணினியில் நுழைத்துத் திறப்போம். அப்படித் திறக்கும் பொழுது, சமயத்தில் சில பிளாப்பிகள் ‘வைரஸ்’ஸால் பாதிக்கப்பட்டிருக்கும். அவை நம் கணினிக்குப் பிரச்னையை உண்டு பண்ணும்!

அப்படிப்பட்ட (கெட்டுப் போன) பிளாப்பிகளைப் பயன்படுத்த அவை பெரும்பாலான சமயங்களில், நமது கணினியையே பாழாக்கிவிடும். அழுகிய தக்காளியைக் குழம்பில் போட்ட கதைதான். குழம்பு மொத்தமும் சலிப்பு வாடை வீசும். அப்படிப்பட்ட பிளாப்பிகளை முயற்சிக்கவே வேண்டாம்.

மனதும் கம்ப்யூட்டர் போன்றதே. சில தவறான எண்ணங்களை உள்புக அனுமதிப்பதால், அது பாதிக்கப்படும். பாதிப்பு நம் பேச்சுகளிலும், செயல்களிலும் வெளிப்படும்.

38 மன்னிப்போம்; மனிதம் வளர்ப்போம்

2002 டிசம்பர் 2ஆம் தேதி ஒரு செய்தி பார்த்தேன். குஜராத் மாநிலத்தில் பெரும் வெற்றி பெற்று மீண்டும் முதல்வராகியிருந்த நரேந்திர மோடி, பத்திரிகையாளர் களைச் சந்தித்தபொழுது ஒருவரை அறிமுகப்படுத்தி வைத்து ஒரு விவரம் சொல்லியிருந்தார்.

விவரம் இதுதான். மோடியைக் கொல்லப் போவதாக அந்த நபர் மின்மடல் மூலம் ஒரு மிரட்டல் செய்தி அனுப்பி இருக்கிறார். இது நடந்தது, தேர்தலுக்கு முன்பு.

போலீசாரின் திறமையினால் மின்மடல் அனுப்பிய வரைக் கண்டுபிடித்திருக்கிறார்கள். மிரட்டல் அனுப்பியவர் பிடிபட்டு விட்டார். அனுப்பியதோ கொலை மிரட்டல். அனுப்பப் பெற்றவரோ சக்தி மிக்க மாநில முதல்வர்.

என்ன செய்யலாம்? எதுவும் செய்யலாம். அதற்கு இடம் கொடுக்கக் கூடிய வலிமையான சட்டங்கள் உண்டு.

ஆனால், முதல்வர் செய்தது சட்டங்கள் சொல்லாத ஒன்று. அது மன்னிப்பு.

ஓர் உணர்ச்சி வேகத்தில் அப்படி ஒரு மின்மடல் அனுப்பி விட்டதாகவும், உண்மையில் அத்தகைய நோக்கம் எதுவும் தனக்கில்லை என்றும் சொல்லி விடுகிறார் பிடிபட்ட இளைஞர்.

செய்தி அதுவல்ல. அதை ஒரு முதல்வர், முழுமையாக ஏற்றுக் கொண்டு, அந்த இளைஞரின் பெற்றோரை வரவழைத்து, அவர்களிடம் விஷயத்தை விளக்கிச் சொல்லி, அந்த இளைஞரை மன்னித்து அனுப்பி விடுகிறார்.

அவர் செய்தது சரிதானா? மிகச் சரி என்பேன். தண்டனைகள் சாதிக்காததைச் சில சமயம் மன்னிப்பு சாதிக்கும். இந்த நிகழ்ச்சி இளைஞரின் மனத்தில் பெரும் மாறுதலை ஏற்படுத்தும்.

இதே போன்ற அனுபவம் பலருக்கும் ஏற்பட்டிருக்கும். எனக்கும் ஏற்பட்டது. பல்லாயிரம் தொழிலாளர்கள் பணி புரியும் தொழிலகம் ஒன்றில், விலை மதிப்பு மிக்க சிறிய பேரிங்குகளைத் திருடி, வீட்டுக்கு எடுத்துச் செல்வதற்காக ஒரு ஊழியர் தன் டிபன் பாக்சில் வைத்துக் கொண்டார்.

வீட்டுக்குச் செல்வதற்கு முன்பே, மற்ற ஊழியர் சிலர் முன்னிலையில் டிபன் பாக்ஸ் கீழே விழுந்து திருட்டு தெரிந்து விட்டது. அவருடைய மேலதிகாரியான எனக்கு விஷயம் சொல்லப்பட்டது. அவரை அழைத்து தனிமையில் விசாரித்தேன்.

எவரிடமும் தணிந்து பேசாதவர், அடாவடிக்காரர், ஒத்துழைப்பு கடுகளவும் கொடுக்காதவர், முரட்டுக் காளை. அவர் கையும் களவுமாக மாட்டிக்கொண்டதில் அவருடன் பணி புரிபவர்களே மகிழ்ந்த நேரம். அவரும் வேறு வழியின்றி, தன் குற்றத்தை ஒப்புக்கொண்டு மன்னிப்புக் கோரும் கடிதம் எழுதி என்னிடம் கொடுத்தார். இது உடன் செய்ய வேண்டிய முறை.

கடிதத்தை வாங்கி அதில் நான் பரிந்துரை செய்து என்னுடைய மேலதிகாரிக்கு அனுப்பியதும், அந்த ஊழியரிடம் மேல் விசாரணை நடத்தப்படும். பிறகு தண்டனையும் கொடுக்கப்பட்டு, அது பற்றிய விவரங்கள் அவருடைய 'பர்ஸனல் பைலிலும்' சேரும். அந்தத் திருட்டுப் பழி அவருடைய சர்வீஸ் மீதமுள்ள நாள்கள் முழுவதும் நீங்காது தொடரும்.

என்னிடம் அவர் எழுதிய குற்ற ஒப்புதல் கடிதத்தினைக் கொடுக்கும் பொழுது அவர் முகத்தைப் பார்த்தேன். கண்கள் கலங்கியிருந்தன. கடிதத்தைப் பெற்றுக்கொண்டு மௌனமாக அவரையே சிறிது நேரம் உற்றுப் பார்த்தேன். அந்தக் கடிதத்தைப் படித்தேன். மீண்டும் அவரையே ஆழமாகப் பார்த்தேன். பரிந்துரைக்கும் (Forward செய்யும்) என் கையெழுத்தைப் போடாமல், அந்தக் கடிதத்தை என் மேஜை டிராயரில் வைத்து

மூடினேன். 'ஏன் அப்படிச் செய்கிறேன்' என்று அவரிடம் பதற்றம் அதிகரித்தது.

பேசத் தொடங்கினேன். 'ஏன்?' என்று கேட்டேன். அவர் குடும்ப விவரம் கேட்டேன். சொன்னார். வீட்டின் நிலவரம் புரிந்தது. சலனமின்றிக் கேட்டுக்கொண்டு அவருடைய மற்ற நடவடிக்கைகளை யும், அதனால் பணியிடத்திற்கு ஏற்படும் சிரமங்களையும் பொறுமையாக எடுத்துச் சொன்னேன். நான் அப்படியெல்லாம் சொல்லச் சொல்ல, அவர் பயம் இன்னும் அதிகமானது, அவர் முகத்தில் தெரிந்தது.

இறுதியாக, மேசை டிராயரைத் திறந்து அவர் எழுதிய குற்ற ஒப்புதல் கடிதத்தை எடுத்து அவரிடமே கொடுத்தேன். நம்ப முடியாமல் ஆச்சரியத்துடன் வாங்கினார். அதைக் கிழித்து, என் மேசைக்குக் கீழிருந்த குப்பைக் கூடையில் போடச் சொன்னேன்.

அதிர்ந்தார். செய்தார். 'இனி இப்படி நடக்காது, நம்புகிறேன்' என்று மட்டும் சொன்னேன். கலங்கிய கண்களுடன் தலையாட்டினார்.

உள்ளே என்ன நடக்கிறதோ எனக் குறுகுறுத்தபடி, அறைக்கு வெளியே நின்றிருந்த கூட்டம், என் அறையைவிட்டு வெளியே அந்த 'முரட்டுக் காளை' தலை குனிந்தபடி, செல்வது கண்டு, ஆச்சரியத்துடன் விலகி நின்றது.

அந்த நிகழ்ச்சிக்குப் பிறகு அந்த ஊழியரைப் பற்றிய வேறு புகார்களே வரவில்லை. அந்த மன்னிப்பு அவரை மாற்றிவிட்டது. தண்டனை அவரைச் சீண்டி, இன்னும் முரடனாகவும் பிடிவாதக் காரனாகவும் ஆக்கியிருக்கலாம். இறுதியில் யார் வெல்வது என்பது வேறு. இடையில் அவர் வாழ்க்கை பாழாகியிருக்கும். அது தவிர்க்கப்பட்டது. நிறுவனத்திற்கு நிரந்தமாக ஒரு நல்ல ஊழியர் கிடைத்தார்.

நான் முன்பு பணியாற்றி BHEL நிறுவனத்தில், எனக்கு மேலதிகாரி யாக இருந்த அர்ஜுன் விக்டர், நான் ஒருவரின் நன்றி மறந்த செயலை எண்ணி மிக வருந்திய பொழுது, கூறிய வார்த்தைகள் பசுமையாய் இன்றும் என் நினைவில் இருக்கின்றன. அந்த வார்த்தைகள், 'மன்னித்து விடு நண்பா' என்பதுதான்.

'தண்டனைகள் அவசியம்'; 'குற்றம் செய்தவன் அனுபவிக்கத் தான் வேண்டும்'; 'தண்டித்தால்தான் மற்றவர்களுக்கு ஒரு பயம் வரும்'; 'தண்டனைகள் இல்லாவிட்டால் குற்றங்கள் பெருகி விடும்' போன்றவை எல்லாமே சரிதான்.

ஆனால், எல்லா சமயங்களிலும் தண்டனையே தீர்வல்ல. சில சமயங்களில் தண்டனைகளே குற்றங்களைத் தூண்டும். நோய்க் கிருமியே எதிர்ப்புச் சக்தியை உண்டாக்குவதுபோல குற்றங்களுக்கு அவை வித்திடும்.

மன்னிப்பு பல சமயங்களில் ஒரு நிரந்தரத் தீர்வு ஆகிறது. மன்னிப்பவர் உயர்கிறார். அவர் மனது நிம்மதியடைகிறது. மேலும் வரக்கூடிய தொந்தரவுகள், பிரச்னைகள், வருத்தங்கள் குறைகின்றன. ஏன் இல்லாமலேயேகூடப் போய்விடுகின்றன. மன்னிப்பது வீரம், கோழைகளால் மன்னிக்க முடியாது.

தரத்துக்குச் சான்றளிக்கும் ISO 9000 ஆய்வு முறையில், தவறுகள் எனப்படும் Non Complianceசினைக் கண்டால், அதற்கு இரண்டு விதமான தீர்வுகளைப் பரிந்துரைப்பார்கள். ஒன்று. திருத்தி அளிக்கும் செயல் (Corrective Action). இரண்டாவது Preventive Action - வராது தடுக்கும் முறை.

வேறு உதாரணம் சொல்வதென்றால் வளருகின்ற முள் செடியை, தரைக்கு மேலே சுத்தமாக வெட்டிவிடுவது திருத்தி அமைக்கும் முறை. அப்போதைக்கு முள் இருக்காது. ஆனால், பின்பு வளர்ந்து விடும். வேரோடு பிடுங்குவது முள் செடியே வளராத வண்ணம் தவிர்த்திடும் முறை. தண்டனை திருத்தி அமைக்கும் செயல் போன்றது. மன்னிப்பது குற்றங்களைத் தவிர்த்திடும் முறை போன்றது.

வெறுமனே மன்னிப்பது சரியாகப் புரிந்து கொள்ளப்படாது, அடிக்கடி மன்னிப்பதும் அப்படியே. ராமகிருஷ்ண பரமஹம்சர் சொன்னது போல, பாம்பு கடிக்க வேண்டாமே தவிர, சீற வேண்டும்.

தவறைக் கண்டுபிடிப்பதும், அதை எடுத்துச் சொல்வதும், விளைவுகளைப் புரிய வைப்பதும் முக்கியம். அப்படிச் செய்து மன்னிக்கும்பொழுது, அது நிரந்தரத் தீர்வளிக்கும். தண்டனைகளில் Don't Condemn the Person, Condemn the Act என்பார்கள். மன்னிப்பு, குற்றத்தை உணர்ந்தவனை மாற்றிவிடும்.

குற்றங்களைக் குறைக்க வேண்டுமென்றால் மன்னிப்பும் ஒரு வழிதான்.

மன்னிப்போம், மனிதம் வளர்ப்போம்.

39 அன்புக் கணக்கு

இரவு மணி ஏழு. வெங்கடேசன் தன் அலுவலகத்தில் இருந்து வீட்டுக்குத் திரும்பி வருகிறார். ஸ்கூட்டரை ஸ்டாண்டு போட்டு நிறுத்தி விட்டு, மாடிப் படிக்கட்டில் ஏறுகிறார். அவர் வந்த ஸ்கூட்டர் சத்தம், அவருடைய வீட்டிற்குள்ளும் கேட்கிறது. இதோ மேலே வந்து விட்டார். கதவைத் தட்டப் போகிறார்.

வீட்டின் உள்ளே, அவர் மனைவி, அவருடைய மகன், மகள் என்று மூன்று பேரும் இருக்கிறார்கள். 'அய்ய்ய் அப்பா வந்தாச்சு...!' என்று நோட்டுப் புத்தகத்தில் வரைந்துகொண்டிருந்த தனது வேலையை அப்படியே போட்டுவிட்டு, பத்து வயது மகன் எழுந்து வாசலுக்கு ஓடி வருகிறான். அதே போலவே கல்லூரியில் படிக்கும் மகளும்! 'டாடீ வந்திட்டாங்க...' என்று கம்ப்யூட்டரின் தாம் செய்துகொண்டிருந்த வேலையை அப்படியே விட்டுவிட்டு, வாசல் கதவு பக்கம் ஓடி வருகிறாள். மனைவி முகத்திலும் சந்தோஷம். சேலைத் தலைப்பில் கையைத் துடைத்தபடி, 'ஏய் ஓடாதீங்க! மெதுவா மெதுவா...' என்றுஅவரும் ஆர்வத்துடன் வாசலுக்கு வருகிறார்கள்.

வெங்கடேசன் வருகை அந்த வீட்டில் சந்தோஷத்தினைக் கொடுக்கிறது. குடும்பத்தினர் அவர் எப்பொழுது வருவார். நீங்க வரலைன்னா நானும் போகலை' என்று எதிர்பார்த்துக் கொண்டிருக்கிறார்கள். 'நான் அப்பா

பக்கத்தில்', 'நான் தான் அப்பா கூட ஸ்கூட்டர்ல...' என்று பல விதங்களிலும் அவருடைய அருகாமையும், உடனிருப்பும் அவர்களால் தேடப்படுகிறது.

பல குடும்பத்திலும் நடப்பதுதான். எவ்வளவு மகிழ்ச்சியான விஷயம் இது? அப்பாவிடமும், கணவனிடமும் பிள்ளைகளும் மனைவியும் இப்படி இருப்பதில், பெரிய அதிசயமென்ன என்று கேட்கலாம். ஆனால், இப்படியில்லாத குடும்பங்களும் இருக்கின்றனவே!

'அய்யய்யோ அப்பா வந்தாச்சு' என்பது போன்றோ அல்லது 'அதுக்குள் ஏழாயிடுச்சா, அவர் வந்திட்டார்போல' என்று பதட்டப் படுபவர்களும், டென்ஷன் பெறுபவர்களும் இருக்கிறார்களே!

வீடு போலவேதான் வெளியிலும், அலுவலகத்திலும்கூட. சிலர் வருகை ஆவலுடன் ஆசையுடன் எதிர்பார்க்கப்படுகிறது. வேறு சிலர் வருகை, பதற்றத்தை ஏற்படுத்துகிறது. இன்னும் சிலரின் வருகை, முகச் சுளிப்பையும் வெறுப்பையும்கூட உண்டாக்குகிறது. இருந்தாலும் அவர்கள் 'பொசிஷன் பவர்' எனப்படும் அவர்களின் பதவி அல்லது பொறுப்பு காரணமாகத் தவிர்க்க முடியாதவர்கள். அதனால் வேறு வழியின்றி அவர்கள் சகித்துக்கொள்ளப் படுகிறார்கள்.

அவர்கள் வரத்தான் வருவார்கள். ஆனால், அவர்கள் வருவது குறித்து அங்கே மகிழ்ச்சியில்லை. எதிர்பார்ப்பில்லை. ஏன் சிலருக்கு மட்டும் இப்படி வினோதமான வரவேற்பு? அவர், அந்த அதிகாரியோ அல்லது அப்படிப்பட்ட ஊழியரோ, ஒருநாள் வராவிட்டாலும்கூட அங்கிருப்பவர்களுக்கு குதூகலம்தான். 'அப்பாடா! அவன் இன்னும் வரவில்லை...' என்று சொல்லிச் சொல்லி மாய்வார்கள். அந்த அத்தகைய நபர் நெடுநாள் விடுப்பில் சென்றுவிட்டாலோ, மகிழ்ச்சிக்குக் கேட்கவா வேண்டும்! கரை புரளுமே சந்தோஷம்!

அதே சமயம், வேறு சிலரின் வருகையும் இருப்பும் மகிழ்ச்சியை யும் சந்தோஷத்தையும் உண்டாக்கும். அவர்கள் போகுமிடங் களில் எல்லாம் பன்னீர் தெளித்ததுபோல, வாசனை பரவியது போல இருக்கும். அவர்கள் வரத் தாமதமானாலோ அல்லது வராவிட்டாலோ வருத்தப்படுவார்கள். 'எங்க ஆளையே காணோம்?', 'ஏன் இவ்வளவு தாமதம்?' என்பதுபோல உரிமையுடன் கேட்பார்கள்.

ஏன் இந்த வித்தியாசம்? வீட்டில், வெளியில், வேலை செய்யும் இடங்களில் நாம் எந்தப் பிரிவில் இருக்க விரும்புகிறோம்? தற்சமயம் எந்தப் பிரிவில் இருக்கிறோம்?

ஸ்டீபன் கோவே சொல்லுவார். நாம் ஒவ்வொருவருமே அடுத்தவர்களிடத்தில் ஒரு கணக்கு வைத்திருக்கிறோம். பழகும் அனைவரிடமுமே தான். வித்தியாசமான கணக்கு அது. வங்கிகளில் நாம் வைத்திருக்கும் சேமிப்புக் கணக்குப்போல, இதுவும் ஒரு கணக்கு. ஆனால், 'பாஸ்போர்ட்' அளவு புகைப் படமோ, 'ரேஷன் கார்டு' போன்ற வேறு ஆவணங்களோ கேட்காமல், திறக்கப்படும் கணக்குகள்.

இதன் பெயர் 'எமோஷனல் பேங்க் அக்கவுண்ட்'. வங்கிக் கணக்கில் பணம் போடுவோம், எடுப்போம். ஆனால், மனிதர் களிடத்தில் வைத்திருக்கும் நம்பிக்கை - அன்புக் கணக்கான இந்த 'எமோஷனல் அக்கவுண்ட்'டில் போட்டு எடுக்கப்படுபவையே வேறு.

குடும்பமோ, நண்பர்கள் வட்டாரமோ, பணி செய்யுமிடமோ அல்லது வேறு இடங்களோ, எல்லா இடங்களிலும் நாம் சந்திக்கும் பழகும் மனிதர்களிடமெல்லாம், நம் பேச்சுகள், நடத்தைகள் மூலம், தினம் தினம் அன்பு, மரியாதை, அக்கறை, விசுவாசம், நம்பிக்கை காட்டுதல், நம்பிக்கைக்கு ஏற்றவராக நடந்து கொள்ளுதல் முதலியவற்றைச் செய்கிறோம்.

இவையெல்லாம்தான் 'எமோஷனல் அக்கவுண்டில்' போடப்படும் வைப்புகள் (டெபாசிட்). இப்படியே தொடர்ந்து செய்ய, அந்த மனிதர்களிடம் உள்ள கணக்கில் அந்த வைப்புத் தொகை ஏறும்.

அதேபோல், சில சமயங்களில் நாம் அதே நபரிடத்தில் மரியாதைக் குறைவாக அல்லது நம்பிக்கை விரோதமாகச் செயல்படும் பொழுது, அது வித்டிராவல் எனப்படும் கணக்கில் இருந்து பணம் எடுப்பதற்கு ஒப்பான செயலாகக் கருதப்படும்.

இப்படி, 'எடுக்கும்' செயல்கள் செய்யச் செய்ய, அன்பு கணக்கில் வைப்பு குறையும். மேலே பார்த்த வெங்கடேசன் போன்றவர்கள் குடும்பத்தாரிடம் இந்த விஷயத்தில் 'தொடர் முதலீடு' செய்பவர்கள், அதனால்தான் அவர்கள் வருகையும் இருப்பும் சந்தோஷம் கொடுக்கிறது.

இப்படிச் செய்யாமல், 'தான்' தான் என்றோ அல்லது 'எனக்காகத் தான் எல்லாம்' என்றோ அல்லது 'நான் மட்டுமே முக்கியம்' எனும்

விதமாகவோ செயல்படுபவர்கள் எல்லாம் செய்வது 'வித்டிராவல்' தான். கணக்கில் இருந்து தொகைகளை உருவும் வேலை. யாரால் அதிகம் எடுக்க முடியும்? யாரை எடுக்க அனுமதிப்பார்கள். அதிகத் தொகை வைப்பு வைத்திருப்பவர்களால்தானே எடுக்க முடியும்? வைப்பு எங்கிருந்து வரும்? போட்டிருந்தால் தானே!

ஆனால், சிலர் கணக்கில் ஏதும் போடாமலேயே சகட்டு மேனிக்கு எடுக்கத் தொடங்கிவிடுவார்கள்.

இவையெல்லாம் ஓவர் டிராஃப்ட் மாதிரி. சிரமம். கிடைக்காது. 'இல்லை போ' என்று முகத்தில் அடித்த மாதிரி சொல்லி விடுவார்கள். அதாவது, 'அன்பு' கணக்கில் போடாமலேயே அதிகாரம் செய்வது.

சமுதாயத்தில் நாம் பார்க்கும் அடிதடி, குடும்பத் தகராறுகள், விவாகரத்து, மிக நெருங்கிய உறவினர்களாக இருந்தும், பேச்சு வார்த்தைகூட இல்லாமல் இருப்பது எல்லாம் எதனால்? எமோஷனல் பேங்க் அக்கவுண்ட் காலியாக ஆகிவிட்டதால்தான்.

தொடர்ந்து தொல்லை கொடுத்துக்கொண்டே இருந்தாலோ, புரிந்து கொள்ளாதவராகவே நடந்துகொண்டாலோ என்னவாகும்? வெறுத்துத்தான் போகும். அதேபோல் மற்றவர் மதிப்பது இல்லை. உரிய உரிமைகள் கொடுப்பது இல்லை. நம்பிக்கை துரோகம். சொன்ன சொல் காப்பாற்றாதிருத்தல் போன்றன வெல்லாம்கூட, கணக்கில் இருந்து பெருந்தொகைகளை ஒருசேர உருவி எடுப்பதற்குச் சமம்.

அப்படி எவரிடமும் 'நம் கணக்கு'க் காலியாக ஆகிவிட்டால், அவரிடம் எதையும் பார்த்துப் பார்த்துத்தான் பேச வேண்டும். சொன்னால் குற்றம், தொட்டால் குற்றம் என்பதுபோல முழுவதும் வேண்டாதவராகி விடுவோம். காரணம், முன்பு நாம் நடந்துகொண்ட முறைகள்.

பெற்றவர்கள், மனைவி, கணவன், குழந்தைகள், உறவினர்கள், நண்பர்கள், சக ஊழியர்கள் என்று எல்லோரிடமுமே எப்படி நடந்து கொள்கிறோம் என்பதைப் பொறுத்துத்தான், அன்பு கணக்கு நிறையும் அல்லது குறையும்.

நீண்ட கால உறவுகளுக்கு அன்புக் கணக்கில் நிறைய வைப்புகள் செய்ய வேண்டும். குற்றம் சொல்லிக்கொண்டேயிருப்பது, மட்டம் தட்டுவது - அதுவும் பலர் முன்னிலையில், பாராட்டுவதே

இல்லை. உரியனவற்றுக்குக்கூட அலட்சியப்படுத்துவது, மற்றவர்களின் ஆசாபாசங்களுக்கு முக்கியத்துவம் தராமை எல்லாம் தவிர்க்கப்பட வேண்டியவை. எல்லாம் தொகை குறைக்கும் நடவடிக்கைகள்.

உரிய மதிப்பளித்தல், அடுத்தவர்களின் ஆசைகளையும் விருப்பங்களையும் உணர்தல், அங்கீகரித்தல், அவற்றை நிறைவேற்றி வைக்க விரும்புதல், சொன்னபடி நடந்துகொள்ளுதல், தவறிக் கெடுதல் செய்துவிட்டாலோ அல்லது சிரமம் கொடுத்துவிட்டாலோ, அதற்காக உண்மையாக மனம் வருந்தி மன்னிப்பு கேட்டல் - இவையெல்லாம், சின்னச் சின்ன ஆனாலும், தினமும் செய்யவேண்டிய வலுவான வைப்புகள்.

இப்படி நடந்துகொள்ளும்போது மற்றவர்கள் நம்மைப் பெரிதும் விரும்புவது மட்டும் அல்ல, பெரிதும் மதிக்கவும் செய்வார்கள்.

40 எடுப்பதும், கொடுப்பதும்

வயதில் பெரியவர் அவர். ஒரு ஆலோசனை வேண்டு மென்றார்.

'முடிவெடுக்க முடியவில்லை, தடுமாற்றமாக இருக்கிறது' என்றார்.

'எதில்?' என்றேன்.

'சிலவற்றில்' என்றார்.

விஷயத்திற்கு வராமல் சுற்றிச் சுற்றி வந்தார். ஒரு சில கேள்விகளுக்குப் பிறகு பிரச்னையை சொல்லத் தொடங்கினார்.

'எனக்கு ஒரு கடை இருக்கிறது.'

'சரி.'

'அதில் ஓரளவு வருமானம் வருகிறது.'

'சரி.'

'அதை மேலும் விரிவுபடுத்தாமல் சும்மா இருக்கிறேன்.'

'அப்படியா?'

'ஆமாம்.'

'விரிவுபடுத்த விரும்புகிறீர்களா?'

'ஆமாம்.'

‘செய்துவிட வேண்டியதுதானே.’

‘செய்யலாம்தான். ஆனால், செய்ய வேகம் வரவில்லை.’

‘சரி விட்டு விடுங்கள்.’

‘அதெப்படி? நல்ல வாய்ப்பு இருக்கும்பொழுது செய்யாமல் விடலாமா?’

இதுவும் அவரேதான்.

பிரச்னை இதுதான். செய்ய விரும்புகிறார். ஆனால், வேறெந்த நினைப்போ அவரைத் தடுக்கிறது.

‘எப்படி விரிவுபடுத்தலாம்?’

‘வாசலில் ஒரு ஸ்வீட் கடை வைக்கலாம்.’

‘சரி.’

‘வேறு எப்படிச் செய்யலாம்?’

‘வேறு இடங்களில் ஸ்வீட் கடை ஆரம்பிக்கலாம்.’

‘இவற்றில் எதைச் செய்தால் வியாபாரத்திற்கு நன்மை?’

‘நிச்சயமாக ஏற்கனவே இயங்கிக்கொண்டிருக்கும் கடை வாசலில் ஸ்வீட் கடை வைப்பதுதான்.’

‘ஏன் முடியவில்லை?’

‘அதை வேறு ஒருவருக்குக் கொடுத்திருக்கிறேன்.’

‘வாடகைக்கா?’

‘இல்லை.’

‘பிறகு?’

‘மக்களுக்கு உதவும் வேறு ஒரு நிறுவனத்திற்கு.’

‘சரி. நல்ல விஷயம்தான்.’

‘நீங்கள் என்ன சொல்றீங்க? என்னால் ஏன் முடிவெடுக்க முடியவில்லை?’

‘உங்களுக்குப் பிறத்தியாருக்கு உதவி செய்யுற மனசு.’

‘கரெக்ட்.’

‘அதே சமயம், வியாபாரமும் விருத்தியாகலையேங்குற வருத்தம்.’

‘ஆமாம். அதுவும் சரிதான் என்ன செய்யலாம்?’

‘வாசலில் உள்ள இடத்தைக் காலி பண்ணிறச் சொல்லுங்க. அங்கே உங்க ஸ்வீட் கடையை ஆரம்பியுங்க. விரிவாக்குங்க.’

‘இருக்கிறவரை, அதுவும் சேவை செய்பவரை போகச் சொல்லுவது தப்பில்லீங்களா?’

‘இல்லை.’

நிமிர்ந்து உட்கார்ந்து கூர்மையாகப் பார்த்தார். அதே சமயம் முகத்தில் கொஞ்சம் பிரகாசமும் வந்தது. அடுத்த அரை மணி நேரம் அதைப் பற்றி விரிவாகப் பேசினோம்.

பல சமயங்களில் இரண்டு முக்கிய விஷயங்களை ஒன்றாகப் போட்டு குழப்பிக் கொள்ளுகிறோமோ என்று தோன்றுகிறது. அவர் தொழில் செய்துதான் பிழைக்க வேண்டும். அதே சமயம் அவர் பிறருக்கு உதவவும் விரும்புகிறார். நல்லது. அவருக்குப் பிரச்னை அவர் அவற்றை எப்படிச் செய்கிறார் என்பதில்தான் இருக்கிறது. ஒன்றோடு ஒன்று இணைத்துச் செய்கிறார்.

யோசித்துப் பார்த்தால், அவர் இரண்டையுமே செய்யலாம். தனித்தனியாகச் செய்யலாம். முடியும். ஒன்றுடன் ஒன்று பிணைப்பதால்தான் சிரமம்.

இன்றைய காலகட்டத்தில் மட்டுமல்ல, அன்றே தெளிவாக, ‘பொருள் இல்லார்க்கு இவ்வுலகம் இல்லை’ என்று (ஔவைப் பாட்டி) சொல்லி விட்டார்கள். பணம் சம்பாதிக்க வேண்டும்தான். அது இல்லாமல் முடியாது. பணம் சம்பாதிப்பது என்பது ஒன்றும் பாவ காரியமல்ல. தவறான வழியில் சம்பாதிக்கக்கூடாது. மற்றவர்க்கு உரியதைத் தட்டிப் பறித்துச் சம்பாதிக்கக்கூடாது. அவ்வளவுதான்.

சம்பாதிப்பதை தானும் தன் குடும்பத்தாரும் மட்டும் அனுபவிக்க வேண்டும் என்று நினைப்பதுதான் பாவம். பிறருக்கும் உதவ வேண்டும்.

கொடுப்பதில் சுகம் கண்டவர்கள் நிறையவே இருக்கிறார்கள். பிறருக்கு எவரால் அள்ளி அள்ளிக் கொடுக்க முடியும்? சம்பாதிப்பவர்களால் தானே. தான தர்மங்கள் மிக அதிகமாகச் செய்தவர்கள் எல்லாம் நிறையச் சம்பாதித்தவர்கள்தான்.

நுசர்வாஞ்சி டாடாவைத் தெரிந்திருக்கலாம். அவர்தான் ஆதி டாடா. அவர் தலைமுறையில்தான் அவர்கள் குடும்பம் பணம் சம்பாதிக்க ஆரம்பித்தது.

மிகச் சாதாரண நிலையில் இருந்து அவர் மிகப் பெரிய நிலைக்கு உயர்ந்தார். அது மட்டுமல்ல. சமுதாயத்தில் நலிவுற்றிருந்த பலரையும் உயர்த்தினார். டாடா குடும்பத்தினர் செய்யாத உதவிகள் குறைவு. எத்தனை எத்தனை டிரஸ்ட்கள். சுமார் 500 கோடிக்கும் மேல். இப்படிப் பல டிரஸ்டுகளின் மூலம் பல்வேறு நலத் திட்டங்களுக்காகச் செலவு செய்துவிட்டு, சந்தோஷமாக டாடா குடும்பத்தினர் சொல்கிறார்கள்: 'எங்கு (சமுதாயத்தில்) இருந்து வந்ததோ, அங்கேயே போகிறது' என்று.

அது என்ன சமுதாயத்தில் இருந்து எடுத்து சமுதாயத்திற்கே கொடுப்பது? அதற்கு எடுக்காமலே விட்டுவிடலாமே! என்று கேட்கலாம். இல்லை. அங்கேதான் விஷயமிருக்கிறது. சமுதாயத்தில் இருக்கும் விதம் சரி என்று அவருக்குப் படவில்லை. எங்கோ குறைகிறது என்று நினைக்கிறார். அங்கே கொடுக்க விரும்புகிறார். அதற்காக எடுக்கிறார்.

எடுப்பதற்குத் திறமை வேண்டும். அது தன்னிடம் இருக்கிறதென்றும் நிரூபிக்க வேண்டும். அதுவும் முக்கியம். என்னால் முடியும், என்னிடம் திறமை இருக்கிறது, மற்றவர்களை விட நான், பெரியவனாக்கும் என்று அவர்கள் அவர்களுக்கு நிரூபிக்க வேண்டியிருக்கிறது.

இதனை ராபர்ட் மற்றும் பிளேக் என்ற இரு மேலாண்மை அறிஞர்கள், 'உற்பத்தி மீதான அக்கறை, மக்கள் மீதான அக்கறை' (Concern for Production, Concern for People) என்று அழகாகச் சொல்லுகிறார்கள்.

இரண்டும் முக்கியம். உழைப்பது, திறமை காட்டுவது இரண்டுமே மிக முக்கியம். இல்லாவிட்டால் எப்பொழுதோ மனித சமுதாயம் மக்கிப் போயிருக்கும். உள்ளே ஒரு துடிப்பிருப்பது அவற்றால் தான். சோம்பிய மந்தமான இனமல்ல மனித இனம் என்று காட்டுவதே இந்த இரண்டும்தான்.

ஒருவன் நல்ல உழைப்பாளி, திறமைசாலி என்பதை உலகம் எதை வைத்து முடிவு செய்கிறது? பணத்தை வைத்துத்தானே! அதைத்தான் டாடா போன்ற பலரும் செய்திருக்கிறார்கள். செல்வம்

திரட்டுவதிலும் சூரர்கள், அதே சமயம் அதனை தேவைப்படுபவர் களுக்கு செலவழிப்பதிலும் சூரர்கள்.

தேடிப் பார்த்தால் தெரிய வரும். எத்தனை எத்தனை டிரஸ்டுகள், சத்திரங்கள், பள்ளிகள், பல்கலைக் கழகங்கள், மருத்துவமனைகள் என்று பெரும் செல்வந்தர்களில் சிலர் செய்துவிட்டுப் போயிருக் கிறார்கள் என்பது.

தான் செய்ய வேண்டும் என்று நினைக்கும் விதம், செய்ய நினைக்கும் பிரிவினருக்குச் செய்வது. நிறையச் செய்ய நிறைய சம்பாதிக்க வேண்டும்.

அதனால்தான், சம்பாதிப்பதையும் உதவுவதையும் குழப்பிக் கொள்ள வேண்டாம் என்று சொன்னேன். முன்பு சென்னை உட்பட பல இடங்களுக்கும் வந்து பல கோடி ரூபாய்க்கான நலத் திட்டங்களை அறிவித்த பில்கேட்ஸ்கூட, 'என் வியாபாரம் என்பது தனி, என் உதவித் திட்டங்கள் என்பது தனி' என்றார். கொடுக்கும் கம்ப்யூட்டர்களையே, 'இந்தியாவில் குறைந்த விலைக்கு விற்பேன்' என்று சொல்லவில்லை. அங்கே திறமையைக் காட்டு, எடு. தான் நினைக்கும் இடம் (எய்ட்ஸ் நோயாளிகளுக்கு) கொடு. செய்கிறார்.

நான் பெப்சி நிறுவனத்தில் பொறுப்பில் இருந்த சமயம், ஒரு பெரிய டிராவல்ஸ் நிறுவன முதலாளி என்னைப் பார்க்க வந்தார். 'இனி, நான் உங்கள் நிறுவனத்திற்குத் தேவைப்படும் வாடகை கார்கள், வேன்கள் அனுப்புகிறேன். எங்களுக்கு வருடாந்திர ஒப்பந்தம் கொடுங்கள்' என்றார்.

'ஏன் தற்சமயம் செய்துகொண்டிருப்பதைவிட நீங்கள் குறைந்த கட்டணத்திற்கு விடுகிறீர்களா?'

'இல்லை. ஆனால், நாங்கள் ஒரு அறக் கட்டளை வைத்திருக்கிறோம். அதன் மூலம் பலருக்கும் உதவுகிறோம். அப்படிப்பட்ட நிறுவனம் நாங்கள். நீங்கள் கொடுக்கும் பணத்தில் வரும் லாபத்தில் ஒரு பகுதி, பல நலிவுற்றவர்களுக்குப் போய்ச்சேருகிறது. அதனால் நீங்கள் எங்களுக்கு வாய்ப்புத் தாருங்கள்.'

'முடியாது. எங்கள் வியாபாரம் என்பது வேறு. நாங்கள் மற்றவர் களுக்கு உதவுவது என்பது வேறு. வேண்டுமானால் உங்கள் அறக் கட்டளைக்கு எங்களால் முடிந்த உதவியாக ஐயாயிரமோ, பத்தாயிரமோ தருகிறோம். ஆனால், அதற்காக ஒப்பந்தத்தினை அதிகக் கட்டணத்திற்குப் போட முடியாது' என்றேன்.

திரைப்பட நடிகர் மாதவனிடம் ஒரு தொலைக்காட்சிப் பேட்டியில் கேட்டார்கள். ‘நீங்கள் ஏன் படத்தில் நடிப்பதற்கு ஊதியமாக இவ்வளவு பணம் வாங்குகிறீர்கள்? உங்கள் ஊதியத்தைக் குறைத்துக்கொண்டால், மற்றவர்களுக்கு உதவியாக இருக்குமே.’

அவர் தெளிவாகச் சொன்னார்: ‘அது என் தொழில். மார்க்கெட்டில் எனக்கு என்ன ரேட் இருக்கிறதோ, அதைப் பெறுவேன். அதில் கொஞ்சமும் குறைத்துக்கொள்ள மாட்டேன். ஆனால், நான் வாங்கும் சம்பளத்தில் என் விருப்பத்திற்கு ஏற்ப, தேவைப்படுபவர்களுக்கு உதவிகள் செய்வேன்.’

நம் திறமை காட்டி, உழைத்து, செல்வம் ஈட்டி, அதனை நாம் நினைக்கும் விதம், நாம் பெற வேண்டியவர்கள் என்று நினைப்பவர்களுக்குக் கொடுப்பதே ஒரு அலாதி சுகம்தான். அப்படிச் செய்யாவிட்டால் பின் வாழ்வதற்கு என்ன நியாயம்? வாழ்ந்ததற்கு என்ன அடையாளம்?

41 கொடுப்பது தேவைக்கா? சேவைக்கா?

சென்ற வாரம் நண்பர் ஒருவர் வீட்டிற்குச் சென்றிருந்தேன். நானும் அவரும் ஹாலில் அமர்ந்து பேசிக்கொண்டிருந்தோம். அதே ஹாலில், ஒரு பக்கத்தில், அவருடைய மனைவி தையல் யந்திரத்தில் எதையோ தைத்தபடி இருந்தார்.

சற்று நேரம் கழித்துத்தான் கவனித்தேன். அவர் தைத்துக் கொண்டிருந்தது பழைய உடைகளை. அவற்றை வெட்டி அளவு மாற்றி தைத்துக் கொண்டிருந்தார்.

எதற்காக இவ்வளவு பழைய உடைகளை சரி செய்கிறார்? இவ்வளவு துணிகளுமா அளவு மாறியிருக்கும்! அதுவும் ஒரே சமயத்தில்! 'எதற்காகப் புழக்கத்தில் இருக்கும் துணிகளை அளவு மாற்றித் தைத்துக் கொண்டிருக்கிறீர் கள்?' என்று கேட்டேவிட்டேன்.

குழந்தைகள் காப்பகம் ஒன்றிற்குப் போயிருந்தார்களாம். அங்கிருந்த சிறுவர் சிறுமியர்களைப் பார்த்தார்களாம். அந்தக் குழந்தைகளுக்கு உடைகள் தேவைப்படுவதை யும் பலரும் தங்களிடம் இருக்கும் உடைகளைக் கொடுப் பதையும் தெரிந்து கொண்டார்களாம். தாங்களும் கொடுக்க வேண்டுமென்று முடிவு செய்தார்களாம்.

'அந்தப் பிள்ளைகள் போட்டுக் கொண்டிருந்த உடைகளைப் பார்த்தோம். சிலரின் உடைகள் அளவு இறுக்கமாகவும், சிலருக்கு பொருத்தமில்லாமலும், வேறு சிலரின்

உடைகள் இடையில் நிற்காமல் 'தொளதொள'வென்றும் இருந்தன' என்றார்.

புரிந்துவிட்டது. விஷயம் இதுதான். தாம் கொடுக்க நினைக்கும் துணிமணிகளை, அப்படியே கொடுக்காமல் அங்குள்ளோர்கள் அளவுகளுக்கு ஏற்ப, சரி செய்து கொடுக்கும் முயற்சியில் ஈடுபட்டுள்ளார்கள்.

பிறர்க்குக் கொடுப்பதில் இரண்டு விஷயங்கள் அடங்கியுள்ளன.

1. நம்மால் முடிந்ததைக் கொடுக்கிறோம்.

2. மற்றவர்க்குத் தேவையானதைக் கொடுக்கிறோம்.

இந்த இரண்டிலும் நிறைய வேறுபாடு உண்டுதானே! நாம் எதற்காகக் கொடுக்கிறோம்? பெற்றுக் கொள்பவரின் தேவையை நிறைவு செய்துகொள்ளுவதற்கா? அல்லது 'நான் கொடுக்கிறேன்' என்ற நம் தேவையை நிறைவு செய்வதற்கா?

நிச்சயம் பெற்றுக் கொள்ளுபவரின் தேவையை நிறைவு செய்யத் தானே கொடுக்க வேண்டும்!

அது தென்னிந்தியாவின் மிகப் பெரிய தொழில் நிறுவனங்களில் ஒன்று (TVS). அந்த நிறுவனத்தின் பொது மேலாளர் (GM) பொறுப்பிற்கு வேறு நிறுவனத்திலிருந்து கருணாகரன் என்ற ஒருவர் புதிதாகச் சேர்ந்தார்.

பெரிய பொறுப்பு. புதிய வேலை. புதிய சூழ்நிலைகள். நாளொன்றுக்கு 12 மணி நேரத்திற்கும் அதிகமாக வேலை செய்தார் அவர். நாற்பது வயதினை ஒரு சில ஆண்டுகளுக்கு முன்னர் தொட்ட அவருடைய உடல் எடை, இந்தப் புதிய வேலையில் சேர்ந்த பிறகு மேலும் அதிகரித்து விட்டது.

இரண்டு மாதங்கள் சென்றிருக்கும். பணிக்குச் சேர்ந்தபொழுது அவரைச் சந்தித்த நிறுவனத்தின் தலைமை அதிகாரி (MD) இரண்டு மாத இடைவெளிக்குப் பிறகு இப்பொழுதுதான் மீண்டும் சந்திக்கிறார். அலுவலக விஷயங்களைப் பேசிவிட்டு, அவரைப் பற்றியும் தனிப்பட விசாரித்துவிட்டுச் சென்றுவிடுகிறார் MD.

இரண்டு நாள்கள் சென்றிருக்கும். இரவு பத்தரை மணி வாக்கில் தன் வீடு திரும்புகையில் கருணாகரன் கவனிக்கிறார். அவர் வீட்டு

வாசலில் ஒரு டெம்போ வேன் நிற்கிறது. காரை நிறுத்திவிட்டு வேகமாக உள்ளே போவதற்குள் டெம்போ கிளம்பிவிடுகிறது.

எதற்காக டெம்போ வந்து விட்டுப் போகிறது? எதை இறக்கி வைத்து விட்டுப் போகிறார்கள்? என்கிற ஆவல் மேலிட, வீட்டிற்குள் போய்ப் பார்க்கிறார். வீட்டிலேயே இருந்துகொண்டு உடற்பயிற்சி செய்யும் Treadmill எனப்படும் உபகரணம் வந்து இறங்கியிருக்கிறது.

அந்த அட்டைப் பெட்டியின்மீது ஒரு அழகான உறை. அதன்மீது, 'அன்பு கருணாகரனுக்கு' என்று எழுதப்பட்டிருக்கிறது. பிரிக்கிறார். அதனுள் ஒரு கடிதம். அதனை அவருடைய எம்.டி.தான் எழுதியிருந்தார்.

> 'உங்கள் உடல் எடை கூடி விட்டிருப்பதைக் கவனித்தேன். உடல் நலத்தில் கவனம் செலுத்துங்கள். வந்தனம்.'

கடிதம் முடிந்துவிட்டிருந்தது. அவ்வளவுதான்.

தேவையைக் கவனித்துச் செய்த செயல். கருணாகரனே செலவு செய்து வாங்கக்கூடிய உபகரணம்தான். ஆனாலும், அவராகவே வாங்கியிருக்க மாட்டார். அது மட்டுமல்ல. புது வேலை, புது பொறுப்புகளில் அழுத்தம் காரணமாக, உபகரணம் எதுவுமின்றி சாதாரணமாகச் செய்யக் கூடிய மிகவும் பயனளிக்கும் நடை, ஜாக்கிங் முதலியனவற்றையும் செய்திருக்க மாட்டார்.

வேலை, வேலை என்று பெரிய உடல்நலக் குறைவு வரும்வரை ஓடியாடியிருப்பார். கருணாகரனின் மேலதிகாரி செய்தது என்ன? புதிதாக பணிக்குச் சேர்ந்தவரைக் கவனித்திருக்கிறார். அவர் உடல் எடை கூடி விட்டிருக்கிறதே என்று அக்கறைப்பட்டவர், அதோடு விட்டுவிடாமல், என்ன செய்யலாம் என்று யோசித்திருக்கிறார். யோசனையைச் சொல்லிவிட்டு நகர்ந்துவிடாமல் அவரே செயல்பட்டிருக்கிறார். அதுவும் உடனடியாக!

இதைப் பார்த்த கருணாகரன் மனம் நெகிழ்ந்துவிட்டது. எல்லோரும் தான் கொடுக்கிறோம். என்ன கொடுக்கிறோம்? எப்படி, எப்பொழுது கொடுக்கிறோம்? என்பதில்தான் எவ்வளவு வித்தியாசம் காட்ட முடிகிறது!

கடந்த ஏழு ஆண்டுகளாக என்னுடைய ஒவ்வொரு பிறந்த நாளுக்கும் நான் எங்கிருந்தாலும் எனக்கு ஒரு தபால் வரும். அதில்

ஒரு சிறுகதை தொகுப்புப் புத்தகம் இருக்கும். பிடிக்கும் எனத் தெரிந்து திருச்சி செயின்ட் ஜோசப் கல்லூரி மாணவர் கணபதி தொடர்ந்து செய்து வருகிறார்.

காசு, பணம் பெரிதல்ல. எதை விரும்புகிறோம் என்பதைப் புரிந்து வைத்திருப்பது, அதை அக்கறையாய்த் தேடி வாங்குவது. அதையும் குறிப்பிட்ட நாளில் வந்தடையுமாறு ஞாபகமாக அனுப்புவது, தொடர்ந்து பல ஆண்டுக்கணக்காக...

இவையெல்லாம் எவ்வளவோ வார்த்தைகளால் சொல்ல முடியாத அன்பையும் மரியாதையையும் சொல்லி விடுகின்றனவே!

பலரும் சந்தோஷமாக இருக்கும்பொழுது ஏதாவது கொடுக்க வேண்டும் என்று நினைக்கிறோம். நல்லதுதான். அதையே பெறுபவர் சந்தோஷத்திற்காகவும் என்று யோசித்துச் செய்தால் இன்னும் எவ்வளவு சிறப்பாக இருக்கும்!

சிலருக்கு நம்முடைய 'நேரம்' தேவைப்படலாம். வேறு சிலருக்கு நம் 'அன்பு' தேவைப்படலாம். அப்பொழுது அறிவுரைகள் கொடுத்துக் கொண்டிருந்தால்! 'ஆதரவு' கேட்கும்பொழுது 'நியாயம்' சொல்லிக் கொண்டிருந்தால்!

பண பலத்தை, அதிகார பலத்தை, அறிவு ஜீவித்தனத்தைக் காட்ட மற்றவர்களுக்கு உதவுவதைவிட, எவருக்குச் செய்கிறோமோ, அவர்களுக்கு முழுவதும் பயன்படும் வழியில் செய்யலாமே!

எதைக் கொடுக்கிறோம் என்பதுபோலவே எப்படிச் செய்கிறோம் என்பதும் மிக முக்கியம். திருச்சி பெல் நிறுவனத்தில் என்னோடு பணியாற்றியவர் மேஜர் பொன்னுரத்தினம். ஆங்கில ஆண்டுப் பிறப்பு, கிறிஸ்துமஸ் போன்ற விசேஷங்களின் பொழுது 'கேக்' கொண்டு வருவார். அலுவலக அறையில் பத்து நபர்கள் இருப்போம். ஒவ்வொரு மேஜையாகப் போவார். மலர்ந்த முகம். திறந்திருக்கும் 'கேக்' டப்பாவை இரு கைகளாலும் ஏந்தி நிற்பார்.

'புத்தாண்டு வாழ்த்துக்கள் கேக் எடுத்துக்குங்க' என்று அப்பொழுது கூறுவார். அனைவரிடம் அதே அன்பு, அதே அக்கறை. அந்த கேக் கூடுதலாக இனிக்கும். மென்று விழுங்கும்பொழுது அவருடைய அன்பால் நெஞ்சு நெகிழ்ந்துவிடும்.

---

www.ingramcontent.com/pod-product-compliance
Lightning Source LLC
LaVergne TN
LVHW060618051026
849519LV00002B/653